GIẢI THOÁT TRONG LÒNG TAY

Nguyên tác Tạng ngữ.

Tác giả: Pabongka Rinpoche.

Thích nữ Trí Hải dịch sang Việt ngữ từ bản dịch Anh ngữ của Michael Richards:

Liberation in the Palm of your Hand.

Wisdom Publications, 199 Elm St, Somerville, MA 02144, USA.

Dịch phẩm được xuất bản theo hợp đồng chuyển nhượng bản quyền giữa Tuệ Uyển Vạn Hạnh và Wisdom Publications.

Chăm sóc bản thảo: Thích nữ Tuệ Dung.

PABONGKA RINPOCHE

GIẢI THOÁT TRONG LÒNG TAY

Liberation in the Palm of Your Hand

Việt dịch

THÍCH NỮ TRÍ HẢI

tập 2

NHÀ XUẤT BẢN THỜI ĐẠI

PHẦN NĂM

PHẠM VI TRUNG BÌNH

Ngày thứ mười bốn

Kyabje Pabongka Rinpoche trích dẫn hai câu thơ trong tác phẩm của Tsongkapa vĩ đại bắt đầu như sau:

– Đời sống và thân thể chúng ta giống như bọt nổi trên nước...

Rồi Ngài kể một chuyện ngắn để chúng tôi khởi động lực, và nói đến những tiêu đề đã bàn. Ngài còn ôn lại sự phát khởi niềm tin vào Luật nhân quả, phương pháp thực thụ để được hạnh phúc trong những đời sau.

IVB2.2 Luyện tâm chung với phạm vi trung bình

Có hai phần:

(IVB2.2.1) Phát tâm cầu giải thoát.

(IVB2.2.2) Xác định bản chất con đường đưa đến giải thoát.

IVB2.2.1 Phát tâm cầu giải thoát

Có hai tiêu đề phụ:

(IVB2.2.1.1) Nghĩ về khổ sinh tử.

(IVB2.2.1.2) Nghĩ về những khổ đặc biệt.

Như tôi đã nói, khi bạn tu tập phần Lamrim chung với Phạm vi Nhỏ, và giữ giới 10 bất thiện, thì bạn sẽ được tái sinh ở các cõi cao và tạm thời thoát khỏi những đau khổ ở các đọa xứ. Nhưng điều này chưa đủ. Giả sử một tội nhân, đã bị kết án tử, người ta đi xin với một kẻ có thế lực giùm y, và trong vài ngày y không phải chịu những khổ hình phụ trước khi chết như bị đánh đòn, bị đốt bằng sáp nóng, vân vân. Nhưng y vẫn không thoát được án tử hình. Cũng vậy, người ta sẽ không vĩnh viễn ra khỏi sinh tử được. Tác phẩm *Hành Bồ-tát hạnh* nói:

Bạn có thể lên các cõi cao
Thụ hưởng khoái lạc.
Nhưng khi chết, bạn lại rơi vào
Những thống khổ của các đọa xứ,
Ở đấy nỗi đau thật khó nhẫn nổi và lại kéo dài

Nói cách khác, chắc chắn bạn sẽ đi xuống các đọa xứ khi bạn đã hết cái tầm mà nghiệp lành đẩy bạn đi lên. Nếu muốn dừng lại vĩnh viễn sự tuôn chảy của khổ đau thì bạn phải vĩnh viễn ra khỏi sinh tử.

Trong phần Lamrim Phạm vi Trung bình, bạn phải phát triển những ý tưởng cầu giải thoát. Có hai cách làm việc này: Nghĩ về bản chất của bốn Diệu đế, hay nghĩ về 12 nhân duyên.

Ở đây "Giải thoát" có nghĩa là hết bị trói buộc. Giả sử bạn hết bị những sợi dây thừng cột bạn, khi ấy bạn được "giải thoát". Chúng ta bị cột bởi nghiệp và vọng tưởng vào các uẩn. Chúng ta bị trói theo cách sau. Do nghiệp và vọng tưởng, các uẩn được thành hình. Có ba lãnh vực trong đó chuyện này xảy ra, đó là Dục giới, vân vân, có 5 hay 6 kiểu luân hồi trong đó chuyện này xảy ra; và có bốn hình thức tái sinh, là sinh từ trứng, từ bào thai... Đấy là bản chất của trói buộc, và giải thoát có nghĩa là khỏi bị buộc vào đấy.

Người ta thường cho "sinh tử" có nghĩa là nhận lấy những thân xác từ cõi trời Hữu đảnh cho đến Địa ngục Vô gián. Người chưa học cứ nghĩ "sinh tử" là quay cuồng giữa những nơi cư trú tạm thời, hay quay qua lộn lại trong sáu nẻo luân hồi. Đây có thể là cách dùng danh từ đúng, nhưng không phải là sinh tử thực sự. Vài học giả cho sinh tử là thọ bào thai trở lại nhiều lần, tuy nhiên, với đức Dalai Lama thứ bảy là đúng nhất, ngài bảo sinh tử là sự liên tục tái sinh vào các uẩn bị ô nhiễm. Bởi vậy ta giải thoát khỏi sinh tử khi đã cắt đứt dòng tương tục tái sinh và chui vào bào thai dưới năng lực của nghiệp và vọng tưởng.

Những tù nhân phải phát ý muốn thoát khỏi ngục trước khi họ thoát được. Họ sẽ không phát khởi ước muốn này nếu họ không xét những điều tệ hại của sự ở trong lao nguc. Cũng thế nếu bạn không muốn thoát ly sinh tử thì bạn sẽ không làm một nỗ lực nào để được thoát. Và khi bạn khởi lên ý muốn giải thoát, thì như Aryadeva nói: "Những bậc hiền trí sợ tái sinh thù thắng cũng như sợ địa ngục." Nói cách khác, bạn phải cẩn thận về sinh tử, phải nghĩ về Bốn Diệu đế hay Mười hai Nhân duyên. Bây giờ tôi sẽ bàn đến Bốn Diệu đế.

Khi đức Phật Thế Tôn lần đầu quay bánh xe pháp tại Benares cho 5 đệ tử đầu tiên, Ngài dạy:

"Này các Tỷ-kheo, đấy là diệu đế về khổ. Đấy là diệu đế về Nguồn gốc của khổ. Đấy là diệu đế về Diệt khổ. Đấy là diệu đế về con đường Diệt khổ..."

Mười hai kiểu tất cả. Đây là sự chuyển bánh xe Pháp về Bốn đế: gọi là "Đế" vì đúng theo cái thấy của bậc thánh.

Chân lý về nguồn gốc của khổ đáng phải bàn trước, nếu ta muốn xét cái nhân và hậu quả của nó. Nhưng ở đây bốn đế không theo thứ tự này, vì chân lý về khổ được bàn trước hết. Lý do như sau. Khổ được dạy trước, vì cần phải làm cho bạn bị kích động phải từ bỏ nó. Nếu bạn không bị kích động, bạn sẽ không muốn từ bỏ nguyên nhân của khổ. Khi bạn muốn thành tựu một sự tách rời khỏi những nguyên nhân này, thì bạn sẽ nỗ lực trên con đường tu tập – nguyên nhân của sự thành tựu ấy. Bởi thế Bốn đế được bàn theo thứ tự này để phản ảnh sự tu tập của người đệ tử. Như vậy Bốn chân lý này là những điều căn bản quyết định người tìm giải thoát nên thay đổi lối hành xử của họ như thế nào.

Đức Di-lặc dạy vài ẩn dụ trong *Dòng tương tục vi diệu của Đại thừa* về khổ, sự cần thiết phải phá hủy nguyên nhân của khổ, vân vân.

Bệnh cần được chẩn đoán,
Nguyên nhân gây bệnh phải từ bỏ,
Sức khỏe cần được phục hồi,
Thuốc hay cần được nương theo.
Cũng vậy khổ cần chẩn đoán,
Nhân khổ cần từ bỏ,
Diệt khổ cần đạt được,
Con đường diệt khổ cần nương theo.

Khi đau ốm ta chẩn đoán nguyên nhân chứng bệnh, và nương theo một phương thuốc để chữa lành.

Đức Dalai Lama đệ ngũ cho một ví dụ: Khi bạn ngủ trên một mảnh đất, mặt má lưng bị ẩm thì bạn muốn ngăn việc này xảy ra trở lại.

Bạn phải mong muốn cho đừng có các nhân của khổ nếu bạn nỗ lực theo phương pháp diệt khổ. Muốn phát sinh lòng mong muốn này, bạn phải tra tầm nguyên nhân của khổ, và muốn vậy thì bạn phải hiểu bạn bị khổ dày xéo như thế nào – Đức Tsongkapa nói:

Nếu người ta không nghĩ kỹ
Về những lỗi lầm của đau khổ,
Thì người ta không có đủ sự khát khao giải thoát
Nếu người ta không nghĩ
Về nguồn gốc của mọi khổ
– cửa ngõ dẫn đến sinh tử
Thì không thể biết đúng sự diệt tận sinh tử.
Hãy bị kích động để từ bỏ hiện hữu này,
Hãy chán nó, và yêu mến tri kiến
Về những gì buộc ta vào sinh tử.

Mỗi đế trong bốn đế có bốn sắc thái – Với Khổ đế, bốn sắc thái là: vô thường, khổ, không, vô ngã. Với Tập đế (nguồn gốc khổ) là: nguyên nhân, nguồn gốc, duyên, và sự sinh sản mãnh liệt. Với Diệt đế, là: diệt, an, huy hoàng, ngõ thoát quyết định. Với Đạo đế là: con đường, sự hoàn tất, sự chính xác, và sự thoát ly chắc chắn.

Uẩn ô nhiễm có 3 loại cảm thọ: lạc, khổ, và xả. Mặc dù bạn có nhận ra được cảm giác đau khổ là đau khổ, song bạn không nhận ra hai cảm giác kia cũng là khổ.

Có lần một người trì mật tông bảo các bà vợ của ông ta rằng:

– Một vài người như ta sẵn sàng đi đến cõi tịnh độ của những bậc trí giả, khi nào các ngươi làm quấy.

Về sau ông ta ốm, và các bà vợ hỏi ông chừng nào chết:

– Thưa bậc thầy mật điển, thầy đang sẵn sàng đi đến tịnh độ của người trí. Vậy có phải vì chúng em đã làm gì quấy chăng?

Ông đáp:

– Chỉ vì ta bất lực không sống thêm được nữa. Nếu không, thay vì đi đến các cõi tịnh, ta muốn ở lại với các em hơn.

Như câu chuyện về vị giáo thọ Manu, chúng ta nghĩ là có hạnh phúc trong sinh tử, mà không biết đấy chỉ là sự trói buộc, và bản chất nó là khổ. Khi ta biết được đó là chân lý về nguồn gốc khổ – nguyên nhân chính của khổ – thì ta sẽ có ý muốn từ bỏ nó.

Có hai nguồn gốc: nghiệp và vọng tưởng. Chân lý về Diệt là kết quả của sự vắng bóng đau khổ; chân lý về Đạo là phương tiện để đạt đến Diệt. Muốn đạt đến Diệt, ta phải thực hành Đạo đế.

Muốn hiểu khổ, ta phải nghĩ về 8, 6, 2 loại khổ.[1]

---

1. 8 loại là 8 khổ trong loài người: sinh, già, bệnh, chết, ái biệt ly, oan tụ hội, cầu bất đắc, có 5 uẩn vật lý tâm lý mà bản chất là khổ. 6 loại là 6 khổ trong sinh tử nói chung: bất trắc, không toại ý, luôn luôn bỏ thân, luôn luôn thọ thân, di chuyển từ cao xuống thấp, và không bầu bạn. Hai loại là khổ trong sinh tử nói chung và khổ trong lục đạo nói riêng.

Những điều này được bàn trong tác phẩm của Tsongkapa *Những giai đoạn lớn của Đạo lộ*. Khổ của cõi người thuộc về 8 loại. Tất cả 3 mục trên bao hàm cái khổ lan khắp tất cả pháp hữu vi.

IVB2.2.1.1 Nghĩ về khổ sinh tử nói chung

Có 6 đoạn

a) Đầy bất trắc

Có thể trong tương lai bạn tái sinh vào thượng giới, nhưng bao lâu bạn còn tái sinh trong sinh tử thì bạn vẫn còn chưa thoát khổ – vì hạnh phúc trong sinh tử là hoàn toàn không đáng tin cậy.

Hãy lấy ví dụ những tái sinh quá khứ và vị lai của ta. những kẻ thù, bạn, cha mẹ, vân vân của ta đổi chỗ. Ngày xưa một người cha của một cư sĩ thường ăn cá trong cái ao sau nhà. Ông chết và tái sinh làm một con cá trong ao. Người mẹ của cư sĩ tham luyến cái nhà nên tái sinh làm con chó của ông ta. Kẻ thù của ông bị giết vì cưỡng hiếp vợ ông, kẻ ấy quá si mê vợ ông nên tái sinh làm con trai ông. Đứa con trai này bắt được con cá – cha của người cư sĩ – và giết. Trong khi y ăn cá ấy, con chó – mẹ của y – ăn xương cá, và bị con trai của y đánh. Kẻ thù y lại ngồi trên đùi y – đó là đứa con út. Ngài Xá-lợi-phất trông thấy cảnh này nói:

Ăn thịt cha, đánh mẹ,
Kẻ thù mới giết lại ngồi trên gối,
Vợ nhai xương chồng,
Đó là trò hề sinh tử.

Long Thọ cũng nói:

Cha, con, vợ, kẻ thù... có thể đổi địa vị,
Bạn có thể thành thù,
Và ngược lại: sinh tử,
Thật không có gì chắc chắn.

Nói cách khác, mặc dù luôn luôn chắc chắn kẻ thù là thù, bạn là bạn, ta thực sự không thể bảo đảm: ở đầu đời là bạn mà cuối đời có thể thành thù, thù có thể thành bạn. Về giàu nghèo cũng thế: người giàu hôm qua có thể thành ăn mày hôm nay vì bị cướp, vân vân. Những điều này thật rõ: mọi sự luôn luôn thay đổi.

(Khi ấy Pabongka Rinpoche kể chi tiết câu chuyện gia chủ Shrijàta.)

Shrijàta trông thấy một con rắn quấn quanh thân một phụ nữ, một cây lớn bị côn trùng ăn, một người đàn ông bị đánh đập bởi những sứ giả mang nhiều mặt nạ của Diêm vương và bộ xương của một thủy quái to bằng dãy núi có thể che cả mặt trời.

Mục-liên bảo ông:

– Con rắn là tái sinh của một phụ nữ quá tham luyến thân xác mình. Cái cây là một người lạm dụng gỗ của tăng chúng. Người bị đánh là tái sinh của một thợ săn. Bộ xương là chính xương của ngươi trong đời quá khứ, này Shrijàta.

Ngày xưa một vị quan hỏi vua làm sao xử lý một tội nhân. Vua đang mải mê chơi cờ, nói: "Giết theo luật." Do vậy người ấy bị tử hình. Khi xong ván cờ, vua hỏi ông đã làm gì với tội nhân, và được trả lời đã hành quyết. Vua rất ân hận, nhưng vẫn bị tái sinh làm một thủy quái vì tội để cho người kia bị hành quyết. Một thời gian trôi qua, vài thương gia đi biển tiến về phía cái miệng của con quái vật. Các thương gia kinh hãi quy y Phật. Con quái nghe lời quy y bèn ngậm miệng và bị chết đói. Thân nó được các Long vương đưa vào bờ.

Vậy Shrijàta lúc đầu sinh làm vua, sau làm thủy quái, rồi lại làm người trở lại. Sinh tử bất trắc là thế.

b) Không toại ý

Loài bướm mê màu sắc, loài nai mê âm thanh, loài ong mê mùi, loài voi mê xúc giác. Cũng vậy, hạnh phúc cõi sinh tử như uống nước mặn – uống bao nhiêu cũng không đỡ khát. Giả sử một người khi có được một đồng vàng sẽ nghĩ, "Bao giờ cho tôi có được mười đồng?" Khi có mười đồng, lại nghĩ chừng nào mới được trăm đồng. Nếu đã được trăm đồng, y mong cho được ngàn đồng. Dù có bao nhiêu y cũng không toại ý. Kinh *Màn kịch lớn* nói:

Này đại vương, nếu một người
Có được tất cả lạc thú
Ở cõi trời và cõi người,
Thì nó vẫn chưa thấy đủ.
Nó còn khao khát có thêm.

Ta hãy lấy ví dụ hạnh phúc trời, người. Vua Màbhvàtà cai trị cả 4 châu lục và các cõi trời, thế mà ông vẫn chưa thỏa mãn. Cuối cùng khi công đức của ông đã khánh tận, ông rơi vào lục địa Diêm phù đề và trút hơi thở cuối cùng.

Lạc thú không bao giờ làm thỏa mãn, đó là nỗi sầu khổ không gì lớn hơn.

Khi đã làm chủ một cõi, bạn mong muốn làm chủ hai cõi. Bạn sẽ không bao giờ thỏa mãn dù có làm vua bao nhiêu xứ sở. Dù giàu cách mấy, bạn cũng muốn giàu thêm và sẵn sàng kiệt lực để có thêm của cải. Nếu bạn không hỷ túc thì dù đã có nhiều tài sản của cải đến bao nhiêu, bạn cũng không khác gì môt kẻ ăn xin. Ở Ấn Độ ngày xưa có một người ăn mày Sùrata lượm được một viên ngọc vô giá, và bảo rằng y phải đem cho một kẻ ăn mày khác. Y đem đến cho vua Ba-tư-nặc (Prasenajit) mà nói:

– Này đại vương, vua không biết đủ, nên là người nghèo nhất.

Nếu bạn hài lòng với cái mình có, thì mặc dù không có tài sản gì bạn vẫn giàu. Long Thọ nói:

Hãy luôn luôn hỷ túc,
Dù bạn không tài sản.
Nếu bạn biết hỷ túc,
Là bạn có tài sản thanh tịnh nhất.

Drogoen Tsangpa Gyarae nói: – Người hỷ túc ấp những cái trứng của tài sản trong nhà ấp. Những người nhiều ham muốn thì không thể cảm nghiệm điều này.

Nói cách khác, nếu bạn không hỷ túc thì sự bất mãn của bạn thực vô bờ bến. Sự thiếu hỷ túc, sự bất mãn là điều hại lớn nhất.

c) Nổi khổ phải bỏ thân

Bạn có mang cái thân xác như thế nào đi nữa, nó cũng không đáng tin cậy. Long Thọ nói:

Dù bạn có được phúc lạc to lớn
Của các vị vua trời, ngay cả đến
Lạc thú không ràng buộc của Phạm thiên,
Thì sau đó bạn vẫn làm mồi
Cho lửa địa ngục Vô gián,

Ở đấy sự thống khổ liên miên bất tận.
Dù bạn có là chúa tể mặt trời, trăng,
Thân thể bạn tuôn ra ánh sáng
Chiếu khắp mọi thế gian,
Về sau bạn lại đi đến chỗ tối mịt,
Ở đấy bạn không trông rõ được bàn tay mình.

Nói cách khác, trong quá khứ bạn đã có vô số tái sinh vào những thân Phạm vương, Đế thích, vân vân nhưng không có được lợi ích gì. Về sau bạn bị sinh vào địa ngục Vô gián, vân vân, hoặc làm nô tỳ, vân vân. Thỉnh thoảng bạn sinh làm thần mặt trời, mặt trăng, thân bạn chiếu sáng khắp các châu lục. Rồi bạn chết và tái sinh vào những đáy sâu thẳm của đại dương giữa hai châu lục, ở đấy bạn không trông thấy được đến cả tay chân bạn chuyển động.

Không một tài sản cõi trời cõi người nào mà bạn có thể nói rằng mình chưa từng trải qua, song không có một thứ tài sản nào trong đó chứng tỏ đáng tin cậy. Bạn đã từng tái sinh vào các cõi trời, ngồi trên những chiếc ngai nạm hột xoàn, vân vân. Những cái nhà của bạn cũng đã từng làm bằng châu báu. Nhiều lần bạn đã hưởng những điều như vậy. Thế mà bây giờ bạn toàn ngồi trên đệm bằng da thuộc. Bạn cũng đã từng làm Đế thích rồi làm kẻ ăn xin; những kiếp làm Đế thích chẳng ích gì cho bạn.

Trong các cõi tái sinh cao,
Bạn đã dùng nhiều thời gian vào lạc thú
Vuốt ve ngực và eo của phụ nữ,
Rồi ở địa ngục bạn cảm thấy những hình cụ tra tấn
Nghiền nát, cắt, xẻ bạn ra,
Ôi thật đau đớn liên miên khó kham nổi.

Nói cách khác, bạn đã từng sinh vào các cõi trời và trong thời gian dài, trải qua dục lạc với những thiên nữ. Rồi bạn phải từ giã đời sống ấy mà tái sinh vào địa ngục bị vây quanh với những ngục tốt hung dữ, và trải qua nhiều nỗi thống khổ – Bạn đã uống cam lồ bất tử ở cõi trời, rồi khi từ giã cõi ấy bạn phải uống nước đồng sôi của địa ngục – Bạn đã từng làm Chuyển luân vương cai trị nhiều trăm ngàn thần dân nam, có bảy dấu hiệu của vương quyền để sử dụng, nhưng bây giờ không còn một chút gì chứng tỏ những điều ấy, không một dấu vết nào của sự lợi lạc. Như tôi đã nói, lỗi là do sự bám víu của bạn vào những đối tượng giác quan càng ngày càng tăng, làm bạn bất mãn; khi ấy bạn tích lũy tội ác và càng lúc càng đi xuống cõi thấp hơn.

Bậc tôn sư tôi, người bảo hộ, nơi nương tựa của tôi, đã kể cho tôi nghe câu chuyện này: “Có lần một vị Lama chết và có người hỏi ông muốn trối trăn điều gì không. Vị ấy lặp đi lặp lại: “Những chuyện trong sinh tử không có thực chất.”

Bất kể bạn có tài sản bao nhiêu, bạn sẽ không rút ra được tinh hoa nào từ đấy, cũng như trong quá khứ. Tất cả tài sản của thế gian này không bằng giá một chiếc giày của ta lúc ta làm vua Chuyển luân; song những y phục đẹp đẽ của ta lúc ấy đã không lợi ích gì cho ta bây giờ.

Khi một ông vua và một kẻ ăn xin đi vào cõi Trung ấm, cả hai đều được đối xử ngang nhau. Điều lợi hay hại đều có thể đến với họ một cách bình đẳng.

Geshe Chaen Ngawa nói:

– Đức Đạo sư tôn quý của chúng ta đã không có một thân như vậy từ vô thỉ kiếp rồi sao? Chúng ta từ nay phải nỗ lực, vì ta chưa từng hành đạo đại thừa.

Nói cách khác, chúng ta nên cẩn thận.

d) Nổi khổ liên tục vào thai

Long Thọ nói trong *Bức thư*:

Nếu đem đất vo lại từng hột như hột anh đào.
Để đếm tất cả những bà mẹ của ta,
Thì cả quả đất cũng không đếm đủ...
Thay vì rũ bỏ những đau buồn,
Bạn đã cứ phải rơi lại vào địa ngục mãi mãi
Để uống nước đồng đun sôi,
Nước ấy còn hơn cả nước bốn bể.

Nghĩa là bạn đã từng sinh vào địa ngục và uống nhiều nước đồng sôi nhiều hơn nước ở đại dương. Và nếu bạn không cắt đứt dòng tương tục vào sinh ra tử này, bạn còn phải uống nhiều hơn nữa.

Khi bạn làm chó và heo,
Số lượng đồ dơ mà bạn ăn
Có thể lớn hơn
Núi Tu Di, vua các núi.

Bạn đã từng làm chó, heo và đã ăn nhiều phân dơ hơn núi Tu di. Nhưng nếu không dứt ra khỏi sinh tử thì bạn còn phải ăn nhiều hơn nữa.

Biết bao nước mắt bạn đã đổ ra
Vì khóc những người thân lúc chia ly,
Nước mắt của bạn đổ xuống
Có thể tràn đầy đại dương.

Bạn đã chia lìa với cha mẹ, con cái, anh em, vân vân, và khóc nhiều hơn nước biển. Nhưng nếu không dứt ra khỏi dòng sinh tử, thì bạn còn phải khóc nhiều hơn.

Từ khi người ta chiến đấu,
Đống đầu bị chặt của bạn
Có thể chất cao
Hơn cõi Phạm thiên.

Bạn đã vướng vào chuyện đánh nhau và những cái đầu bạn bị kẻ thù chặt chất cao hơn núi Tu Di. Nhưng nếu không dứt khỏi dòng tương tục tái sinh vào sinh tử thì bạn có thể bảo đảm rằng sẽ còn nhiều lần bị chặt đầu nữa.

Khi bạn làm giun đất,
Bạn quá đói,
Tất cả phân và đất bạn ăn
Có thể lấp đầy biển cả.

Nói cách khác, chúng ta đã từng làm trùn và ăn nhiều phân, đất hơn số lượng đất cần để lấp đại dương. Nhưng nếu ta không thoát ra khỏi sinh tử, ta còn phải ăn nhiều hơn nữa.

Long Thọ nói:

Mỗi người đã uống nhiều sữa mẹ
Hơn cả bốn biển,
Nhưng khi còn làm phàm phu
Trong cõi sinh tử,
Thì bạn còn uống nhiều hơn nữa.

Nghĩa là bạn đã liên tục thọ thân trong sinh tử và uống nhiều sữa mẹ hơn nước biển. Nhưng nếu bạn không thể chấm dứt tái sinh vào sinh tử thì bạn còn uống nhiều hơn.

Nếu theo những gì đã quán sát trong phần Phạm vi Nhỏ, bạn đã rất đau khổ và phải trải qua những kinh hoàng khi tái sinh vào đọa xứ sau mỗi lần chết, thì nói gì đến những đau đớn và kinh hoàng còn hơn thế nhiều mà bạn sẽ phải trải qua, vì chắc chắn bạn sẽ kinh nghiệm những nỗi đau sinh, già, bệnh, chết, vân vân, vô số lần.

Chúng ta sợ hãi mỗi khi trông thấy một con bò cạp, nhưng nếu ta đem các thân bò cạp mà chúng ta đã làm trong những tái sinh quá khứ mà chồng chất lại, thì nó sẽ cao hơn núi Tu Di. Thế mà chắc chắn ta phải có nhiều tái sinh như thế, bao lâu ta không dứt dòng tương tục sinh tử của chúng ta trong cõi luân hồi.

e) Nổi khổ lăn lóc lên xuống

Truyền thừa Luật tạng nói:

Mọi cái gì do tích lũy mà thành,
Thì cuối cùng đều phải khánh tận.
Lên cao cuối cùng sẽ xuống thấp,
Gặp gỡ cuối cùng phải chia ly,
Sống cuối cùng phải chết.

Điều này nói đến bốn sự chấm dứt của các pháp hữu vi: sự tích tụ tài sản và sở hữu chấm dứt bằng sự khánh tận, lên voi rồi xuống chó, gặp gỡ rồi ly biệt, và chết chấm dứt sự sống của một đời. Dù bạn có được sự dồi dào đến đâu trong sinh tử, thì cũng không có một chút gì trong đó thoát khỏi sự tàn tạ, không gì là không đi đến chấm dứt. Geshe Sangtpuba nói:

– Trong sinh tử, ta phải chất chứa nhiều thứ, nhưng đừng gắn hy vọng nào vào đấy – chúng sẽ suy tàn.

Lại nữa, chúng ta nỗ lực để xây dựng nhà cửa và tích chứa tài sản nhưng chúng ta không chắc gì sẽ hoàn tất được những gì ta muốn: kẻ thù có thể mang đi, hoặc ta sẽ chết. Thầy trò có thể cùng nhau dự tính những kế hoạch, nhưng chúng ta chắc chắn phải chia ly trong vòng vài năm.

Đức Dalai Lama thứ bảy nói:

– Chỉ trong một thời gian ngắn, những người ở trên cao có thể trở thành những kẻ nô lệ.

Và *Bức thư của Long Thọ* nói:

Bạn có khi là Đế thích được cả thế gian cúng dường,
Nhưng do nghiệp lực, bạn sẽ rớt xuống.
Bạn có thể là vua Chuyển luân,
Nhưng trong sinh tử bạn sẽ trở thành nô lệ.

Nói cách khác, đây là những gì xảy đến cho những chúng sinh cao cấp như Phạm vương, Đế thích, vân vân.

Còn về những người thấp kém thì bất cứ những tài sản, chức vị của thế gian đều không thực chất. Gungstang Rinpoche nói:

Khi bạn leo lên ngọn cây "Danh tiếng",
Thì thật đau khi bạn té xuống đất.
Tốt hơn nên ở lưng chừng.

Nghĩa là không những các đời quá khứ là không đáng tin cậy, mà ngay đời này cũng thế: có những ông vua phải ở tù, vân vân.

Ngày xưa Sanyae Gyatso, một vị nhiếp chính của Tây Tạng, đã làm nhiều cải cách ở chính phủ Trung ương, ngài vừa là một người giàu và có thế lực, lại là một trong những học giả lớn nhất, nhưng cuối cùng ngài làm cho Lhazang Khan bất mãn và thế là ngài suy vong. Ngài bị thả ra giữa cầu Trizam ở Tvelung trong nhiều ngày, không ai dám giúp đỡ. Vợ con ngài phải đi lang thang khắp nơi như những kẻ ăn xin. Chính Lhazang Khan về sau cũng bị bại về tay đạo quân xâm lược Dzungarian và bị giết.

f) Nổi khổ không ai cứu giúp

Lúc đầu khi sinh ra, bạn cũng chỉ sinh một mình. Giữa đời, khi đau ốm, cũng chỉ mình bạn nếm mùi đau khổ. Cuối cùng khi chết, bạn cũng chết một mình, như một sợi tóc bị lôi ra khỏi thỏi bơ. Không có ai giúp bạn. *Hành Bồ-tát hạnh* nói:

Khi sinh, bạn sinh ra một mình,
Khi chết bạn cũng chết một mình,
Bạn bè ruột rà có thể làm được gì
Khi họ không thể san sẻ khổ đau?

Tsongkapa nói:

"Những vẻ huy hoàng của thế gian không đáng tin cậy. Hãy biết rõ khuyết điểm của chúng. Nghĩa là dù bạn có huy hoàng hạnh phúc đến đâu trong sinh tử, những chuyện ấy đều không bảo đảm; cuối cùng không một người bạn nào trong sinh tử là đáng tin cậy."

Như thế đấy là cách bạn kinh quá nỗi khổ của sinh tử, và nếu bạn xét kỹ nỗi khổ ấy thực bất tận như thế nào, thì bạn sẽ đâm ra mệt mỏi. Bởi vậy, tất cả sinh tử nói chung có cùng tận hay không cùng tận, bạn phải đặt một giới hạn cho sinh tử của riêng mình. Nếu muốn giới hạn lại những sinh tử của mình và chấm dứt nó, thì bạn phải tìm cách dứt dòng tương tục của những tái sinh trong sinh tử.

IVB2.2.1.2 Nghĩ về những khổ đặc biệt

Có hai tiêu đề phụ:

(IVB2.2.1.2a) Nghĩ về khổ của các đọa xứ;

(IVB2.2.1.2b) Nghĩ về khổ ở các thượng giới.

a) Nghĩ về khổ của các đọa xứ

Bạn đã nghĩ về nỗi khổ ở đọa xứ trong phần Phạm vi Nhỏ, bởi thế, dù có nói thêm gì về điều này cũng sẽ làm bạn chán ngấy như một người đã ăn uống ê chề mà trông thấy rượu.

b) Nghĩ về khổ ở các thượng giới

Có ba đoạn:

IVB2.2.1.2b(i) Nghĩ về nỗi khổ của con người;

IVB2.2.1.2b(ii) Nghĩ về nỗi khổ của loài tu-la;

IVB2.2.1.2b(iii) Nghĩ về nỗi khổ của chư thiên.

b(i) Nghĩ về nỗi khổ của con người

Có bảy tiêu đề phụ.

** Khổ về sinh*

Nếu những nỗi khổ ở đọa xứ giống như những gì tôi đã mô tả, thì có lẽ bạn nghĩ cái khổ ở cõi người cõi trời là nhỏ nhặt, không thấm gì. Nhưng bạn hoàn toàn không thoát được khổ dù có đạt đến một tái sinh cao siêu. Chúng ta đã được sinh làm người, nhưng nếu ta không biết tu hành là có lợi ích lớn, thì ta vẫn còn những thống khổ to tát. Do sự muội lược vì bị sinh ra từ bào thai, chúng ta đã hoàn toàn quên lãng những đau đớn ta phải chịu trong quá trình sinh ra. Nếu ta lại cố mà tái sinh lần nữa, thì ta lại phải kinh quá tất cả những đau đớn của sự sinh ra, mặc dù bây giờ ta không nhớ được.

Sau khi đã vào bào thai mẹ và cho đến khi ra đời, bạn trải qua từng nỗi đau liên kết với năm giai đoạn phát triển bào thai và với từng thời kỳ thân thể phát triển. Đầu tiên, khi thần thức bạn bị đặt vào tâm điểm của tinh cha huyết mẹ, thì thân bạn giống như một giọt sữa đông, bạn đau đớn như thể bị luộc trong một nồi đồng ở địa ngục. Khi cái đầu và những mô tế bào phồng lên cho chân tay xuất hiện, bạn đau như thể bị kéo trên một cái trăn (dụng cụ tra tấn). Mỗi phần thân thành hình là thêm một nỗi thống khổ. Khi bà mẹ uống cái gì nóng, khi bà di chuyển, ngủ, vân vân, thì bạn đau đớn như thể bị luộc trong dòng suối nóng, bị gió mang đi, hay bị nghiến dưới một ngọn núi. *Thư gửi môn đệ* của Chandragomin nói:

Bị nhốt trong mùi thối kinh khủng,
Bạn sống trong màu đen như mực;
Sau khi chui vào cái bào thai như địa ngục ấy,
Bạn phải chịu đựng thống khổ lớn,
Thân thể co quắp lại.

Hãy tưởng tượng bạn bị đặt trong một nồi sắt đầy những thứ dơ uế khác nhau, đậy nắp. Không cách gì bạn có thể ở lại đấy một ngày, vậy mà bạn phải ở trong thai đầy mùi hôi và bóng tối ấy suốt chín tháng rưỡi.

Rồi bạn phát sinh năm thái độ liên hệ đến những khía cạnh nôn mửa của bào thai, làm cho bạn muốn nổi lên. Nhưng ngay cả khi bạn bị đẩy qua cửa tử cung:

Bạn dần dần bị nén lại thật mạnh

Như người ta chà mè

Khi sinh ra: còn khổ nào bằng?

(Thư gửi môn đệ)

Nghĩa là, bạn đau như là thân thể bị siết bằng đinh ốc. Khi bạn chui ra, da bạn giống như da bò bị lột; và khi bạn được đặt trên một cái gối dù mềm mại đến đâu, cũng như thể đang bị ném trên gai. Khi gió thổi, bạn nghe như gươm đâm. Khi mẹ bạn bế bạn vào lòng, thì giống như diều hâu đang tha một con chim sẻ. Những điều ấy đều làm cho bạn kinh hãi.

Mọi sự học tập trong đời quá khứ đều bị xóa mờ, bạn không có một chút trí tuệ nào cả. Bạn phải học ngay cả chuyện ăn, ngủ, học ngồi, học đi.

Khi thiền quán về sự sinh ra của mình, thì không nên làm như đang nhìn một kẻ nào khác: bạn phải triển khai tuệ quán đi sâu vào sự tình chắc chắn mình sẽ còn bị sinh ra như thế, và nó sẽ ra sao. Bạn phải nghĩ về những đau đớn nói trong kinh *Nan-đà nhập thai.*

Một vài người nghĩ rằng nỗi khổ về Sinh không hại gì, vì nó đã qua rồi. Nhưng nếu ta không đặt một giới hạn cho sự sinh tử của chính mình, thì ta còn phải trải qua nỗi khổ về sinh vô số lần nữa.

* *Khổ về già*

Trích từ *Màn kịch lớn:*

Tuổi già làm cho thân thể đẹp thành xấu;
Già cướp mất vẻ sáng, cướp mất sức mạnh;
Già cướp mất hạnh phúc, đem lại tủi nhục;
Già cướp mất sự sống, cướp mất làn da.

Nói cách khác, những khổ về già là: thân thể héo mòn, sức khỏe tàn tạ, các căn suy sụp, sự thưởng thức ngũ dục thoái hóa, mạng sống giảm dần, vân vân.

Những giác quan, trí tuệ, vân vân, đều mờ dần, thân thể bạn cong xuống như cây cung; bạn ngồi xuống đứng lên một cách khó nhọc; tóc bạn bạc trắng; da nhiều nếp nhăn – bạn trở nên xấu xí như một kẻ ăn mày chết. Milarepa nói:

Một là bạn sẽ đứng lên như người bị trói vào cây cọc
Hai, bạn bước như một con mèo rình mồi.
Ba, bạn ngồi như thể đất vỡ ra từ một cái bị.
Khi đã đến lúc làm bà ngoại có cả ba điều ấy,

Sự tàn tạ của thân xác ảo ảnh này
sẽ làm bạn buồn sầu...
Bên ngoài, da bạn nhăn thành nhiều nếp.
Bên trong thịt và máu cạn dần, khiến xương lồi ra.
Ngoài ra, bạn còn ngớ ngẩn, đui điếc và lẩm cẩm,
Khi đã đến lúc làm bà ngoại có cả ba điều này,
Bạn sẽ trông xấu xí, nhăn nheo và giận dữ.

Tất cả những điều ấy là những lỗi lầm của sinh tử. Tiến sĩ Kamaba phái Kadampa nói:

Thật may làm sao vì tuổi già tiến lại từ từ.
Sẽ không thể nào chịu nổi
Nếu nó đến một cái rụp.

Nói cách khác, nếu một thanh niên mạnh khỏe đang tuổi xuân xanh vừa ngủ qua một đêm thức dậy bỗng thấy mình lưng còng, các giác quan suy sụp vân vân, thì anh ta không thể nào chịu nổi.

Bạn phải tu tập ngay bây giờ, trước khi các giác quan, trí tuệ và thân thể suy tàn. Về sau, khi những nỗi đau tuổi già thắng lướt, bạn sắp từ giã thân xác, thì tình trạng cơ thể của bạn đã thay đổi. Các giác quan của bạn khi ấy đã tàn tạ, bạn còn không thể ngồi xuống đứng lên. Làm sao bạn thực hành Pháp được?

Gungtang Rinpoche Taenpa Droenme nói:

Người già như thể đang tiếp nhận
Lễ quán đảnh về tuổi già trên đỉnh đầu.[1]
Tóc bạc trắng như vôi,
Nhưng không phải là màu trắng tinh khiết,
Mà vì thần chết đã khạc nhổ lên đấy
Làm cho nó có màu trắng như sương.
Những nếp nhăn phủ đầy trán,
Nhưng không như đường nhăn của hài nhi bụ bẫm
Sứ giả thời gian đã ghi dấu lại
Để đếm bao nhiêu năm đã trôi qua trong đời.
Từng giọt nước nhầy nhỏ xuống từ lỗ mũi
Không giống như những hạt ngọc trai,
Tuổi hoa niên, thời vô tư lự,
Bây giờ như băng tan dưới ánh mặt trời.
Những hàng răng đã rơi rụng,
Nhưng không có răng nào khác mọc lên:
Chúng đã ăn hết thực phẩm của đời sống
Nên nghề cắt nghiến của nó đã bị thu hồi.
Những nét mặt nhăn nhúm màu tro bụi,
Không phải là những chiếc mặt nạ khỉ họ đeo vào

---

1. Trong lễ quán đảnh, người thọ pháp được thầy đặt cái bình cam lồ trên đỉnh đầu, tưởng tượng nước cam lồ tràn ra chảy vào sọ thấm xuống khắp châu thân. Tác giả muốn nói ở đây người già cũng như được quán đảnh vì cái già từ từ thấm khắp cơ thể.

Mà vì tuổi thanh xuân vay mượn đã trả lại,
Nên bây giờ chân diện mục họ đang hiển bày.
Những cái đầu gật gật
Không phải họ đang cười khẩy với nhau,
Mà Diêm vương đang dùng roi quất,
Khiến họ không thể giữ cho đầu khỏi lung lay.
Mắt nhìn xuống đường
Không phải họ đang tìm kim,
Mà vì trí nhớ và châu báu tuổi trẻ
Đã đổ xuống đất.
Họ sử dụng cả bốn tay chân khi đứng dậy,
Nhưng không phải vì muốn giả làm con bò:
Hai chân họ không mang nổi thân hình,
Nên hai tay phải giúp.
Họ ngồi xuống cái phịch,
Nhưng không phải vì giận bạn bè,
Mà vì sức khỏe và hỉ lạc nội tâm
Không còn đủ làm chỗ tựa.
Khi bước đi, họ lắc qua lắc lại,
Nhưng không phải như vua đi,:
Họ bị oằn xuống vì sức nặng tuổi tác,
Không còn có thể giữ thăng bằng.
Tay họ run rẩy chộp lấy đồ vật,
Không phải đang hốt tiền đánh ăn trong canh bạc,

Mà họ đang sợ thần chết
Sẽ cướp lấy những gì trong tầm tay.
Họ ăn uống rất ít,
Không phải vì hà tiện miếng ăn:
Hỏa đại trong bao tử đã suy tàn
Nên người già sợ sẽ ngã gục.
Họ chỉ mặc đồ mỏng nhe,
Nhưng không phải vì sắp đi dự khiêu vũ:
Họ đã mất sức mạnh trong cơ thể,
Đến nỗi y phục cũng trở thành gánh nặng.
Họ thở phì phò một cách khó nhọc,
Không phải như ông thầy đang thổi thần chú,
Tiếng gió họ gây nên trong khi thở
Báo trước họ sắp tan vào hư không.
Cái kiểu họ làm công việc hàng ngày
Không phải cố ý chọc cười kẻ khác,
Ác ma tuổi già đã tóm lấy họ
Nên họ không còn tự do làm theo ý muốn.
Họ thường quên làm mọi công việc
Không phải vì nông cạn bất cần,
Mà vì các giác quan suy sụp,
Làm cho trí nhớ cùng ý thức lu mờ.

Nói cách khác, những nếp nhăn và tóc bạc là điềm báo họ sắp bị thần chết mang đi. Và lại còn nhiều nỗi khổ khác: nỗi phập phồng lo sợ vì cái chết gần kề, vân vân.

** Khổ vì bệnh*

Kinh *Màn kịch lớn* nói:

Giữa mùa đông giá rét, gió nổi, tuyết rơi,
Cướp mất vẻ huy hoàng của cây cỏ,
Tuổi già cũng vậy, cướp đi vẻ sáng chói của hữu tình;
Thân thể, sức mạnh, các quan năng đều tàn tạ.

Nói cách khác, bạn đau khổ vì nhiều nỗi: bản chất cơ thể thay đổi, càng ngày càng lo sợ và đau đớn; bạn không còn ham muốn những gì kích động giác quan; bạn lo sợ vì có thể mất đi sự sống, vân vân. Cơ thể mất hết sức lực, miệng và mũi lún vào, khô héo. Bạn có thể đang tuổi xuân xanh nhưng khi nằm liệt giường thì cơ thể cũng kiệt sức và vẻ rạng rỡ cũng tàn phai.

Nếu cần nhiều chi tiết hơn, bạn hãy quán tưởng mỗi loại bệnh hành hạ một kiểu, và có thể rằng bạn không còn thì giờ mà viết di chúc khi bị một cơn bệnh đột ngột đưa đến tử vong.

(Khi ấy Pabongka Rinpoche nói về thái tử Tất-đạt-đa đã đạt giải thoát nhờ quán tưởng sau khi trông thấy một người già, một người bệnh và một thây chết, vân vân.)

** Khổ về chết*

Kinh *Màn kịch lớn* nói:

Thời gian đưa đến chết, sinh ly,
Và biệt ly vì cái chết.
Mãi mãi bạn xa lìa
Những người dễ chịu mà bạn mến yêu;
Họ sẽ không trở lại,
Sẽ không bao giờ tái ngộ.
Như lá lìa cành,
Như dòng nước chảy xuôi.

Nghĩa là, bạn sẽ chia ly với vẻ đẹp và sự dồi dào tài sản, thân bằng quyến thuộc, và thân thể của mình. Khi chết bạn kinh quá nỗi đau đớn mãnh liệt của thân xác và sự sợ hãi trong tâm. Khi đã đến thời chết thì bạn không thể ngăn nổi, như kinh *Giáo giới* một vị vua đã nói. Tôi đã bàn điều này trong chương *Niệm chết.*

** Khổ vì phải xa lìa cái đẹp*

Bạn sẽ bị tách lìa khỏi thầy, khỏi đệ tử, bà con, bè bạn, và những người thân – những người mà bình thường chia tay nhau một giờ bạn cũng không chịu nổi và khỏi địa vị, uy quyền, tài sản, sở hữu, sự dồi dào của bạn. Vài người tu còn nỗi khổ như phải sống không giới luật.

Những sự tình ấy xảy đến không phải vì ta đáng bị trừng phạt, mà chỉ vì ta còn ở trong sinh tử.

** Khổ vì phải gặp gỡ cái xấu*

Xấu xa nghĩa là khó chịu. Gặp gỡ kẻ thù thì bạn bị đánh bị cướp, gặp bệnh hay ác quỷ thì bị hành hạ. Có vô lượng nỗi khổ như bị thưa kiện, bị thất sủng, bị trộm, vân vân.

Nếu một hoàn cảnh bất hạnh xảy đến làm bạn mỏi mệt cả thể chất lẫn tinh thần trong khi đang làm phận sự, ấy cũng vì bạn đang ở trong sinh tử. Ví như khi một con lừa phải chở nặng đến nỗi lưng sinh những ung nhọt, ấy là do nghiệp riêng của nó – điều này không xảy đến nếu nó đã không gây nghiệp. Geshe Potowa nói:

– Bao lâu chúng ta còn sinh vào sáu nẻo luân hồi, thì vẫn còn phải chịu nóng, chết, vân vân. Bệnh và nguyên nhân gây bệnh chỉ là một, chết và nguyên nhân chết chỉ là một, và điều ấy không phải chỉ xảy ra tình cờ cho những người không xứng đáng; mà nó là đặc điểm của sinh tử, nằm trong bản chất của sinh tử. Chúng ta chưa vượt qua sinh tử một lúc nào. Ta cần phải bị kích động để từ bỏ những điều ấy và do thế từ bỏ tái sinh. Ta phải từ bỏ nguyên nhân của chúng.

Nghĩa là, nếu ta không muốn trải qua những khổ sinh tử thì phải dùng những phương tiện để giải thoát khỏi chúng.

** Khổ vì cầu gì cũng không toại ý*

Đấy là cái khổ nóng lạnh, hay khổ vì phải kiếm sống bất chấp nóng lạnh, mệt mỏi, lo sợ, vân vân.

Điều ấy cũng như xin một điều gì quan trọng từ một ông lớn. Trước hết vì hi vọng có được điều bạn muốn, mà bạn đâm ra bất an, sau đó bạn đau khổ vì không đạt được mục đích.

Vài người nghĩ rằng giới địa chủ là sung sướng, nhưng họ cũng không sung sướng gì. Chủ trại phải dậy sớm để làm việc; ban ngày thì bị ánh nắng thiêu đốt, gió bụi hành hạ. Khi hạt giống đã gieo thì còn phải gặt hái; khi chưa đem lúa vào kho, nông phu lo sợ sương mù, mưa đá, nắng hạn có thể xảy đến. Mà nếu không gieo thì không gặt được mùa. Những lo lắng ấy đem lại cho họ khổ đau.

Bạn có thể nghĩ làm thương gia sung sướng hơn nông phu, nhưng thương gia cũng khổ. Họ phải bỏ cha mẹ, con cái, bạn bè lại và liều mạng ra đi đến những vùng đất xa xôi. Họ không thể nghỉ ngơi dù ngày hay đêm. Họ qua sông, vượt đèo, đi những con đường chật hẹp. Một số không lời mà còn mất hết vốn. Họ còn có thể bị kẻ thù, cướp hay trộm giết mất.

Ngay cả nếu bạn không có tài sản gì bạn cũng khổ. Kẻ ăn xin khổ vì hôm nay được ăn thì lo ngày mai không biết lấy gì ăn. Điếu ấy làm họ đau khổ, họ đi tìm thực phẩm nhưng đôi khi không được chút gì.

Dù có tiền của, bạn cũng khổ vì tiền. Kẻ ăn xin đến xin mang đi một ít, người mượn tiền mang đi một ít, quan quyền mang đi một ít, chuột mèo tha bớt một ít. Người giàu khổ vì tích chứa được tài sản mà không thể bảo vệ được nó.

Bạn có thể đau khổ vì mất của, bị người nói xấu. Những người buôn bán, thợ mộc, thợ may... thì có khi làm không đủ trả cho thực phẩm, y phục, tiền nhà; khổ vì không ai kính trọng, vì kiêu mạn, ganh ghét; vì có khi không kiếm được cái ăn.

Có thể chúng ta đã thụ giới, nhưng nếu không tu hành chân chính, thiểu dục tri túc, thì nội một việc đi cúng bái tại nhà cư sĩ cũng là một hình thái đau khổ.

Khi nhà nước đi điều tra, họ cứ nghĩ dân hạnh phúc, nhưng không. Thức ăn thì đạm bạc, áo rách, tài sản bị đánh thuế nên không được tự do; họ có thể bị nhục mạ, đánh đập, vân vân. Một số người không có thức ăn quần áo gì cả và buộc lòng phải đi đến cha mẹ bà con hay cả đến người lạ để xin. Một số người lại không còn phương tiện để làm bột lúa mạch, thế nhưng họ vẫn bị đóng thuế. Tai nạn có thể giáng xuống đầu họ, họ có thể bị trừng phạt nặng, vân vân. Tóm lại là họ bị bức bách cả ngày lẫn đêm.

Dân chúng có thể nghĩ rằng những nhân viên nhà nước thật sung sướng, nhưng không phải vậy. Àryadeva nói:

Người trên cao thì có nỗi khổ tâm;
Người thường thì bị khổ thân.
Hai nỗi khổ này xâm chiếm thế gian
Từng ngày một.

Nghĩa là bạn dù làm vua cũng vẫn khổ: bạn mang lấy gánh nặng nỗi khổ của cả nước bởi vì những tranh chấp và những đề tài khó chịu trong nước thường được mang đến trước bạn. Bạn sẽ có kẻ thù chưa được hàng phục; những người thân chưa được che chở; bạn lo sợ luật pháp không thể trị dân; bạn lo sợ mất uy quyền, vân vân.

Những người xuất gia chúng ta chỉ ăn một bữa trưa nhưng lại phải mỏi mòn vì quá nhiều công việc.

Nói tóm lại dù bạn chỉ có một con ngựa bạn có thể bảo rằng có một con ngựa là một hình thức khổ đau.

Khi người ta mới gặp nhau lần đầu, họ nói với nhau những lời rất tử tế; nhưng không bao lâu họ chỉ cãi nhau, dùng những lời châm chọc. Đức Dalai Lama thứ bảy nói:

Bất cứ người nào bạn gặp – người sang kẻ hèn,
Tăng hay tục, nam hay nữ –
Dù họ có hoàn cảnh tốt đẹp hay không,
Nỗi đau kiếp nhân sinh nơi họ vẫn là một....

Đối với bạn bè và người ngang hàng, họ có vẻ bất hạnh.

Nói cách khác, nhìn bên ngoài có người trông bảnh bao có kẻ trông tồi tàn, nhưng bên trong tất cả mọi người đều khổ như nhau.

Nơi cư trú của chúng ta có thể không vừa ý, có thể có nhiều điều không ổn: không có bàn ghế, bạn bè, vân vân. Tuy nhiên dù ta có chỗ ở tốt nhất, bạn bè tốt nhất, ta cũng không thoát khỏi khổ đau. Ngay dù chúng ta thay thế tất cả hàng trăm hay hàng ngàn tôi tớ, học trò, bằng hữu, họ vẫn không thể làm chúng ta hài lòng tất cả. Không ai thực sự giống ai, và đây là một dấu hiệu cho thấy dù làm bạn với bất cứ ai, ta cũng chỉ tăng thêm nỗi khổ.

Bất cứ gì bạn sử dụng, ngay cả trà, bạn cũng đang mở cửa để đón lấy đau khổ. Bất cứ bạn ở đâu, dù trong tu viện, đó là một chỗ ở của khổ.

Khi mới đến tu viện, chúng ta cảm thấy bất hạnh. Rồi chúng ta đi đến một nơi ẩn cư, hy vọng sẽ khá hơn. Nhưng ngay tại đấy chúng ta cũng gặp một vài người ta không chịu nổi. Bởi thế chúng ta đi hành hương, nhưng điều này cũng không làm cho ta hạnh phúc, nên ta trở về quê cũ nghĩ rằng việc này sẽ tốt hơn. Cuối cùng chúng ta đâm ra nóng nảy.

Khi nói chuyện, chúng ta chỉ thảo luận về những điều đáng chán, như thực phẩm, thời trang, danh tiếng của người khác – và điều này chính là sự tai hại mà sinh tử đã đem đến cho ta.

Tôi đã kể cho bạn nghe nỗi khổ của cõi người. Khi không biết được như vậy, thì bạn dễ cho rằng chỉ vì chỗ bạn ở, những người bạn quen đã gây khổ cho bạn, hoặc nỗi khổ sinh tử là một cái gì chiếm một không gian rộng lớn. Bởi thế bạn phải hiểu vấn đề sinh tử và biết rõ gốc rễ khổ đau như tôi đã giải thích. Khi bạn chưa quay lưng với sinh tử, thì bạn vẫn còn kinh quá vô lượng khổ đau, dù bất cứ gì xảy đến.

b(ii) Nghĩ về nỗi khổ loài tu-la

Bạn có thể nghĩ:"Nhưng nếu tôi sinh làm loài tu la thì có sung sướng không?" Ngay cả trong tái sinh ấy, bạn cũng chỉ có đau khổ. *Bức thư của Long Thọ* nói:

Loài tu la bản chất là rất khổ
Vì chúng ganh tị với sự vinh quang của chư thiên.
Chúng phân biệt, nhưng không thấy được chân lý.
Vì luân hồi làm cho mờ mịt.

Loài tu-la cư trú trên phần núi Tu Di nằm dưới biển. Chúng có bốn đô thị: đô thị Sáng chói, đô thị Nguyệt tràng, đô thị Chỗ cao quý, đô thị Bất động. Bốn tầng đô thị này cách nhau cũng như khoảng cách bốn tầng của chư thiên ở phần trên núi Tu Di.

Thông thường loài tu la không thể cạnh tranh với chư thiên trừ một vài điểm ngang nhau. Và chư thiên thường bắt cóc những tu la nữ xinh đẹp. Chư thiên thường có của cải nhiều hơn, chẳng hạn như cam lồ bất tử, và bởi thế tu la mãi mãi bị dày vò bởi ngọn lửa ganh ghét. Nếu chúng ta thường bất hạnh khi ganh tị với những kẻ thù chỉ dồi dào hơn ta một ít, thì hãy tưởng tượng sự dồi dào to lớn của chư thiên khó chịu như thế nào đối với tu la. Khi những tu la không chịu đựng nổi sự ghen tức, chúng gây chiến. Con voi lớn của chư thiên dùng vòi tung những tảng đá vào tu la. Tu la ném khí giới vào chư thiên, nhưng chư thiên chỉ chết khi cổ bị thương; còn tu la có thể chết khi bị khí giới đánh trúng bất cứ chỗ nào trên thân thể, bởi vậy chúng luôn luôn bại trận, không bao giờ thắng được chư thiên. Ở cõi người, chúng ta thường kinh hãi khi thấy hai đạo quân đánh nhau mà không cân sức, vậy mà loài tu la phải trải qua một trận chiến như thế chống lại chư thiên. Điều ấy có làm chúng sợ hãi không? Chúng vô cùng kinh hãi. Những đạo quân của tu la phải chiến đấu liên tục như thế cho tới chết, nên chúng rất đau khổ. Những tu la nữ ở nhà cũng bị nỗi khổ dày vò, vì chúng có thể chứng kiến mọi sự trên mặt hồ Sudarshana – sự thất bại của đạo quân tu la, cái chết của chồng họ, vân vân.

Mặc dù loài tu la cũng có trí tuệ nhưng khi tái sinh chúng bị nghiệp che lấp nên không thấy được chân lý.

b(iii) Nghĩ về nỗi khổ của chư tiên

Bạn có thể hỏi: Chư thiên có sung sướng không? Không, chư thiên cõi dục cũng kinh quá nỗi khổ: khổ vì phải sa đọa khi rời khỏi tái sinh ấy, khổ vì bị đe dọa, khổ vì bị què quặt, khổ vì bị đọa đày. Nỗi khổ bị đọa là như sau:

Bức thư của Long Thọ nói:

Màu da thân thể họ trở nên xấu xí,
Những chiếc ngai không làm họ vui lòng,
Hoa trên đầu họ úa tàn,
Y phục họ thấm vết bẩn,
Và lần đầu tiên họ toát mồ hôi.
Đấy là năm suy tướng báo hiệu cái chết;
Chứng tỏ rằng họ sẽ rời khỏi tái sinh thù thắng này.
Khi điều này xảy đến cho chư thiên ở thiên giới
Họ công bố rằng ngay những người
ngoài trái đất cũng sẽ chết
Họ như những điềm báo sự chết chóc.

Nói cách khác, có năm dấu hiệu báo cái chết từ xa và năm dấu hiệu báo cái chết tiến lại gần, và khi mười dấu hiệu ấy xuất hiện thì chư thiên đau khổ. Vẻ sáng chói trên thân họ phai tàn; họ không chịu ngồi trên ngai; hoa họ mang bị héo úa; y phục bắt đầu thấm dơ; họ ra mồ hôi, thân thể họ ít ánh sáng, nước dính vào thân họ khi họ tắm rửa; đồ trang sức họ đeo phát ra những âm thanh khó chịu; mắt họ chớp nháy; và họ cứ ở lì một chỗ. Khi mười dấu hiệu này xuất hiện, họ đi đến một nơi khuất nẻo để than khóc, quằn quại như cá cạn nước. Chư thiên trải qua những đau khổ này trong bảy ngày ở cõi trời. Trong cõi Tứ thiên vương chẳng hạn, nỗi khổ này kéo dài một thời gian bằng ba trăm năm mươi năm ở cõi người.

Chư thiên trải qua ba giai đoạn: tái sinh về trước đã khiến họ sinh vào cõi trời, tình trạng hiện tại là làm trời, và nơi họ đi đến sau khi chết ở cõi trời. Họ biết cả ba điều ấy, nên họ biết rõ kế tiếp mình sẽ tái sinh ở đâu. Chư thiên không sử dụng phần thời gian đầu của tái sinh ở cõi trời để tạo dù chỉ một loại phước hành nào, như là tự xét nỗi khổ của mình và phát sinh từ bỏ, hay xét những khổ của người khác để phát sinh xót thương. Do vậy những công đức họ tích lũy từ trước cứ cạn dần. Chẳng hạn bạn mang một khăn quàng trị giá mười đồng trong khi những tu sĩ khác mang khăn quàng chỉ trị giá một đồng, thế là bạn đã tiêu phí gấp mười kẻ khác. Cũng tương tự như thế, phúc lạc ở cõi trời quá cường liệt đến nỗi nó tiêu mòn một số lớn công đức. Vì vậy mà chư thiên thường tái sinh xuống những cõi thấp. Đó là lý do tại sao thời gian hiện tại là tốt nhất cho ta tích lũy công đức, chứ không phải cho ta phung phí quả báo của công đức. Chư thiên biết họ sẽ đọa nên rất đau khổ. Họ thấy rõ mình sẽ mất hết những sự huy hoàng – cung điện, thân thể, sở hữu, bạn bè, vân vân – và sẽ bị tái sinh trong những cõi thấp kém. Nỗi khổ tâm của họ gấp mười sáu lần nỗi khổ địa ngục. Chúng ta cũng đau khổ lo sợ như thế khi chết, mặc dù ta không chắc tái sinh kế tiếp của mình xấu hay tốt. Nhưng chư thiên thì biết chắc, vì họ thấy rõ họ sẽ tái sinh ở đọa xứ. Họ thốt những lời như: "Than ôi, ta sẽ không bao giờ thấy lại Lạc viên!"

Những chư thiên và thiên nữ khác không thể nào chịu nổi khi nhìn những hiện tướng của cái chết; họ tránh né chúng như né một thây chết, và để mặc những vị trời sắp chết trong cô độc. Những vị này bảo bằng hữu: "Tôi chỉ còn sống một thời gian ngắn rồi sẽ đi đến tái sinh mới, một cõi đau khổ; bởi thế bây giờ tôi muốn gặp gỡ các bạn." Họ nói những lời van nài đứt ruột như thế, nhưng những vị trời khác không thể nào chịu nổi ngay cả chuyện nhìn thẳng vào mắt họ.

Bạn bè cố cựu đã từng thân thiết với họ, bây giờ đặt những cái hoa ở đầu một cây sào và đứng từ xa mà đặt hoa lên đầu họ và bảo: "Sau khi bạn chết từ cung trời này, bạn sẽ tái sinh vào cõi người; mong bạn tích lũy công đức để lại lên đây." Họ chỉ làm được đến thế là cùng, nhưng điều ấy cũng chỉ tăng thêm nỗi khổ của những vị trời đang chết, nỗi sợ hãi của họ càng lớn thêm.

Những vị trời ít công đức trông thấy sự vinh quang dư dật của những vị nhiều công đức, làm cho họ càng khiếp sợ và đau khổ lo lắng nhiều hơn.

Khi chư thiên và tu la đánh nhau, họ kinh quá nỗi khổ bị mất chân tay, bị què quặt, và bị tử trận.

Những vị trời ít thế lực đau khổ vì những vị trời nhiều thế lực hơn đẩy họ ra khỏi trú xứ.

Ở cõi Sắc và Vô sắc, chư thiên không bày dấu hiệu chết, nhưng vẫn bị sự bức bách của các pháp hữu vi: họ vẫn còn vọng tưởng và chướng ngại, và họ khổ vì sẽ bị tái sinh vào cõi xấu hơn: họ không có năng lực để lưu lại trong cõi này, không có năng lực để kiểm soát cái chết hay để biết mình sẽ đi đâu sau khi chết. Thế Thân (Vasubandhu) nói:

Những chư thiên cõi Sắc và Vô sắc
Tạm thoát "khổ khổ" trong một thời gian,
Nhưng những vị chúa tể của định nhất tâm này
An trú bất động trong nhiều đời kiếp.
Bởi thế điều chắc chắn là họ không được giải thoát
Và về sau sẽ đọa khỏi cõi ấy.

Nói cách khác, khi bạn sinh làm một vị trời cõi Vô sắc chẳng hạn, bạn biết bạn đã được tái sinh. Rồi bạn nhập định trong nhiều kiếp, và cuối cùng chết rơi xuống cõi thấp. Bạn đau khổ vì nỗi bất lực không duy trì được tình trạng của mình. Những tái sinh làm chư thiên đã tiêu xài hết công đức, và khi không còn công đức nào nữa thì những vị trời phải từ giã đời sống ấy mà tái sinh vào một cõi thấp hơn. Nhưng vì tính tương tục của trí tuệ nơi họ đã bị gián đoạn, những vị trời này còn ngu ngốc và thiếu trí tuệ hơn những chúng sinh khác.

Nhiều người lầm lẫn trạng thái thiền chứng là giải thoát, và tưởng rằng khi đạt đến những trạng thái ấy là họ đã đạt giải thoát. Về sau, khi họ thấy mình sắp tái sinh, họ lại phủ nhận rằng "không có giải thoát" và bởi thế họ tái sinh vào địa ngục Vô gián. Bởi thế tái sinh vào các cõi cao cũng không khác gì ở trong nồi đồng của địa ngục – bạn chỉ có lạc đường một lúc. Quả thực, chẳng thà làm một bà già niệm Phật còn hơn!

Đức Dalai Lama thứ bảy nói:

Cái gọi là "ba cõi luân hồi"
Là một nhà sắt nóng chảy:
Đi khắp cả mười phương hướng,
Bạn vẫn bị đốt cháy,
Tim bạn đau nhói,
Nhưng thế đấy là cảnh ngộ của bạn,
Khi lang thang trong nơi xấu ác này,
Thì hoàn cảnh bạn là rất đáng buồn.

Nói cách khác, dù bạn tái sinh vào đâu trong cõi sinh tử, từ địa ngục A-tỳ lên tận cõi trời Hữu đảnh, cũng đều như thể là ở trong một cái nhà bằng sắt nóng chảy có sáu tầng[1], nghĩa là bạn tuyệt đối vẫn chưa thoát khổ. Có lần, vào một thời đói kém, trẻ con đòi

1. Lục đạo luân hồi - *DG*

bột lúa mạch nhưng người ta cho chúng nhiều của cải. Chúng nhất định không động tới và bảo "Ôi, đấy chỉ là của cải!". Cũng thế, dù bạn tái sinh ở đâu, bản chất vẫn là khổ, chỉ có khác nhau ở vài phương diện, và mọi người đều có sung sướng và bất hạnh ngang nhau.

Tóm lại bạn luôn luôn bị dằn vặt bởi ba loại khổ, bởi thế ba loại khổ này được gọi là chiều dài và chiều rộng của đau khổ.

Trong cõi luân hồi chúng ta khởi lên những ý nghĩ: "Tôi sung sướng". Nhưng những ý tưởng này tự bản chất cũng là khổ. Những ý nghĩ cho rằng "Tôi dửng dưng" cũng là đau khổ tự bản chất. Khi chúng ta dội nước lạnh lên một vết thương, chúng ta tạm thời cảm thấy sung sướng. Mọi cảm giác sung sướng của chúng ta cuối cùng cũng chuyển thành đau khổ, đó là nỗi khổ của sự biến đổi. Không những các lạc thọ bị ô nhiễm này mà tất cả những tâm và tâm sở tương ưng với chúng và bất cứ đối tượng ô nhiễm nào đưa đến những lạc thọ ấy – tất cả đều thuộc về nỗi khổ của sự biến dịch.

Khi bạn mới bị bỏng lửa, bạn không thực sự bị hơi nóng hành hạ, mặc dù bản chất của vết bỏng là hơi nóng. Điều này chỉ tạm thời trong khi chưa có cảm giác gì nóng hay lạnh tiếp xúc với vết thương. Cũng vậy, những cảm thọ xả cùng với những tâm tâm sở và đối tượng của nó, được liên kết với những hạt giống của khổ đau và vọng tưởng vị lai; chúng cũng liên kết với những bất thiện tâm sở luôn luôn có mặt. Bởi thế cảm thọ "xả" là sự khổ lan khắp các pháp hữu vi.

Khi da bạn đã bị bỏng mà còn bị chạm vào nước sôi thì bạn cảm thấy một nỗi khổ rõ rệt, và đây là nỗi đau đớn tệ nhất. Cảm thọ "khổ" cũng như thế. Cảm giác đau khổ hoành hành thân và tâm – tâm vương, tâm sở, và đối tượng cảm thọ – là khổ khổ. Khi ta có cảm giác "tôi khổ" thì đó gọi là khổ khổ.

Khái niệm của bạn về hạnh phúc chính nó cũng là nỗi khổ của sự biến dịch. Một dấu hiệu rằng đấy không phải là hạnh phúc mà chỉ là quan niệm của bạn về hạnh phúc, do bởi sự kiện nỗi khổ của bạn sẽ tăng sau một thời gian. Nỗi khổ của bạn lúc đầu chỉ là một giọt ở dưới ngưỡng cửa; về sau nó sẽ lên quá ngưỡng cửa, và thời gian xen vào giữa là khái niệm của bạn về hạnh phúc.

Giả sử khi cảm thấy lạnh vì đã ngồi quá lâu trong bóng râm, ta dời ra ngồi dưới nắng và cảm thấy dễ chịu chốc lát, nhưng đấy không phải là hạnh phúc. Khi đã khổ thì dù làm bất cứ gì ta cũng chỉ tăng thêm khổ. Nếu sự đi ra ngoài nắng là hạnh phúc thì dù có ngồi bao lâu dưới nắng ta cũng không thấy khổ. Nhưng sự thật không phải vậy: chúng ta lại khổ sở, và chỉ một lát sau phải đi trở lại vào bóng râm vì sự khổ nơi ta đã vượt trên lằn mức chịu đựng, mặc dù điều này trong thực tế không rõ rệt.

Cũng thế khi bạn đi bộ: khi mệt bạn ngồi xuống và dường như cảm thấy sung sướng trong một lúc, nhưng nỗi khổ phải đứng lâu chỉ có giảm xuống dưới mức chịu đựng, nỗi khổ của sự ngồi chưa xuất hiện rõ rệt mặc dù nó sẽ vượt lên trên lằn mức khi bạn ngồi đã chán. Rồi bạn nghĩ rằng, tôi muốn đi dạo. Khi bạn đứng lên, nỗi khổ của sự ngồi lại tụt xuống dưới lằn mức, còn nỗi khổ của sự đứng thì chưa lên đến lằn mức báo động, vân vân. Aryadeva nói:

Bạn có thể thấy rằng
Dù hạnh phúc tăng lên bao nhiêu
Nó cũng sẽ chấm dứt
Cũng vậy đau khổ cũng tăng thêm
Không cùng tận.

Các uẩn bị ô nhiễm là một trường hợp của nỗi khổ lan khắp các pháp hữu vi: sự sinh ra các uẩn này khiến cho người ta trở thành một dụng cụ để chứa khổ. Bạn trải qua những khổ nóng lạnh của địa ngục là vì bạn đã nhận các uẩn của một chúng sinh ở địa ngục; bạn trải qua nỗi khổ của một quỷ đói là vì bạn đã nhận các uẩn của một quỷ đói. Khi bạn tạo cho mình thân thể của một con lừa chẳng hạn, thì lưng bạn phải chở nặng, bị quất bằng roi da, vân vân, vì bạn đã tạo cho mình cái khí cụ để chịu những khổ này.

Nói tóm lại, ngay cả nỗi khó chịu khi bị gai đâm xảy ra cũng chỉ vì bạn có cái thân, vì mang lấy một bộ sậu năm uẩn. Cũng như một người mang gánh nặng trên lưng không bao giờ hết khổ cho đến khi đặt gánh xuống, bạn sẽ không bao giờ thoát khỏi bất cứ loại khổ nào cho đến khi bạn thoát khỏi gánh nặng năm thủ uẩn (năm uẩn bị ô nhiễm vì chấp thủ).

(Kyabje Pabongka Ripoche kể chuyện tôn giả Mục-kiền-liên đưa đệ tử Shrìjàta đến bờ biển, chỉ cho xem những bộ xương, xác chết từ các đời trước của mọi người, khiến Shrìjàta bị kích động và phát tâm từ bỏ).

Sở dĩ gọi "các uẩn bị ô nhiễm" *(thủ uẩn – chấp là ta và của ta)* là vì cái thân năm uẩn hiện tại được sinh ra do vọng tưởng (chấp thủ) trong quá khứ, như lửa sinh từ dăm bào gọi là "lửa dăm bào" – đây là cách gọi theo nhân. Rồi cái thân do vọng tưởng sinh ra lại sản sinh thêm các vọng tưởng khác nữa, như cây sản xuất ra thuốc hay hoa được gọi là "cây thuốc" hay "cây hoa" – đây là cách gọi theo quả.

Những uẩn này là nỗi khổ lan khắp tất cả pháp hữu vi, vì những ác pháp khổ và mê lầm luôn luôn đi liền với chúng. Bao lâu còn có những uẩn này thì dù hiện tại ta chưa có cảm giác đau khổ, ta cũng sẽ phát sinh nhiều đau khổ trong tương lai, theo những cách khác nhau. Bởi thế *hành khổ* (nỗi khổ do có cái thân năm uẩn, khổ của các pháp hữu vi) là căn bản của tất cả khổ (thuộc hai loại, là *khổ khổ* và *hoại khổ*). Các uẩn tạo ra dụng cụ chứa khổ trong tái sinh này, vì chúng tạo ra tái sinh tương lai cũng đưa đến đau khổ. Trong tất cả loại khổ, khổ về các uẩn (hành khổ) là tệ nhất: sinh tử là một tình trạng vô phương cứu chữa trong đó ta phải chịu gánh nặng các uẩn bị ô nhiễm do nghiệp và vọng tưởng. Điều này có nghĩa rằng ta phải tái sinh từ cõi trời Hữu đảnh xuống cho đến địa ngục Vô gián, và luân chuyển giữa hai cõi này trở đi trở lại nhiều lần. Cho nên thật đúng để nói rằng chính các uẩn bị ô nhiễm (thủ uẩn) là sinh tử. Muốn chán sinh tử ta phải chán ô nhiễm. Khi người ta chưa chán cái khổ thấm khắp các pháp hữu vi thì ta chưa thật tình chán ngấy sinh tử.

(Kyabje Papongka còn thảo luận về tất cả điều này một cách chi tiết)

Ngày thứ mười lăm

Kyabje Pabongka Rinpoche trích dẫn lời Àryadeva:

Hỡi phàm phu! Sao không biết sợ
Bị trói buộc vĩnh viễn
Trong biển khổ ngươi đã sa vào?

Sau khi kể một mẩu chuyện để giúp chúng tôi khởi động lực và nhắc lại những tiêu đề đã bàn, Ngài ôn lại chương "Phát sinh những ý tưởng cầu giải thoát." Rồi Ngài dạy cách tu tập.

Như trong các nghi thức chuẩn bị, bạn phải nghĩ về nỗi khổ sinh tử trong khi quán tưởng bậc thầy ngồi trên đỉnh đầu. Giữa các thời khóa thiền, hãy đọc những kinh dạy về những lỗi lầm của sinh tử, vân vân.

Khi trông thấy một điều gì thuộc về sinh tử như hạnh phúc, quyền lực, của cải ... mà bạn đâm chán và nghĩ: "Đấy chỉ toàn là ảo tưởng lừa dối, toàn là khổ đau," thế là bạn đã được kích động để phát sinh ý muốn từ bỏ.

Bạn có thể bị kích động để từ bỏ những vật ấy khi gặp vài rắc rối như bị phạt, bị giáng chức. Nhưng đây chỉ là một sự từ bỏ nông cạn, chỉ là phản ảnh mờ nhạt của từ bỏ. Bao lâu còn sinh ra trên cõi đời thì bạn vẫn chưa hoàn toàn thoát khổ; nếu bạn muốn vĩnh viễn thoát khổ, thì bạn phải cắt đứt dòng tương tục tái sinh. Bạn phát sinh một khát khao giải thoát khi bạn thấm mệt vì sinh tử và mong muốn đạt đến một vài bảo đảm – nghĩa là sự từ bỏ.

Đức Tsongkapa vĩ đại nói:

Khi nào nhờ thiền bạn hết khát khao
Những hào nhoáng của sinh tử,
Khi tư tưởng bạn ngày đêm
Đều luôn luôn cầu giải thoát,
Thế là bạn đã phát sinh tâm Từ bỏ.

Khi những người khác làm cho tôi pháp tòa đẹp đẽ, bày tỏ với tôi niềm cung kính, tôn trọng, vân vân, tôi nghĩ: "Tất cả đều vô thường, tất cả đều là đau khổ," và tự nhiên bị kích động để từ bỏ. Tôi đã có được điều này một thời gian. Dù có bao nhiêu huy hoàng trong sinh tử, điều ấy phải làm cho bạn thêm chán ngấy mới được. Khi chết người ta đau khổ nhận ra rằng mình sẽ xa lìa tất cả tài sản, quyến thuộc trên đời; nhưng đấy chỉ là một ý thức rất nông cạn về vô thường, do những chuyện tầm thường của thế gian.

Điều quan trọng là phải sử dụng một vài phương pháp để khai triển trong dòng tâm thức những tư tưởng thuần tịnh về động lực đưa ta đến từ bỏ. Điều chính yếu ta nên khát khao là Phật quả. Muốn thành Phật quả chúng ta phải có tâm bồ-đề, muốn có tâm bồ-đề chúng ta trước hết phải có lòng thương xót; và muốn có lòng thương xót thì trước hết chúng ta phải nhận ra rằng tất cả hữu tình đều đã là mẹ của ta. Chúng ta phải phát sinh sự từ bỏ bằng cách thiền quán về nỗi khổ sinh tử của chính mình, và rồi phát triển lòng xót thương bằng cách thiền quán về nỗi khổ của người khác. Như vậy điều chắc chắn là không phải Phạm vi Lớn không có sự thiền quán về từ bỏ.

Tuy nhiên, từ bỏ là đạo lộ chính yếu trong phần nói về Phạm vi Trung bình. Khi đã phát triển sự từ bỏ trong dòng tâm thức, thì bất cứ công đức nào ta làm đều trở thành cái nhân giải thoát. Nhưng nếu chưa phát triển được tâm từ bỏ dù chỉ là gượng ép, thì bất cứ công đức nào ta làm – trừ công đức đối với Ruộng phước – cũng chỉ quay thêm bánh xe sinh tử. Nếu không xem trọng ba điều căn bản của đạo lộ, thì dù có nỗ lực tu tập những pháp sâu xa như thiền quán về các huyệt đạo, về những luồng khí lực, về chư thiên, tụng thần chú, vân vân – ta cũng sẽ không dự phần vào con đường đưa đến giải thoát hay toàn trí mà chỉ là lãng phí năng lực. Bởi thế trước khi khởi sự tu tập, điều cốt yếu là ta phải nỗ lực hướng đến từ bỏ, bồ-đề tâm và chánh kiến.

IVB2.2.2 Bản chất con đường đến giải thoát

Có hai phần:

(IVB2.2.2.1) Nghĩ về nguồn gốc của đau khổ – các giai đoạn buộc chúng ta vào sinh tử;

(IVB2.2.2.2) Xác định bản chất con đường đưa đến giải thoát.

IVB2.2.2.1 Nghĩ về nguồn gốc của đau khổ – các giai đoạn buộc ta vào sinh tử

Có 3 tiêu đề phụ:

(IVB2.2.2.1a) Vọng tưởng phát triển cách nào (Hoặc)

(IVB2.2.2.1b) Nghiệp được tích lũy cách nào (Nghiệp);

(IVB2.2.2.1c) Người ta bỏ thân thọ thân cách nào (Khổ)

a) Vọng tưởng phát triển cách nào

Có 4 mục:

IVB2.2.2.1a(i) Nhận ra vọng tưởng;

IVB2.2.2.1a(ii) Các giai đoạn trong sự phát triển vọng tưởng;

IVB2.2.2.1a(iii) Nguyên nhân của vọng tưởng;

IVB2.2.2.1a(iv) Những lỗi lầm của vọng tưởng.

Có hai cách để đưa vào Lamrim đề mục "Nghĩ về nguồn gốc của đau khổ – Những giai đoạn trói buộc ta vào sinh tử." Cách thứ nhất là cho vào tiêu đề đầu tiên; cách thứ hai – sử dụng ở đây, theo những bài giảng truyền thống Con đường Nhanh và Con đường Dễ – đặt tiêu đề ở dưới mục "Xác định bản chất con đường đưa đến giải thoát."

Trước hết bạn phải nghĩ về những lỗi lầm chung và riêng của sinh tử, bị kích động để từ bỏ nó, và phát sinh ước muốn giải thoát. Khi ấy bạn sẽ đặt câu hỏi: "Cái gì là nguyên nhân của sinh tử?" Sau khi tra tầm nguyên nhân và trở nên quen thuộc với nó, bạn sẽ muốn chấm dứt sự tương tục của nó.

Nguồn gốc của khổ có hai phần: những *vọng tưởng* (phiền não) phát sinh ra khổ và những *nghiệp* phát sinh ra khổ. Bạn phải mang gánh nặng của các uẩn ô nhiễm, và đấy là do nghiệp. Nghiệp phát sinh do vọng tưởng. Bạn đã tích lũy vô lượng nghiệp trong quá khứ, nhưng nếu không có những yếu tố phụ là (khát) ái và (chấp) thủ thì nghiệp không thể tự nó xô đẩy bạn vào một tái sinh mới: điều ấy cũng giống như hạt giống mà thiếu nước. Dù trong quá khứ chưa tích lũy nghiệp nhưng hiện tại có vọng tưởng, bạn cũng sẽ tạo nghiệp mới do những vọng tưởng ấy, và sẽ nhận lấy những "thủ uẩn" trong tái sinh kế tiếp. Dharmakirti (Pháp Xứng) nói:

Khát khao hiện hữu trong sinh tử
Là chủ yếu trong tất cả nghiệp –
Các nghiệp khác chỉ là yếu tố phụ
Không thể thúc đẩy tái sinh.
Nhưng nếu có khát ái,
Người ta sẽ nhận thêm nghiệp mới.

Như vậy căn bản của sự sinh tử tiếp nối chính là vọng tưởng. "Vọng tưởng" là một năng lực bộc phát trong dòng tâm thức ta, khó mà kìm hãm. Bởi thế ta phải nhận ra được những vọng tưởng rồi mới nói đến chuyện dứt vọng, nếu không ta sẽ không biết áp dụng phương pháp nào để chữa trị – cũng như chưa nhận diện được kẻ thù đã bắn ra mũi tên độc.

a(i) Nhận ra vọng tưởng

Có hai phần: Phiền não căn bản; Phiền não phụ thuộc.

** Phiền não căn bản*

Thế Thân nói trong *Kho tàng siêu vật lý:*

Sáu phiền não vi tế và rộng rãi
Trong hiện hữu sinh tử là:
Tham, sân, kiêu mạn.
Ngu si, tà kiến, nghi.

Nghĩa là có 6 phiền não căn bản.

– *Tham*

Khi trông thấy một vật hấp dẫn như đồ trang sức, thức ăn uống ... ta phát sinh những ý tưởng không muốn lìa xa. Những vọng tưởng khác dễ trừ, giống như giũ bụi trên áo, nhưng "tham" rất khó trừ, như tẩy vết dầu đã dính vào áo. Tham là tập trung sự bám víu vào một cái gì. Chẳng hạn khi nhìn hay sờ một vật ta ưa thích, thì một góc tâm tư ta đang bám víu đối tượng. Khi ấy sự tham ái tỏa rộng và rất khó trừ.

Dây trói tham ái và chấp thủ
Buộc ta vào ngục tù sinh tử.

Nói cách khác, tham ái là gốc rễ ngăn ta không phát sinh động lực từ bỏ sinh tử và cũng là một trong những yếu tố chính trói buộc ta vào chu kỳ sinh tử.

Một cách để đối trị tham ái là thiền quán về khía cạnh bất tịnh của thân xác, trong đó ta triển khai thái độ cho rằng thân thể là bất tịnh: thi thể chảy máu, thi thể phân tán, thi thể phình trương và cuối cùng là bộ xương. Khi bị ràng buộc với một người nào chẳng hạn, hãy quán sát người ấy chỉ là một cái đãy chứa đựng toàn những thứ hôi hám. Nếu bạn tham ăn thịt, hãy nghĩ đến mùi hôi thối của nó, nghĩ rằng thịt này có là do giết hại mạng sống. Khi ấy sự tham ái và chấp thủ của bạn sẽ giảm bớt.

– *Giận dữ*

Giận dữ là tâm bị giao động mạnh khi ta thấy một cái gì khó chịu như thấy kẻ thù, vân vân. Đối tượng của giận dữ có thể là những hữu tình hay vật vô tri mà khi động tới là tâm ta hoàn toàn bị quấy rầy và ta muốn hại chúng.

Sự giận dữ có hại lớn. Nó có thể tàn phá những công đức ta đã có, như thể bị thiêu rụi trong một đống lửa. Sự giận dữ làm cho người ta giết hại, đâm chém và đánh đập kẻ khác.

Ngày nay người ta sử dụng nhiều danh từ êm tai để chỉ sự giận dữ như "nóng tính," vân vân. Những người ấy có thể không xem sự giận dữ là tai hại. Nhưng có câu: "Không có tội lỗi nào bằng hận thù. Không có khổ hạnh nào bằng sự kiên nhẫn." Hoặc: "Sự giận dữ là khí giới giết hại những tái sinh thù thắng của bạn." Nói cách khác, trong tất cả vọng tưởng, sự giận dữ có sức mạnh lớn nhất để phá hủy những công đức căn bản, nó là yếu tố chính ném bạn vào đọa xứ. Bởi thế giận dữ rất tai hại. Có nhiều cách để phá hủy công đức tùy thuộc vào đối tượng của giận dữ (xem Ngày thứ sáu). Bạn phải áp dụng những phương cách chữa trị giận dữ như nhẫn nhục, vân vân. Tôi sẽ nói thêm về giận dữ trong chương bàn về sáu ba-la-mật dưới đây.

Tuy nhiên bạn có thể đánh đập học trò nếu làm vậy có lợi ích cho chúng, và nếu bạn không bị cơn giận thúc đẩy.

– *Kiêu mạn*

Kiêu mạn là tự thổi phồng, thói này hiện rõ khi bạn tương quan với một đối tượng tốt hoặc xấu: bạn có thể kiêu hãnh về năng lực, tài sản, đức tính, gia đình, trí tuệ, đạo đức của mình – ngay cả giọng nói êm tai hay thể lực của mình. Khi nhìn xuống từ một đỉnh núi cao, thì mọi sự dưới thấp đều như nhỏ lại. Khi bạn tự cho mình cao hơn thiên hạ, và có một lối nhìn tự thổi phồng, là bạn khoác cho mình một sắc thái cao vượt. Chỉ cần một đối tượng nhỏ nhặt cũng đủ cho bạn phát triển thói kiêu căng. Những người phái Kadampas ngày xưa nói: Có phải hơi nước bốc lên nhiều hơn từ trên đỉnh núi tuyết không? Hãy xem có chút hơi nào bốc lên từ tuyết dưới vực sâu! Họ cũng nói đỉnh núi kiêu mạn sẽ không ngập lụt với cơn lũ thiện đức. Nói khác đi, có thói kiêu căng thì thật khó mà tu tập một đức tính nào. Người kiêu căng dù có học Pháp với một bậc thầy cũng không ích gì.

Cách chữa trị thói kiêu căng là nghĩ về một vài bảng kê mà bạn không hiểu, nhất là sự phân loại đầy đủ các yếu tố thuộc giác quan.[1] Thỉnh thoảng nên nghĩ đến từng vật trong và ngoài từ đỉnh đầu xuống đến gót chân; bạn không biết được bao nhiêu cái, và điều ấy sẽ diệt bớt thói kiêu căng của bạn.

– *Vô minh*

Thông thường vô minh hay bất giác (*ma rigpa* Tạng ngữ) là ngược lại với "biết" (rigpa) – thêm từ phủ định ma ở trước – như động từ "thấy" và "không thấy" hay "biết" và "không biết". Vô minh là không biết, không thấy, không hiểu, không rõ ràng, vân vân. Ví dụ như không thấy lửa vì mắt nhắm, hoặc không trông thấy vật gì trong bóng tối đen. Vô minh cũng như mù – không thấy bản chất hay hình thái hiện hữu của một pháp: bốn chân lý, nhân quả, Ba ngôi báu, vân vân. Vô minh là gốc rễ của mọi phiền não (hay vọng tưởng).

Có một hệ thống triết học cho rằng vô minh là một với thân kiến – tà kiến, xem ngã đồng như những vật khả hoại (nghĩa là các uẩn, vân vân.). Hệ thống khác thì cho rằng vô minh và kiến chấp ấy là hai cái khác nhau. Chẳng hạn, giả sử sự lầm sợi dây với con rắn, là như tà kiến xem ngã là một với các uẩn; thì

---

1. Một bảng liệt kê rất khó hiểu của Vasubandhu trong *Kho tàng siêu vật lý* tức Abhidharma, dịch âm là A-tỳ-đàm, dịch nghĩa là Thắng pháp.

vô minh là như cái nhân của sự lầm lẫn ấy: do cuộn dây nằm trong tối, do bóng tối mà người ta thiếu nhận thức sáng suốt về hình thái hiện hữu của sợi dây.

Hệ thống đầu do nhóm Nguyệt Xứng (Chandrakirti) và Pháp Xứng (Dharmakirti) chủ trương; hệ thống thứ hai do Vô Trước (Asanga) và đồ đệ chủ trương.

– *Nghi*

Là hoài nghi về hiện hữu của các pháp như Bốn chân lý, Ba ngôi báu, nhân quả..., không biết những chuyện ấy có thật hay không. Sự hoài nghi về Ba ngôi báu làm cho ta không triển khai được thực chứng. Đức Dalai Lama đệ nhất nói:

Xin cứu con ra khỏi ác ma hoài nghi
Bay lượn trong bầu trời hắc ám,
Có hại cho niềm khát khao xác tín,
Và giết chết sự giải thoát.

Sự hoài nghi luật nhân quả ngăn ta tái sinh lên thượng giới; hoài nghi bốn chân lý ngăn ta đạt giải thoát. Hoài nghi quả thực gây vô số tai hại. Nó được xem là một trong năm căn bản phiền não.

– *Kiến chấp sai lầm*

Có năm kiến chấp sai lầm:

. Thân kiến

Là quan điểm cho ngã chính là năm uẩn có đặc tính là sẽ hoại diệt – xem chúng chính là bản ngã, thuộc về ngã, tức là "tôi" và "của tôi."

Ví dụ khi bị người khác làm tổn thương, bạn nghĩ "Tại sao chúng làm điều ấy với ta?" ý nghĩ ấy hiện ra rõ trong tâm bạn; bạn ôm giữ lấy "cái tôi" của mình. Đấy là gốc rễ của tà nghiệp.

Ngay những con kiến cũng có quan niệm này, đồng hóa cái ngã với thân xác là thứ khả hoại. Nếu bạn lấy một cọng cỏ mà châm chích vào mũi con kiến, nó liền nghĩ ngay "Tại sao chúng làm chuyện ấy với tôi?" rồi nó cong lên, giả chết. Sau đó, nó quay lại và bỏ chạy. Chính thân kiến – quan niệm chấp ngã là cái thân xác khả hoại – đã khiến nó làm việc ấy.

. Biên kiến: những quan điểm cực đoan

Những quan điểm này hướng về bất cứ vật gì được chấp thủ bởi ngã kiến trên đây; có một cực đoan xem những vật ấy là trường cửu, bền bỉ độc lập, là thực có, vân vân[1]. Một cực đoan khác cho rằng cái tôi, một dòng thức tương tục lúc sống, sẽ bị gián đoạn vào lúc chết[2].

---

1. Thường kiến- *DG*

2. Đoạn kiến- *DG*

Mặc dù những người không phải Phật tử mới ôm giữ những quan điểm này, song Phật tử chúng ta đôi khi cũng có cái nhìn sai lạc, xem mọi sự là thực có, hoặc nhìn sự vật bằng những cách khác cũng không kém phần ngu ngốc.

. Kiến thủ: xem năm uẩn là tối thượng

Đây là một tà kiến phát xuất từ bất cứ một kiến chấp sai lầm nào kể trên, hoặc chấp ngã và các pháp là đoạn diệt, hoặc chấp các pháp là thường còn, hoặc chấp các pháp là phi hữu. Sự mê lầm này hướng về các uẩn của người giữ những tà kiến ấy, xem các uẩn ấy là tối thượng.

. Giới cấm thủ: xem một thứ đạo đức hay cách hành xử nào đó là tối thượng

Quan điểm này cho rằng sự đào luyện năm ngọn lửa, nhảy qua chĩa ba, đứng một chân, vân vân, là những con đường đưa đến giải thoát. Nó cũng xem một vài lối hành xử là tối thượng, như ngồi trên một tấm da thú. Một vài người nhờ thần thông nhận ra rằng trong tiền kiếp họ làm chó, và điều này khiến họ mù quáng tưởng rằng muốn kiếp sau làm người thì kiếp trước phải làm chó. Vì lầm tưởng như vậy nên họ tu những hạnh bắt chước con chó (cẩu hạnh) và xem điều này là tối thượng; thân thể và lời nói của họ thực hành những tà hạnh.

Người ta theo những tà hạnh vì lầm tưởng đấy là nguyên nhân chính đưa đến giải thoát.

. Tà kiến

Tà kiến gồm phần lớn quan niệm cho rằng Bốn chân lý, Ba ngôi báu, nhân quả, vân vân, là không hiện hữu.

Tà kiến có hai: hoặc xác nhận những cái phi hữu – cho là thực có, hoặc phủ nhận những cái hiện hữu – cho là không có, hoặc cho rằng mọi sự tuyệt đối không hiện hữu. Vài người không phải Phật tử cho rằng thế giới do thần Vi nữ sáng tạo, đã nhập thể mười lần vào thế gian; phái Số luận phân mọi cái khả tri thành ra 25 loại và cho rằng nói chung, 25 nguyên lý ấy tạo ra thế giới; những người khác lại khẳng định thế giới do Tự tại thiên tạo dựng, vân vân. Những người này tuyên bố có một cái gì được tạo ra trong khi thực sự là không – và đấy là những kiểu chấp có. Tà kiến ngược lại là những sự phủ nhận (chấp không).

Năm thứ thân kiến, biên kiến, kiến thủ, giới cấm thủ và tà kiến, cộng thêm sự chấp không, thành sáu kiến chấp là những mê lầm căn bản, vi tế và rộng rãi.

Àryadeva nói:

– Cũng như các giác quan cư trú trong cơ thể, vô minh si ám cư trú trong tất cả những kiến chấp ấy.

Nghĩa là, vô minh thấm khắp và làm nhân cho tất cả những phiền não khác. Tuy vậy, vô minh si ám rất khó nhận diện, bởi thế tôi sẽ bàn về nó dưới đây.

a(ii) Các giai đoạn trong sự phát triển vọng tưởng

Sáu căn bản phiền não, quả thế, tất cả phiền não đều xuất phát từ sự chấp ngã (xem Ngày thứ hai mươi hai) hay thân kiến – cho rằng cái tôi chính là năm uẩn khả hoại. Tất cả đau khổ nghiệp và vọng tưởng bởi thế đều xuất phát từ quan điểm cho rằng ngã là năm uẩn – thân kiến và vô minh chỉ là một. Theo một hệ thống khác thì chính vô minh là yếu tố then chốt – từ vô minh phát sinh các sai lầm khác như thân kiến (chấp ngã).

Theo hệ thống Trung quán Pràsangika, căn bản vô minh là đồng hóa ngã với năm uẩn. Có quan điểm thuộc tri thức[1], có quan điểm thuộc bản năng[2], và ở đây là quan điểm thuộc bản năng. Lại có hai loại chấp thủ theo bản năng: chấp thủ "tôi" và "của tôi." Quan điểm đồng hóa ngã với năm uẩn là chấp thủ cái "của tôi" (ngã sở). Khi ai khen bạn chẳng hạn, bạn nghĩ, "họ thật tốt vì đã khen tôi như vậy." Cái "tôi" ấy rất sống động và ăn sâu trong tâm thức; vì bạn có những ý nghĩ ấy, nên bạn cho đó là ngã, và có quan niệm rằng cái ngã ấy là người sử dụng. Do quan niệm

1. Phân biệt ngã chấp- *DG*

2. Câu sinh ngã chấp - *DG*

ấy, bạn bám lấy cái tôi, bạn đâm ra thương người nào giúp bạn, ghét người nào hại bạn, và có sự ngu si mê muội đối với những người xa lạ. Quyển *Luận về những Pháp có giá trị* nói:

Bạn biết người ta là "kẻ khác"
Vì bạn cho mình có một cái ngã;
Bạn chấp thủ vào tự và tha
Và trở thành thù nghịch.
Những điều này có tương quan;
Tất cả ác hành phát sinh từ đấy.

Thực hành trung đạo của Pháp Xứng nói:

Mong sao tâm tôi thấy được
Rằng mọi lỗi lầm đều phát xuất
Từ tà kiến cho rằng
Các uẩn và ngã là một...
Lúc đầu tôi bám lấy ngã, cái "tôi",
Rồi sinh ra tham ái đối với các pháp...

Mặc dù gốc rễ của sáu căn bản phiền não sâu rộng chính là vô minh, song người ta phát triển tham, sân, nghi, v.v. do thân kiến (chấp ngã là năm uẩn khả hoại). Và do tham ái, v.v. mà người ta tích lũy nghiệp. Theo nghiệp này, người ta quay bánh xe sinh tử. Gốc rễ của sinh tử là vô minh, sự chấp thủ theo bản năng vào một cái ngã, và quan niệm cho rằng ngã là năm uẩn khả hoại. Muốn từ bỏ vĩnh viễn sự mê lầm, ta phải nỗ lực áp dụng thuốc chữa bệnh vô minh và chấp ngã – đó là trí tuệ liễu tri lý vô ngã. Trí tuệ này bởi vậy giống như thuốc có thể phá trừ hàng trăm sự ác.

Sách *Bốn trăm bài kệ* nói: "Đấy là lý do tại sao tất cả phiền não được nhiếp phục nếu vô minh được nhiếp phục."

Kinh *Thập địa* nói: "Trong thế gian này, tất cả tội lỗi đã phạm đều do chấp thủ có một bản ngã. Nếu không có sự chấp ngã rõ rệt, thì những tội lỗi ấy đã không xảy ra."

Tuy nhiên, khi chưa hiểu thấu vô ngã, thì ta vẫn phải dùng phương tiện để đàn áp phiền não, để tạm thời xua tan chúng. Ta phải đề phòng nguyên nhân của phiền não (hay vọng tưởng).

a(iii) Nguyên nhân của vọng tưởng

Có sáu nguyên nhân.

** Nguyên nhân thứ nhất: nền tảng của vọng*

Nền tảng này gồm những hạt giống hay tùy miên (sự tiềm tàng). Như khi ta không thể nhổ tận gốc mầm bệnh, thì ngay cả một miếng ăn nhỏ cũng đủ gây bệnh, bởi thế khi gặp dịp là ta sẵn sàng phát triển vọng tưởng trong dòng tâm thức ta vì ta có sẵn những hạt giống của vọng tưởng. Hạt giống ấy là nền tảng hay bản năng cho vọng tưởng phát sinh.

** Nguyên nhân thứ hai: đối tượng của vọng*

Đấy có thể là một cái gì dễ chịu, khó chịu, hay bất cứ gì khi gặp những vật ấy, ta phát sinh ham muốn vì chưa từ bỏ hạt giống mê vọng. Thế Thân nói:

Không từ bỏ vọng tưởng
Vi tế và rộng rãi;
Ở gần đối tượng của vọng;
Và có những tư duy không thực tế –
Đấy là trọn bộ nguyên nhân
Cho những mê vọng xảy ra.

Nói cách khác, ta phải tách rời mình khỏi những đối tượng của vọng, nếu không sẽ phát sinh vọng tưởng. Những người xuất gia nên tránh vọng bằng cách sống trong tu viện, am thất, vân vân. Điều ấy thật tốt cho những người mới tu; họ sẽ không phát sinh vọng tưởng nếu không trông thấy những đối tượng làm phát sinh vọng tưởng trong một thời gian. Bởi thế ta nên tránh chúng càng nhiều càng tốt. Trong vài bản văn luyện tâm, ta đọc:

Người còn phải đối trị vọng tưởng
Cốt yếu nên tránh những đối tượng xấu.

Vô Trước nói:

Hãy từ bỏ những đối tượng xấu
Thì vọng tưởng dần bị che khuất.
Vì bạn không xao lãng
Nên những thiện hành dần tăng.
Tâm bạn được thanh lọc
Bạn sẽ có được niềm tin vào pháp.
Đào luyện sự độc cư
Là việc của người con Phật.

Nói cách khác, cốt yếu là phải từ bỏ những đối tượng làm phát sinh vọng tưởng, và cư trú một nơi thuận lợi cho việc này.

** Nguyên nhân thứ ba: xã hội*

Bạn phải từ bỏ sự bận rộn của bạn bè xấu ác. Tuy nhiên, bất cứ ai dính vào cuộc đời này đều là bạn xấu, vì họ nói toàn chuyện gây vọng tưởng, như chuyện rượu, cờ bạc, vân vân. Bạn không nên để ý những người như vậy, hoặc bị ảnh hưởng của họ. Nếu bạn rơi vào ảnh hưởng họ, thì họ sẽ làm tăng thêm vọng tưởng nơi bạn, bạn sẽ tham dự vào những hoạt động không thích đáng. Ví dụ: Ngày xưa có hai người từ kinh đô xứ Paenpo, một người uống rượu một người không. Người đầu đi Retreng, người sau đi Lhasa. Người đi Retreng gặp những tiến sĩ phái Kadam.

Người đi Lhasa gặp những bạn xấu. Về sau hai người lại gặp nhau, và do ảnh hưởng bạn tốt và bạn xấu mà người trước kia nghiện rượu nay từ bỏ, còn người không uống bây giờ lại trở thành sâu rượu.

Chúng ta gọi thói bỏn xẻn keo kiệt bằng danh từ “cần kiệm”, thói giận dữ là “nóng tính”, vân vân. Chúng ta đặt những cái tên êm tai cho những thói xấu ấy, nhưng chúng vẫn gây tai hại lớn lao. Khi học trò nương vào một ông thầy hà tiện giữ của thật kỹ, thì thói hà tiện nơi học trò tăng thêm. Cũng vậy đối với những ông thầy nóng tính. Điều quá dễ hiểu là tác dụng của bạn xấu, bởi thế ta nên tránh bạn xấu.

Tuy nhiên, mặc dù những người khát khao những vật thuộc đời này đều là bạn xấu, ta không thể ruồng bỏ tất cả mọi người, bởi vậy điều cốt yếu là đối xử với họ rất cẩn thận và đừng giao thiệp quá nhiều. Ngày xưa có một xứ trong đó mọi người đều uống thứ nước gây bệnh điên nên trở thành điên dại. Chỉ có ông vua còn tỉnh táo, nhưng mọi người lại nói: “Vua điên.” Cũng vậy, ngày nay những người tu hành không thích nghi với đám đông thường tình, song điều này không hại gì, vì họ mong muốn theo đuổi việc tu tập đến thành công. Khi bạn xấu khuyên bảo, bạn đừng nên nói ngược với họ: hãy như một con trâu đực già ương ngạnh, và thực hành những điều quý báu nhất của phái Kadampas – trước hết phải có tâm kiên cố như kim cương, rồi tự giúp mình bằng căn bản trí như kim cương, và cuối cùng đạt đến sự dũng mãnh như kim cương.

** Nguyên nhân thứ tư: thảo luận*

Điều này bao gồm sự đọc những sách có những chỉ dẫn nghe ra hầu như có lý mà kỳ thực vẫn phát sinh vọng tưởng. Khi bạn đọc những tác phẩm xấu ác như thế – chẳng hạn truyện nhân gian về những công trạng của Gesar Ling, những luận về tình yêu, những sách nói về bùa chú, dâm thư, vân vân – thì chỉ có tăng thêm tham sân si nơi bạn. Nhưng nếu bạn đọc về hành trạng và đời sống của những thánh nhân, thì có thể gieo vào tâm thức mình những hạt giống giải thoát, bởi thế nên đọc loại sách này.

Khi quần năm tụ bảy thì người ta thường nói về nhiều điều làm tăng tham ái hoặc hận thù – như nói về vua chúa, quân đội, đàn bà, những vụ kiện, vân vân. Đây cũng là một nguyên nhân phát triển vọng tưởng.

** Nguyên nhân thứ năm: tập quán*

Zhangpa Rinpoche nói: – Bạn như được vây phủ bằng những bản năng do tập quán tư tưởng xấu...

Nói cách khác, do đã quá quen thuộc với vọng tưởng nên bạn phát triển tham ái, hận thù, vân vân, như một điều đương nhiên, ngay cả khi lơ đễnh.

Chúng ta có những vọng tưởng si mê lớn hay nhỏ tùy cách ta quen thuộc nhiều hay ít với chúng trong những đời quá khứ. Một vài người phát triển tham ái, thù hận hay bất cứ gì một cách đậm đà vì một duyên cớ rất nhỏ nhặt. Chẳng hạn, có người quen thói giận dữ thì không thể chịu được ngay cả một tia nhìn khó chịu, vân vân. Những người như thế thì phải áp dụng vài phương pháp chữa trị, và tìm mọi cách để ngăn ngừa những phiền não ấy tiếp tục.

** Nguyên nhân thứ sáu: suy nghĩ không thực tế*

Ta thường có những nhận xét quá đáng liên hệ đến những đối tượng mà ta thích hoặc ghét. Đối với đối tượng vừa ý ta như một bộ y phục chẳng hạn, thì ta thấy mọi vẻ của nó đều đẹp: màu sắc, kiểu may cắt... không chỗ nào chê. Với những đối tượng ta ghét, thì ta thấy nó đáng chê ở mọi mặt. Người ta ưa nghĩ lui nghĩ tới về những đối tượng đáng ưa hoặc không đáng ưa ấy.

Khi thực hành Pháp, ta có thể gặp những sự khổ đau, rắc rối và dễ đâm ra hoài nghi luật nhân quả và phát triển vọng tưởng, bởi thế phải cố đề phòng những nguyên nhân khiến vọng tưởng khởi lên. Nếu không nỗ lực áp dụng phương pháp đối trị thì sẽ tăng thêm vọng tưởng.

a(iv) Những lỗi lầm của vọng tưởng

Trang nghiêm kinh nói:

Vọng tưởng phá hoại hữu tình,
Phá hoại đạo đức.

Bị Hộ pháp và bậc thầy chê trách,
Khiến tái sinh vào hoàn cảnh bất lợi.
Những gì có được đều suy giảm,
Khiến ta phải chịu nhiều khổ đau.

Nói cách khác, vọng tưởng (phiền não) có nhiều lỗi lầm. Khi phát sinh vọng tưởng, thì dòng tâm thức trở thành một thực thể bất thiện khiến ta hành động ngược ngạo và điều này làm cho những hạt giống tiềm tàng của vọng tưởng thêm vững chắc. Do vậy người ta luôn luôn phát triển cùng một thứ vọng tưởng như tham ái, hận thù, hay bất cứ gì, để cuối cùng đi đến những cảnh giới mà những bậc thánh không đến. Ta lạc xa khỏi giải thoát và toàn tri, trở nên xa xôi với cả hai thứ. Vọng tưởng làm cho đạo đức và những phước hành thối giảm khiến ta tự hại và hại người; càng ngày ta càng ít được quà tặng, ít được giúp đỡ. Phật và hộ pháp cũng chê trách ta. Những người khác cũng khổ theo ta vì vọng tưởng phiền não nơi ta khiến họ khó chịu và muốn hại ta. Trong đời này ta phát triển tiếng xấu vì vướng vào kiện tụng, tranh chấp. Trong tương lai ta sẽ tái sinh vào nơi biên địa, hay vào những đọa xứ. Nói tóm lại, có vô số lỗi lầm do vọng tưởng gây nên.

Bởi thế mỗi khi phát sinh một vọng tưởng, bạn phải nhận ra ngay tức khắc đấy là kẻ thù, và sử dụng một cách đối trị để chấm dứt nó. *Hành Bồ-tát hạnh* nói:

Nếu tất cả chư thiên, a-tu-la
Đều trở thành kẻ thù của ngươi,
Thì cũng không thể dẫn ngươi
Xuống địa ngục Vô gián.
Vọng tưởng là kẻ thù lớn nhất,
Vì mỗi khi gặp nó,
Thì có thể trong phút chốc
Nó tung ngươi vào địa ngục,
Trải qua vô lượng kiếp
Cho đến khi núi Tu Di cũng mòn.

Nói cách khác, không có kẻ thù nào lớn hơn vọng tưởng. Khi bạn làm vừa lòng kẻ thù, nó sẽ dịu cơn giận dữ và không làm hại bạn nữa. Vô lượng thống khổ mà bạn có khi bị thiêu đốt trong lửa địa ngục Vô gián đều phát sinh từ vọng tưởng. Vọng tưởng đẩy ta đi vào những bất tịnh của sinh tử, bởi thế nó còn mạnh hơn tất cả những kẻ thù của ta trong ba cõi. Những người phái Kadampas ngày xưa nói:

"Hãy luyện tập đứng vững chống lại vọng tưởng, nhưng hãy duỗi tay cứu giúp làm lợi ích cho hữu tình".

Geshe Ban Gun-gyael nói:

"Tôi luôn luôn canh giữ cổng vào thành trì tâm tôi với khí giới là những pháp đối trị. Khi vọng tưởng sắp nổi lên, tôi sẵn sàng để dứt nó. Khi vọng tưởng dứt thì tôi mới an nghỉ".

Nói cách khác, bạn phải xem vọng tưởng như kẻ thù tệ nhất và tức khắc áp dụng biện pháp chống lại nó.

b) Nghiệp được tích lũy cách nào (Nghiệp)

Có hai loại nghiệp: ý nghiệp và hành động cố ý.

b(i) Ý Nghiệp

Vô Trước nói:

– Ý nghiệp là tác động của 5 uẩn gồm những tâm vương và tâm sở khiến cho một ý tưởng sinh khởi. Nó có nhiệm vụ làm cho tâm dấn mình vào thiện, bất thiện hay trung tính.

Ví dụ một tâm vương (mắt thấy, tai nghe...) kích động cho ta cảm thấy cần phải nói những lời lăng nhục; hoặc đó là nghiệp của tâm sở khích ta, cổ vũ ta thốt lên những lời ấy.

b(ii) Hành động cố ý

Là hành động của thân và lời có ý nghiệp làm động lực thúc đẩy. *Kho tàng siêu vật lý* (Thắng pháp) nói:

Nghiệp thuộc về tâm, do tâm tạo.
Ý nghiệp là hoạt động thuộc tâm ý
Làm sinh khởi nghiệp của thân và lời.

Vọng tưởng làm nổi lên ba loại nghiệp: phi phước hành, phước hành và bất động hành. Phi phước hành là nghiệp tích lũy do khao khát những vật thuộc đời này, rồi hành động bằng cách giết hại, vân vân. Loại nghiệp này làm cho ta tái sinh vào các đọa xứ. Phước hành là nghiệp tích lũy do khao khát lạc thú trong đời vị lai. Nghiệp này làm người ta tái sinh làm một vị trời cõi Dục. Bất động hành là như sau: Một người từ bỏ lạc thú đời sau, mà say mê cảm thọ hỉ lạc do tịnh chỉ nhất tâm, nên tái sinh làm một vị trời trong ba cõi trời thiền đầu. Hoặc người ta có thể bất cần cả đến cái cảm thọ hỉ lạc do tịnh chỉ nhất tâm đem lại, nhưng khao khát cảm thọ xả và tích lũy loại nghiệp làm nhân tái sinh vào cõi trời thiền thứ tư trở lên.

Cả hai loại nghiệp phước hành và phi phước hành đều ném người ta vào một tái sinh ở cõi Dục, và hậu quả của chúng là di chuyển. Chẳng hạn, ta có thể đã đạt đến trạng thái trung ấm của một chúng sinh trên đường đến địa ngục, nhưng nhờ năng lực bậc thầy, nhờ các nghi lễ và thần chú, vân vân, mà trạng thái trung ấm của ta có thể thay đổi, làm cho ta tái sinh vào các thượng giới. Drom Rinpoche nói:

– Nếu cọng đồng dân chúng và cư sĩ ở Retreng cùng góp công đức giữ giới của mình để hồi hướng cho một người trong cộng đồng sau khi chết, thì có thể tạo công đức căn bản cho người ấy. Nói cách khác, vì những cư sĩ ấy đều có giới đức giống nhau, nên thiện căn do giới tạo nên sẽ rất lợi lạc cho bất cứ người nào trong họ đã chết mà đang còn ở trong cõi trung ấm.

Dẫn nghiệp để tái sinh vào các thượng giới là như sau. Giả sử một người đã tích lũy nghiệp để tái sinh vào cõi trời thiền thứ nhất. Nghiệp ấy sẽ không thay đổi thành cái nghiệp tái sinh vào cõi thiền thứ hai hay bất cứ cõi nào khác. Đó là lý do loại nghiệp này được gọi là "bất động." *Kho tàng siêu vật lý* nói:

Phước hành là công đức để tái sinh vào Dục giới
Nghiệp sinh vào thượng giới thì bất động;
Nghiệp này gọi là bất động vì
Nó chỉ chín trong những thượng giới.

Bất cứ nghiệp nào được tích lũy mà không phù hợp với một trong ba nền tảng của đạo lộ thì chỉ là nhân cho sinh tử. Bất cứ nghiệp nào được tạo khi ta bị thúc đẩy để từ bỏ ba cõi luân hồi thì chỉ có thể trở thành nhân cho giải thoát. Khi bạn dẹp bỏ chuyện thế gian để tu tập mà không có một trong ba động lực là từ bỏ, chánh kiến và tâm bồ-đề thì bạn có thể an trú trong định tịnh chỉ ở một am cốc nào đó, và cùng lắm là bạn có được cái nhân để tái sinh vào các cõi trời Vô sắc hoặc vào các cõi trời thiền thuộc Sắc giới[1] chứ không giải thoát. Đấy là lý do tại sao muốn tu tập, điều cốt yếu là bạn phải tìm một chỉ dẫn hoàn toàn không lỗi lầm.

1. Ngũ tịnh cư thiên-*DG*

c) Người ta bỏ thân thọ thân cách nào

Có ba phần:

c(i) Cái gì xảy ra lúc chết

Thọ mạng và công đức của bạn có thể đã chấm dứt, nhưng bạn vẫn chưa thoát khỏi hiểm nguy. Kinh nói có chín yếu tố đưa đến cái chết.

Ý nghĩ lúc sắp chết có thể khởi động cái nghiệp ném bạn vào tái sinh kế tiếp. Những yếu tố khởi động cho nghiệp ấy là khát ái và chấp thủ. Ví dụ khi nghĩ mình sắp phải lìa bỏ thân xác, bạn có thể khởi lên ý niệm bám víu cái thân hiện tại. Khát ái giống như mong mỏi có được hơi ấm, và thế là bạn sinh vào địa ngục nóng.

Đối tượng của tiến trình châm ngòi này là nghiệp cường liệt nhất nơi bạn, đen hay trắng (ác hay thiện). Nếu nghiệp đen và trắng đều ngang nhau, thì đối tượng để châm ngòi là một trong hai nghiệp nào quen thuộc hơn trong bạn. Nếu cả hai loại đều quen thuộc, thì loại nghiệp nào được làm trước sẽ bị châm ngòi.

Thời gian sự châm ngòi này xảy ra là lúc tâm còn hoạt động và còn có hình thức thô của nhận biết, đại khái như tín tâm, lòng thương xót, sự ái luyến, giận dữ, vân vân, và bạn còn có thể tự mình nhớ được những điều ấy hoặc có thể được người khác nhắc nhở. Khi nhận thức thô chấm dứt, và khi những ý tưởng đã trở nên rất vi tế (lúc gần chết), thì tư tưởng bạn thuộc loại trung tính và bạn không thể nhớ lại bất cứ một điều thiện hay bất thiện nào.

Nếu những ý tưởng lúc chết liên hệ đến lòng tin, vân vân, thì thiện đức sẽ được khởi động. Bởi thế điều thực thiết yếu là khởi động những ý niệm thiện lúc bạn đã gần kề cửa tử. Có thể suốt đời bạn là một hành giả luôn luôn tạo điều lành, nhưng nếu nổi giận lúc sắp chết là bạn đã khởi động những tư tưởng cận tử không được tốt lành, và bạn phải đi đến những đọa xứ do hậu quả thuần thục của những bất thiện quá khứ. Ngược lại một người có thể suốt đời làm ác nhưng lúc sắp chết lại khơi động những niệm tốt lành và nhờ vậy khỏi rơi vào đọa xứ.

Ở giao điểm này, người ta sẽ hoặc lên cõi cao hoặc xuống cõi thấp. Nếu sắp lên thượng giới, thì hơi ấm trong cơ thể tan dần từ dưới lên trên và tụ lại ở tim. Nếu sắp xuống đọa xứ thì điều ngược lại xảy ra là, hơi ấm tan dần từ phần trên cơ thể đi xuống và tụ lại ở phần dưới. Bạn cũng có thể biết được người chết sẽ lên thượng giới hay tái sinh vào đọa xứ bằng cách quan sát những dấu hiệu như cường độ đau đớn mà người ấy trải qua trong cơn bệnh cuối cùng. "Đau đớn trong cơn bệnh" ở đây ám chỉ lúc đại bộ phận của cơ thể bị suy sụp.

Một vài người có ảo giác lúc chết: chẳng hạn họ tưởng mình bị những hộp trà đè lên, hay nhiều người đè lên.

(*Kyabje Pabongka Rinpoche kể chuyện ở Lhasa ngài chứng kiến cái chết của một người hầu phòng ở chính phủ trung ương. Anh ta đã ăn trộm trà, nên khi chết có ảo giác bị những hộp trà nghiến nát.*)

Khi sắp chết, một viên chức ở tỉnh Tsang nói mình đang bị nhiều người chà đạp. Ông từ giã cõi đời trong một trạng huống kinh hoàng.

Những người thường hành thiện thì có những ảo giác đẹp đẽ. Xưa có người ăn xin bên vệ đường lúc sắp chết trông thấy đền đài cung điện và những tia sáng trắng. Kyabje Pabongka Rinpoche còn kể một bà già ở Chuzang thường niệm thần chú Om mani padme hum nên khi chết đã thấy những điềm tốt.

Những dấu hiệu ấy chỉ là một dẫn nhập đi vào cõi chết.

c(ii) Cách thành tựu thân trung ấm

Như hoạt động của một quả lắc, sự sống của thân xác hiện tại vừa chấm dứt thì đồng thời xuất hiện một hình thể vật lý dẫn đầu cho tái sinh mới. Sự nhập thể sắp đến được báo hiệu bằng bóng ma này, dù tái sinh ở đâu. Có người bảo rằng người chết lúc ở cõi trung gian (giữa chết và tái sinh) mang hình dạng và y phục họ mặc lúc sống, và ta có thể liên lạc với họ. Điều này thật sai lầm. Có thể có vài trường hợp một chúng sinh nào giả dạng người vừa chết để lừa dối những kẻ phàm phu.

(*Pabongka ám chỉ câu chuyện trong tiểu sử Milarepa về cái chết của thân phụ một cư sĩ theo đạo Bon*)

Những chúng sinh trong cõi trung gian có đủ tất cả giác quan; có thần thông để làm vài chuyện phi thường; họ có thể đi đến bất cứ nơi nào không bị chướng ngại, trừ các thánh tích hoặc nơi họ sẽ sinh vào. Trong cõi trung ấm, chúng sinh nào sắp tái sinh vào địa ngục thì có màu khúc gỗ cháy; chúng sinh nào sắp tái sinh làm quỷ đói thì có màu nước; chúng sinh sắp làm súc sinh có màu xám tro; chúng sinh sắp sinh làm người hay chư thiên cõi dục có màu vàng ròng. Những chúng sinh sắp thành chư thiên sắc giới thì có màu trắng. Không có cõi trung ấm cho những chúng sinh tái sinh vào cõi vô sắc.

Trạng thái đi vào cõi trung ấm đối với những người bất thiện thì giống như đi vào đêm tối đen; đối với những người hiền thiện thì giống như đang vào một đêm có điểm những dải ánh sáng trắng hoặc được thắp sáng như dưới ánh trăng. Thọ mạng của chúng sinh cõi trung ấm có nhiều thuyết khác nhau, thông thường là 7 ngày – độ dài của những ngày này cũng giống như ngày trong đời trước đấy. Sau 7 ngày, những chúng sinh trung ấm trải qua một cái chết nhỏ, và họ có thể có đến 7 lần chết như thế trước khi tìm được chỗ tái sinh.

c(iii) Cách nhập thai và sinh ra

Lấy trường hợp một người được sinh ra từ bào thai. Sự thụ thai xảy đến khi có gặp gỡ giữa tinh cha và huyết mẹ. Lúc thần thức trong cõi trung ấm trông thấy cha mẹ giao hợp, sự giận dữ và tham luyến làm cho nó nôn mửa, và nó chỉ thấy những cơ quan sinh dục của cha mẹ. Cơn giận giết chết nó và nó liền nhập vào bào thai.

Đến đây hoàn tất tiêu đề "Nghĩ về nguồn gốc của đau khổ – các giai đoạn buộc ta vào sinh tử" theo các tác phẩm của Tsongkapa – *Những giai đoạn giữa của đạo lộ, Con đường Nhanh và Con đường Dễ*. Bây giờ tôi sẽ bàn tiêu đề này theo 12 nhân duyên, cũng được bàn trong tác phẩm của Tsongkapa nhan đề *Những giai đoạn lớn của đạo lộ*. Những Lamrim *Con đường Dễ* và *Con đường Nhanh* không bàn rõ đề tài này. Bởi thế tôi sẽ dạy đề mục này theo tác phẩm *Lời đức Văn-thù*, chỉ bàn qua những tiêu đề của nó.

Sự đề cập ngắn ngủi trên đây về cách nghĩ đến những giai đoạn buộc ta vào sinh tử – nghĩa là nguồn gốc khổ – đã đủ. Tuy nhiên những người đã nghiên cứu các bản tranh luận cổ điển thì nên nghĩ về điều này qua 12 nhân duyên. Đây là điều tốt nhất cho vài người đặc biệt.

(Pabongka Ripoche kể lại một thời, vua Ma-kiệt-đà theo lời khuyên của đức Phật đã giải thích quá trình tái sinh cho vua Utrayana bằng cách dùng một hình vẽ bánh xe sinh tử, và vua này đã đâm ra chán ngấy sinh tử luân hồi. Ngài cũng kể cho chúng tôi nghe Geshe Puchungwa đã nghiên cứu 12 nhân duyên và

giảng dạy Phạm vi Nhỏ và Phạm vi Trung bình theo 12 mắt xích duyên sinh.)

Bởi vậy bạn nên nghĩ thêm về những lỗi lầm của Tập đế nguồn gốc khổ, và lỗi lầm của sinh tử nhờ phương tiện 12 mắt xích để tăng thêm sự chán ngấy của bạn đối với sinh tử. đức Phật bàn về những mắt xích này khi Ngài dạy kinh *Những hạt lúa:*

"Vì cái này đã có nên cái kia sẽ có. Vì cái này đã sinh nên cái kia sẽ sinh. Cũng vậy vô minh là một nhân tố phụ thuộc để sinh ra các hành ..."

Nói cách khác, có 12 mắt xích duyên sinh như sau.

MƯỜI HAI CHI DUYÊN SINH

* *Vô minh*

Đây là căn nguyên sự xoay vần của chúng ta trên bánh xe sinh tử. Vì thiếu trí tuệ để hiểu lý vô ngã, ta chấp thủ bản thân ta và các hiện tượng bên ngoài, cho rằng chúng đều có thực chất và có thể được thiết lập do tự tính của chúng. "Vô minh" là cái thấy điên đảo, ngược lại với trí tuệ căn bản. Điều này cũng giống như bị mù.

Có hai hình thái vô minh: vô minh về nhân quả, và vô minh về chân như.

** Hành*

Vô minh khởi động các hành như thể là nghề của nó. Các uẩn xuất hiện trong tái sinh kế tiếp của ta cũng là nhiệm vụ các hành. Như thế, chúng ta bị khởi động bởi vô minh không thấy luật nhân quả, nên tạo những nghiệp phi công đức; hoặc chúng ta được khởi động bởi vô minh không thấy được hình thái hiện hữu của vạn pháp nên chúng ta tạo những phước hành hoặc bất động hành. Tất cả loại nghiệp này đều gọi là hành.

** Thức*

Ám chỉ hai loại thức: thức vào thời gian của nhân, và thức vào thời gian của quả báo. Loại thứ nhất là thức theo liền sau bản năng hay khuynh hướng tiềm ẩn của hành, tức là nghiệp. Loại thứ hai là thức theo liền sau sự nhập thai vào tái sinh mới.

Một ví dụ: Giả sử bị kích động bởi vô minh bạn giết một mạng sống. Khi bạn phạm nghiệp này hay hành này, bản năng hay sự tiềm tàng của nó được in dấu khi nghiệp vừa hoàn tất. Đây là thức vào thời gian của nhân. Do nghiệp này bạn nhập thai thành một chúng sinh ở địa ngục, ngay sau sự nhập thai này, tình trạng "thức" của bạn là thức ở vào thời gian của quả báo.

Mỗi phi phước hành hay nghiệp đều có thể ném ta vào nhiều tái sinh trong các đọa xứ. Đối với các phước hành hay "phước nghiệp", thức cũng có hai giai đoạn nhân và quả như thế.

Những bản năng của nghiệp đi vào tâm thức cũng giống như dầu thấm vào cát hoặc như mực thấm vào giấy. Tham ái và chấp thủ đều có thể kích động khuynh hướng tiềm tàng này, và khi ấy chúng trở thành đủ sức mạnh để đưa đến tái sinh.

** Danh sắc*

Trong trường hợp tái sinh từ bào thai, "Danh" là bốn uẩn thọ, tưởng, hành và thức; "Sắc" là tinh cha huyết mẹ trong giai đoạn phát triển đầu tiên, trong đó thức đã chen vào. Hai thứ phối hợp gọi là Danh sắc.

** Sáu căn*

Giai đoạn này là khi sáu căn mắt, tai, mũi, lưỡi, thân, ý đã thành hình nhưng chưa phân biệt được sự vật mặc dù hiện hữu giác quan và đối tượng (căn, trần, thức) đầy đủ. Các căn vật lý và tâm lý này được xem là hiện hữu từ giai đoạn đầu của bào thai. Nếu tái sinh vào hai cõi dục và sắc, thì danh sắc và các căn xảy ra đồng thời. Ở cõi vô sắc, thì chỉ có "danh" không có "sắc" hay năm căn vật lý.

** Xúc*

Khi sáu căn đã thành hình đồng thời có tác động hỗ tương giữa căn, trần, thức thì có thể phân biệt được những đối tượng dễ chịu, khó chịu hay trung tính. Đấy gọi là xúc.

** Thọ*

"Xúc" làm điều kiện (duyên) để phát triển của một trong ba loại "thọ" hay cảm giác là vui, khổ, và trung tính. Ví dụ ta phát sinh cảm giác vui sướng khi gặp đối tượng dễ chịu.

** Ái*

Ái nghĩa là không muốn xa lìa những cảm giác vui, và mong muốn xa lìa đau khổ, bám lấy mong mỏi ấy. Chúng ta còn khát khao tình trạng "không vui không khổ" nơi ta đừng thối giảm.

Cảm thọ được xem là nguyên nhân phụ vào sự phát triển của tham ái. Điều này cần hiểu là khi vô minh có mặt, và có xúc làm duyên: chỉ có "thọ" xảy ra lúc ấy mới phát sinh tham ái. Như vậy khi vô minh không có mặt, chúng ta vẫn có thể có cảm giác, nhưng tham ái sẽ không phát sinh.

** Thủ*

Khi ái càng mạnh, ta ham muốn đối tượng và ràng buộc với nó. Có bốn loại chấp thủ. "Dục thủ" là ràng buộc với các đối tượng giác quan. "Kiến thủ" là ràng buộc với tất cả tà kiến, trừ tà kiến cho ngã là năm uẩn khả hoại được kể vào loại thứ tư. "Giới cấm thủ" là bám vào những thứ đạo đức hạ đẳng và những lối hành xử liên hệ đến tà kiến. "Ngã luận thủ" là thích bám lấy những quan điểm về thực hữu mà căn bản là bám vào quan điểm cho ngã chính là 5 uẩn.

** Hữu*

Trong quá khứ, "hành" gieo bản năng nghiệp vào tâm thức. Ái và thủ hiện tại khởi động bản năng và khi ấy nó đủ sức ném ta vào một thân xác mới trong đời vị lai gọi là "hữu".

** Sinh*

Mắt xích này trải từ sự khởi động nói trên, khi nghiệp trở thành căn bản cho ta tái sinh vào một trong bốn cách sinh (từ trứng, từ thai, từ ẩm thấp và do biến hóa) – cho đến lúc ta đi vào tái sinh mới.

** Già chết*

Già là sự tuần tự biến đổi tình trạng của các uẩn cho đến khi chín mùi. Chết là sự hoại diệt các uẩn, khi chúng chấm dứt vận hành.

Khi đã được giới thiệu chuỗi Duyên khởi (hay Duyên sinh) gồm 12 mắt xích này và có thể phân biệt từng cái, ta còn phải biết gom thành từng phần. Có 4 phần: phần thúc đẩy nhân, phần thành tựu nhân, phần thúc đẩy quả, phần thành tựu quả.

Vô minh là như người gieo hạt giống. Hành do vô minh khởi động là như hạt giống. Và thức (vào giai đoạn *nhân* trong đó nghiệp tích lũy theo bản năng) là như mảnh đất trên đó ta gieo giống. Đấy là phần "thúc đẩy nhân" gồm hai rưỡi yếu tố là vô minh, hành, và nửa phần thức ở thời điểm làm nhân (nửa phần kia của thức là ở thời điểm làm quả.)

Cũng như hạt giống được nuôi bằng nước, phân, hơi ấm, sự ẩm ướt, ái và thủ cũng khởi động nghiệp để phát sinh quả. Như hạt giống sở dĩ có thể đâm chồi là nhờ nước, phân, hơi ấm và ẩm thấp, cái nghiệp đã được khởi động bởi ái và thủ sẽ thúc đẩy sự thành hình năm uẩn đời sau nhờ "hữu." Vậy ái, thủ, hữu là phần "thành lập nhân".

Cũng như hạt giống đâm thành chồi, "sinh" – được hoài thai thành hình thể trong tái sinh mới – là một yếu tố thuộc phần "thành tựu quả." Một yếu tố khác của phần này là già chết. Vậy phần thành tựu quả gồm hai yếu tố "sinh" và "già chết."

Năm rưỡi yếu tố[1] làm nên phần thúc đẩy quả, đó là: thức vào thời điểm làm quả, danh-sắc, sáu giác quan, xúc, và thọ.

Lấy ví dụ sự tái sinh làm một vị trời. Do năng lực *vô minh*, nghĩa là mù quáng đối với chân như, cái bản năng nghiệp tích lũy – nghĩa là những *hành* hay nghiệp đưa đến tái sinh làm chư thiên – được an trụ trong *thức* khiến ta nghĩ mình thích tái sinh vào cõi trời và khát khao cầu nguyện, làm các thiện sự, vân vân: đây gọi là *ái*. Ta đặt nhiều nỗ lực vào khát vọng ấy: đó là *thủ*. Vào lúc chết, hai yếu tố ái, thủ này làm

1. Đúng ra là bốn rưỡi, nếu danh-sắc kể là một - *DG*

nên cái nghiệp chắc chắn sẽ ném ta vào tái sinh ấy: đây là *hữu*. Vậy, ba yếu tố thuộc phần thúc đẩy và ba yếu tố thuộc phần thành tựu, cả sáu yếu tố được đầy đủ trong đời này. Rồi chúng ta tái sinh làm một vị trời. Sáu yếu tố kia được hoàn tất trong tái sinh mới khi ta làm một vị trời; trong đó bốn thứ – danh sắc, các giác quan, xúc và thọ – là phần thúc đẩy quả; và hai thứ –sinh và già chết – là phần thành tựu quả. Đây là cách mà một bộ duyên sinh gồm 12 mắt xích được đầy đủ qua hai đời.

Lấy ví dụ tái sinh vào đọa xứ. Cũng những nguyên tắc ấy áp dụng ở đây: vì mù lòa trước luật nhân quả (*vô minh*), ta tích lũy những nghiệp bất thiện (*hành*), được khởi động do ái và thủ, vân vân.

Dưới năng lực của một nghiệp duy nhất, thì không thể nào có đủ toàn bộ 12 nhân thành tựu chỉ trong một đời, mà nhanh nhất phải trải qua hai đời.

Cần thời gian lâu hơn khi với ái, thủ ta đã không thể khởi động một vài nghiệp; khi ấy ba yếu tố thúc đẩy nhân sẽ đầy đủ trong một đời; ba yếu tố thành tựu nhân đầy đủ vào một đời khác; bốn yếu tố thúc đẩy quả và hai yếu tố thành tựu quả sẽ được bổ túc trong một đời khác nữa. Ví dụ ta đã tích lũy nghiệp ác để tái sinh vào đọa xứ, thế là bản năng đã được gieo. Nhưng vào lúc chết, thầy và bạn gieo những ý tưởng thiện vào trong tâm ta; điều này khởi động cái nghiệp tái sinh làm người, nên ta được sinh làm người. Khi chết, ta lại khởi động ác nghiệp xưa kia do ái và thủ, và rồi ta lại tái sinh vào đọa xứ.

Trong ví dụ chúng ta có thể có nhiều tái sinh xen vào giữa phần thúc đẩy và phần thành tựu, nhưng đấy là những cuộc đời thuộc vào những bộ 12 nhân duyên khác nữa, nên không tính.

Vậy, để tóm tắt: cách nhanh nhất ta có thể hoàn tất đủ bộ 12 nhân duyên là trong hai đời sống, và chậm nhất là ba đời. Không thể nào nhanh hơn hay chậm hơn thế. Mỗi mắt xích làm duyên cho mắt kế tiếp sinh khởi, cho nên tất cả khổ – tái sinh, già, chết, vân vân – được trải qua như một chu kỳ. Trong khi ta theo những mắt xích kết quả từ một nghiệp duy nhất, ta có thể phát triển nhiều bộ 12 nhân duyên khác trong giai đoạn "nhân". Già chết là do sinh; hành là do vô minh; vân vân. Như vậy một mắt xích này tiếp theo mắt xích kia và bởi thế vô minh là căn để trong việc khiến cho bánh xe sinh tử quay tròn.

Long Thọ nói:

Hai mắt xích phát xuất từ ba
Bảy mắt xích phát xuất từ hai;
Rồi ba mắt xích lại sinh,
Bánh xe sinh tử cứ thế quay mãi.

Nói cách khác ba mắt xích vọng tưởng (vô minh, ái, thủ) làm phát sinh hai mắt xích nghiệp (hành, hữu), và từ hai mắt xích này phát sinh bảy mắt xích khổ (những yếu tố còn lại). Rồi từ bảy mắt xích khổ lại phát sinh ba mắt xích vọng tưởng, vân vân; chu kỳ được lặp lại. Và bánh xe sinh tử quay mãi không ngừng. Đây là sự quay bánh xe khổ.

Mười hai nhân duyên có thể được đề cập theo thứ tự khác. Nếu muốn thực hành một con đường để chấm dứt 12 nhân duyên, thì ta ngăn "hành" bằng cách đề phòng vô minh; điều này sẽ chấm dứt tất cả đau khổ của già chết.

Tóm lại, 12 mắt xích duyên sinh có thể phân thành 3 hệ thống nhân quả: Hoặc (vọng tưởng), Nghiệp và Khổ. Vô minh, ái, thủ là 3 mắt xích vọng tưởng. Hai mắt xích nghiệp là hành và hữu; những mắt xích còn lại là 7 yếu tố của khổ. Long Thọ nói:

Một, tám, chín là vọng tưởng,
Thứ hai thứ mười là nghiệp,
Bảy thứ còn lại là khổ.

Dòng đầu bài kệ nói về 3 mắt xích *vô minh, ái, thủ* là sự khởi động, dòng kệ thứ hai nói về hai mắt xích *hành, hữu,* tức những nghiệp thân và lời; dòng thứ ba là những khổ ta sẽ trải qua, gồm có thức, danh-sắc, 6 nhập (giác quan), xúc, thọ, sinh và già-chết.

Bạn đã phát sinh "từ bỏ" khi mà, do quán nỗi khổ chung của sinh tử gồm 12 mắt xích duyên sinh, bạn khao khát được giải thoát khỏi luân hồi như một người tù mong ra khỏi ngục. Khi ấy bạn muốn tu luyện theo con đường đưa đến giải thoát.

B2.2.2.2 Xác định bản chất con đường đưa đến giải thoát

Có hai phân đoạn:

(B2.2.2.2a) Loại tái sinh nào có thể chấm dứt sinh tử;

(B2.2.2.2b) Loại con đường có thể đưa đến chấm dứt sinh tử.

a) Loại tái sinh nào có thể chấm dứt sinh tử

Bạn đã nghĩ về những lỗi lầm của sinh tử. Bản chất sinh tử là hoàn cảnh vô thường khả hoại, như bóng trăng trong nước bị gió thổi động không lúc nào ở yên dù trong chốc lát. Hạnh phúc và tài sản trong sinh tử ấp ủ một mối nguy hiểm lớn như cái bóng của một con rắn hổ mang có mồng. Ta có thể thấy bất cứ sinh vào loài nào ta cũng đều chịu sự hoành hành không gián đoạn của đau khổ. Bởi thế ta phát sinh những tư tưởng muốn thoát ly sinh tử như người đang ở trong ngục tù hay trong gian nhà cháy muốn chạy thoát. Tra tầm những nguyên nhân của sinh tử, ta thấy có hai nguyên nhân: nghiệp và vọng tưởng. Khi biết vậy, ta nỗ lực tìm phương cách để trừ khử hai nguyên nhân ấy.

Bây giờ khi đã có được thân người thuận lợi để theo ba môn học tăng thượng và làm những nỗ lực lành mạnh khác, ta nên quay lưng với sinh tử. Geshe Potowa nói:

– Khi ta đã lang thang quá lâu trong sinh tử thì sinh tử không tự nhiên mà dừng lại được – chính ta phải làm dừng bánh xe sinh tử. Và hiện tại chính là thời gian để làm việc ấy, khi ta đã có được thân người thuận lợi.

Nói cách khác không có một tái sinh nào tốt hơn là tái sinh này.

b) Loại con đường có thể đưa đến chấm dứt sinh tử.

Ta cần phải cắt đứt gốc rễ sinh tử là vô minh – sự mù lòa đối với chân như. Hình thức chấp ngã theo bản năng chính là gốc rễ cần được cắt đứt, vì nếu không cắt đứt gốc rễ này mà đào luyện những pháp tu khác, thì nó chỉ làm cùn nhụt một vài vọng tưởng chứ không thể vĩnh viễn phá hủy chúng. Những thiện hành cũng không ăn thua gì.

Chỉ có những tư tưởng hoàn toàn ngược lại sự chấp ngã mới có thể chấm dứt chấp thủ bản ngã.

Trí tuệ hiểu được vô ngã sẽ nhận ra rằng cái tôi không thực hữu; trí tuệ này bởi thế hoàn toàn đối lập với những tư duy chấp thủ cho rằng cái ngã thực có tự tính. Bởi thế ta cần có thứ trí tuệ hiểu được vô ngã để có thể nhổ tận gốc bản năng chấp ngã. Nếu không có trí tuệ này mà lại nỗ lực làm các phước hành khác, thì ngã chấp nơi ta chỉ càng tăng thêm mà thôi.

Muốn chân chính phát triển trí tuệ thấy vô ngã trong dòng tâm thức, ta cần những điều kiện sau đây. Ta sẽ không phát triển được trí tuệ ấy nếu không tu tập tăng thượng định. Cũng như muốn đốn cây, cần có hai điều kiện là cái rìu sắc bén và cánh tay khỏe mạnh. Nếu rìu cùn nhụt thì nó không thể làm suy suyển thân cây. Nếu cánh tay ta không vững, thì cái rìu sẽ không rơi xuống cùng một chỗ trên thân cây để chặt đứt. Hoặc ban đêm muốn thấy được bức họa trên tường ta cần có một ngọn đèn sáng. Trí tuệ hiểu được vô ngã giống như cái rìu bén; sự chấp thủ vào thực hữu của bản ngã ví như thân cây cần đốn. Sự thấy chính xác hình thái sinh tồn của mọi sự ví như cánh tay khỏe mạnh cầm rìu, hay ngọn đèn tỏa ánh sáng lên sự vật. Muốn phát triển trong dòng tâm thức một sự tịnh chỉ nhất tâm bền bỉ không vọng tưởng, ví như ngọn đèn dầu không bị lung lay vì gió – thì bạn phải khiến tâm giải thoát khỏi những tán loạn thô thiển, nghĩa là trước hết cần tu tăng thượng giới.

Để tóm tắt, kinh *Phạm thiên thỉnh* được trích dẫn trong tác phẩm của Vô Trước, nói:

Những điều cần có là:
Một căn bản rất vững
Hoan hỉ trong một tâm an định

Và tri kiến bậc thánh.
Điều không nên có là:
Kiến chấp của kẻ tội lỗi.

Nghĩa là muốn có phương thuốc đối trị ngã chấp – tuệ quán đặc biệt, thánh tri kiến để liễu tri Tánh không, hình thái hiện hữu chân thực của mọi sự – thì trước hết bạn phải hoàn tất tâm tịnh chỉ. Và nếu không học tăng thượng giới thì ta sẽ không có những điều kiện cần để phát sinh tâm tịnh chỉ.

Bức thư của Long Thọ nói:

Khi tóc hay y phục của bạn
Thình lình bắt lửa
Cũng đừng thèm dập tắt:
Thay vì thế, hãy cố dập tắt tái sinh.
Không có mục đích nào vĩ đại bằng.
Đừng thối lui trên con đường
Đến Niết-bàn vô cấu an tịnh
Bằng giới thanh tịnh và trí tuệ thiền định.
Hãy hoàn tất điều ấy;
Trong Niết-bàn không có
Đất nước lửa gió trời trăng.

Ba điều chính cần thực hành trong Phạm vi Trung bình là ba môn học tăng thượng đáng lẽ phải đề cập ở đây nếu không giảng dạy những đề mục thiền thuộc Phạm vi Lớn. Tuy nhiên đây chỉ là giáo lý thuộc Phạm vi Trung bình, là phần có chung với của đạo lộ chứ không phải con đường thực thụ của Phạm vi Trung bình. Bởi vậy tôi sẽ bàn về hai môn học tăng thượng là tịnh chỉ và trí tuệ, trong phần tịnh chỉ và tuệ quán đặc biệt thuộc Phạm vi Lớn. Như vậy ở đây chỉ cần bàn tăng thượng giới. Đây là cách giảng dạy theo truyền thống.

Bức thư của Long Thọ nói:

Như những vật động và bất động
Đều được đất nâng đỡ,
Cũng thế, giới được gọi là
Nền tảng của tất cả thiện pháp.

Nói cách khác, giới là cốt tử vì là căn bản của mọi đức tính. Đó là giáo lý căn bản của đức Phật. Giới là lợi lạc nhất nếu người ta giữ giới, nhưng nếu không giữ giới thì có những lỗi lầm to lớn; lợi lạc chỉ là do sự giữ giới.

Điều căn bản quyết định giáo lý của Phật có tiếp tục tồn tại hay không chính là giới Biệt giải thoát có còn được tuân giữ hay không. Nếu không còn những người tu thọ cụ túc giới, thì bất cứ giáo lý nào còn tồn tại cũng vô hiệu, mặc dù có thể vẫn còn những người mang tri kiến chẳng hạn. Kinh *Biệt giải thoát* nói:

"Khi Như Lai nhập Niết-bàn, các ngươi hãy lấy giới làm thầy." Nghĩa là bạn phải cảm thấy giới luật ở trong dòng tâm thức của bạn thay thế cho bậc Đạo sư của chúng ta, bạn nên yêu mến giới luật và giữ giới."

Trong ba môn học tăng thượng, thì những người sơ học chúng ta khó thực hành ngay tuệ và định; nhưng giới Biệt giải thoát trong dòng tâm thức chúng ta là một tuệ quán đi sâu vào giáo lý, mà chắc chắn chúng ta có thể thực hành, mà chắc chắn chúng ta có trong dòng tâm thức. Đây là lý do tại sao người ta nói giáo lý Phật tồn tại hay không là tùy thuộc vào Tăng. Lại nữa, giới Biệt giải thoát là căn bản, là trung gian của hai loại giới cao hơn.

Khi nói "những người bảo tồn giáo lý," chúng ta không ám chỉ Pháp sư ngồi trên tòa cao. Bạn là một người bảo trì nền giáo lý nếu bạn tuân giữ giới luật mà bạn có trong dòng tâm thức. Nếu bạn khảo cứu và thiền quán nền giáo pháp được truyền thừa là bạn bảo trì chánh pháp được truyền thừa. Nếu bạn giữ giới thanh tịnh, bạn là người bảo trì tuệ giác thâm nhập giáo lý.

Trong 3 loại giới, chúng ta chắc chắn có thể thực hành giới Biệt giải thoát. Một bản kinh nói: "Tỷ-kheo giữ giới thì sáng chói" và: "Bất cứ nơi đâu có một Tỷ-kheo tuân giữ giới luật, nơi ấy có hào quang, có ánh sáng. Ta sẽ làm cho nơi ấy không bị trống rỗng; một nơi như thế sẽ không khiến cho ta lo lắng ..." Đây là một điều cốt yếu.

Xứ Tây Tạng chúng ta, miền đất núi tuyết, có những đặc điểm không tìm thấy ở các xứ khác, và nguồn gốc của nền hạnh phúc tức khắc và dài hạn của chúng ta là giáo lý của Phật. Sự kiện những giáo lý này còn thịnh hành không phải do những ngôi nhà chúng ta, hay dân cư, hay những vật trang hoàng thuộc về tôn giáo, mà do giới Biệt giải thoát – gốc rễ của giáo lý. Nếu chúng ta không giữ giới một cách cẩn thận thì điều ấy chứng tỏ rằng giới đã mất ở trong dòng tâm thức của ta và phần giáo lý của riêng ta đã diệt mất, mặc dù bên ngoài giáo lý ấy vẫn lan tràn như đất và đá.

Kinh *Tam muội vương* nói:

Người ta có thể với tâm thanh tịnh
Cúng dường mười triệu đức Phật.
Đồ ăn, thức uống, bảo cái,
Tràng phan và những dãy đèn
Trong vô số kiếp
Nhiều như cát sông Hằng.
Nhưng vào thời mạt pháp,
Khi diệu pháp sắp diệt,
Ai thực hành giới dù chỉ một ngày đêm,
Sẽ được nhiều công đức hơn trên.

Nói cách khác, trong thời đại suy đồi thì giữ giới có nhiều công đức hơn là liên tục cúng dường ngày đêm cho chư Phật trong ba đời. Trong cõi người đau buồn này, thì một ngày giữ giới trong giáo lý của đức Đạo sư Thích-ca Mâu-ni còn nhiều công đức hơn là nhiều kiếp giữ giới trong cõi tịnh độ của đức Phật Tự Tại vương ở phương Tây Bắc. Người ta bảo rằng ngày nay giữ một giới cũng lợi lạc hơn là ở đầu thời kiếp mà giữ trọn vẹn tất cả giới căn bản; và giữ một giới vào thời mạt pháp còn có công đức hơn cúng dường chư Phật trong hàng chục triệu kiếp.

Mỗi nửa tháng chúng ta được nghe một vị thầy đọc "Ai còn giữ giới thì tương lai sẽ được gặp chư Phật..." cốt để thúc giục chúng ta nhớ lại.

Hãy nghĩ xem giữ giới có lợi ích gì. Mặc dù ta thường đọc tụng: "Mong sao tôi làm cho cốt lõi của nền giáo lý được sáng chói lâu dài" hoặc "Mong sao giáo lý này được lan truyền rộng rãi," nhưng muốn thế thì trước hết trái tim của nền giáo lý phải sinh động ngay trong dòng tâm thức của riêng bạn.

Khi bạn không giữ giới, thì như kinh nói:

Đối với một số người, giới là hạnh phúc,
Đối với một số khác, giới là đau khổ,
Người nào tuân giữ giới thì hạnh phúc,
Người nào phá giới thì đau khổ.

Và kinh *Giới thanh tịnh* nói:

"Này các Tỳ-kheo, chẳng thà bỏ thân mạng, thà chết chứ không nên thối đọa, phá giới. Tại sao, vì nếu bỏ thân mạng thì chỉ đời này của ngươi chấm dứt, nhưng nếu phá giới là từ bỏ hạnh phúc trong hàng chục triệu kiếp, ngươi sẽ mất chân đứng và trải qua một sự sụp đổ to lớn."

Bạn sẽ trải qua đau khổ trong trăm ngàn kiếp tái sinh. Luật nói:

Xem nhẹ giáo lý của đấng Từ bi,
Sống xa lìa giới luật,
Thì sẽ sa vào năng lực của khổ.
... Khi bất tuân lệnh vua,
Một người có thể thoát khỏi trừng phạt.
Nhưng nếu làm quấy
Và phạm giới luật Phật dạy,
Họ sẽ thành một con thú
Như trường hợp rồng Elavarna.

Trong đời này nếu bất tuân lệnh vua thì có thể bị trừng phạt mà cũng có thể thoát. Nhưng nếu vi phạm giới luật đấng Đạo sư từ mẫn đã chế, thì sau khi chết ta sẽ phải trải qua khốn khổ như con rồng Elavarna. Do vi phạm một tiểu giới mà Elavarna đã bị tái sinh làm một con rồng. Vậy thì, không biết tái sinh kế tiếp của ta sẽ như thế nào trong khi ta đã bất chấp nhiều giới trọng, giới khinh và những giới phụ thuộc?

Có thể chúng ta chưa học gì nhiều về nền diệu pháp tối thượng sâu xa, song nếu biết tuân giữ giới luật Sa-di hay Tỷ-kheo một cách nghiêm chỉnh trong dòng tâm thức thì chúng ta sẽ dự phần vào đoàn thể Tăng-già, những người bảo trì nền giáo lý. Không chỉ có Sa-di và Tỷ-kheo giữ giới, mà những cư sĩ thế tục cũng có thể giữ giới Bát quan trai trong một ngày. Những lợi lạc của việc thọ giới và giữ giới được nói rõ trong những câu chuyện kể trong *Truyền thừa Luật tạng* hay kinh *Hiền ngu,* vân vân.

Chỉ nên thọ những giới mà bạn nghĩ là mình có thể giữ được, như giới bát quan trai, năm giới, bốn giới, ba giới, hay chỉ một giới. Ngay cả những người đã xuất gia cũng nên phát nguyện giữ giới Đại thừa một ngày, càng thường xuyên càng tốt. Vì chỉ phát nguyện giữ giới trong một ngày, nên ta có thể giữ được một cách trọn vẹn.

Mặc dù luôn tự hào mình đang thực hành giới định tuệ – ba môn học tăng thượng – nhưng trong dòng tâm thức chúng ta chỉ có hình ảnh mờ nhạt của Định và Tuệ. Vậy ít nhất ta nên cố gắng giữ giới Biệt giải thoát, vì thực sự đấy là việc mà chúng ta có thể làm. Muốn giữ giới chúng ta phải đóng bốn cánh cửa dẫn đến sự phạm giới.

Cửa thứ nhất là vô minh. Nếu không biết những giới điều căn bản cần giữ, thì ta sẽ không biết mình có phá giới hay không. Bởi thế muốn đóng cánh cửa này thì cần biết cho rõ. Hãy tham chiếu những bản văn cổ về Luật tạng, những bài kệ tóm tắt về giới luật, những lời khuyên về ba thực hành căn bản của người xuất gia, những tóm tắt về chỉ giáo căn bản của luật tạng, vân vân. Ít nhất ta nên biết bảng liệt kê những học giới cần giữ.

Cánh cửa thứ hai dẫn đến sự phạm giới là sự bất kính. Bởi thế ta phải biết kính trọng giáo thọ sư và những bạn lành có hành vi phù hợp với pháp. Lại nữa, ta nên có thái độ xem giới luật không khác gì bậc Đạo sư, và phát triển sự thượng tôn Giới luật trong dòng tâm thức để đừng thờ ơ với giới luật. Phật đã dạy, sau khi Ngài nhập Niết-bàn thì giới sẽ thay thế cho bậc thầy của chúng ta.

Cánh cửa thứ ba đưa đến sự phạm giới là vọng tưởng nào trội nhất. Sự phạm giới theo liền bất cứ vọng tưởng nào lớn nhất trong ba món tham sân si. Muốn đàn áp kẻ địch trước hết ta phải hàng phục kẻ đầu sỏ; cũng thế ta trị vọng tưởng nào lớn nhất trong dòng tâm thức mình. Ví dụ vọng tưởng lớn nhất nơi bạn là tham ái, thì nên thường xuyên quán sự bất tịnh của thân xác, xem thân này như một cái túi chứa đựng toàn đồ dơ và phát triển pháp quán thân thể dưới khía cạnh phình trương, bị sâu dòi rúc rỉa, bộ xương, vân vân. Đối trị thù hận hãy quán từ bi: muốn hết kiêu mạn hãy nghĩ về những thống khổ trong sinh tử như già chết, những nỗi bất trắc, những sự thăng trầm liên tục lên voi xuống chó, hoặc nghĩ đến một bảng phân loại đầy đủ các yếu tố trong cơ thể... để thấy rằng ngay cả trong thân này còn có quá nhiều cái ta không biết, nói gì đến bao nhiêu điều khác ta mù tịt! Để đối trị si ám, thiền quán duyên sinh. Pháp thiền quán về tánh không là cách thông thường để đối trị chung các vọng tưởng.

Cánh cửa thứ tư đưa đến phạm giới là sự buông lung, quên chánh niệm. Ta cần phải có chánh niệm để điều chỉnh lối hành xử của mình vào mọi thời khắc trong ngày, mỗi lúc đứng, đi, ngồi, nằm, ăn uống. Thỉnh thoảng ta phải kiểm lại xem thân lời ý của mình có bị hoen ố vì tà hạnh, có phạm giới hay không.

Ta phải đóng những cánh cửa đưa đến tà hạnh hoặc phạm giới nhờ các yếu tố chánh niệm, tinh tấn, tàm và quý. Ngoài ra thỉnh thoảng ta lại phải tham dự những khóa lễ tịnh hóa thường xuyên để sám hối. Theo cổ thư luật tạng thì ta phải sám hối những tội nhỏ bằng ba hành vi: ngồi ở vị trí sau cùng trong lễ tịnh hóa, tỏ sự kính trọng đối với mọi thành phần tăng chúng, và tạm thời bị trục xuất khỏi nơi hành lễ. Theo Ensapa và môn đệ thì ta có thể tịnh hóa sự vi phạm những giới phụ và các tiểu giới nếu có đủ sự hối hận và thực hành đầy đủ sự tự chế.

Những bậc thầy của chúng ta như Atìsha và Tsongkapa hiện thân của đức Văn-thù và những đệ tử của các ngài đã từng đề phòng không để cho bất cứ giới nào mình đã thọ bị ô nhiễm vì tà hạnh. Chúng ta không thể giữ giới nghiêm túc đến mức ấy, và cũng không thể thực hành sự tự chế đến mức ấy, nhưng chúng ta có thể giữ bốn giới căn bản của cư sĩ, đồng thời từ bỏ rượu và giữ gìn những giới ấy như giữ tròng mắt của mình.

Khi đã thọ giới Biệt giải thoát trước hòa thượng, thầy truyền giới và Tăng-già, bạn phải sám hối trước tăng nếu vi phạm một giới nào. Nếu sám hối một mình thì ta chỉ có thể sám hối tội lỗi mà không thể tịnh hóa sự phạm giới, nên không lợi lạc bao nhiêu.

Đừng coi thường những tiểu giới: nếu bạn không súc miệng sau bữa ăn, hoặc mang giày lúc không nên mang, hoặc đắp thượng y không đúng cách, thì làm sao có thể giữ những giới khác? Người xuất gia mà thiếu uy nghi thì dù không phạm giới trọng vẫn làm hại cho tín tâm của người đời đối với Phật pháp. Bạn nên làm những lễ sám càng thường xuyên càng tốt, để sám hối các sự vi phạm những tiểu giới.

Khi sửa soạn một bữa ăn trưa hay pha trà..., ta cần có sẵn một số vật liệu, dụng cụ. Cũng vậy, để thành tựu tái sinh như ý muốn thì không phải ta chỉ cần thực hành vài điều như giữ giới, bố thí mà đủ. Ngay cả người xuất gia ngoài sự giữ giới cho thanh tịnh cũng cần thực hành bố thí và các thiện hành khác.

Một số người cho rằng những điều luật trong giới Biệt giải thoát là dành cho những kẻ trình độ thấp kém (hạ căn); những người thượng căn có trí tuệ sắc bén không cần phải bị những giới ấy trói buộc như vậy. Họ chỉ cần theo mật tông, con đường nhanh là đủ, vì con đường ấy xem ba độc tham sân si cũng là đạo giải thoát. Theo họ thì giới luật chả có giá trị gì, và họ hành động một cách liều lĩnh. Nhưng nếu theo mật tông và đã thọ giới Biệt giải thoát, thì bạn phải giữ giới thanh tịnh. Kinh *Subahu thỉnh vấn về mật điển* có nói:

Ta, đấng Chiến thắng, đã dạy giới Biệt giải thoát
Đừng bỏ thanh tịnh giới ấy.
Hỡi các cư sĩ mật tông, hãy bỏ tướng
và nghi lễ (của tăng),
Nhưng hãy thực hành tất cả những gì còn lại...

Mật điển gốc của Văn-thù nói:

Đức Thích-ca Mâu-ni không dạy
Những kẻ giới luật lỏng lẻo
Sẽ thành công về mật điển.
Phá giới không thể đến Niết-bàn,
Làm sao những kẻ phàm phu xấu xa ấy
Thành công được về mật điển?
Làm sao những kẻ thiếu đạo đức
Có thể lên thượng giới?
Họ sẽ không đi đến tái sinh thù thắng;
Họ sẽ không có hạnh phúc tối thượng.
Làm sao có thể thành công về mật điển?

Có một số người tuyệt đối không sống với sự từ bỏ, cũng không có tâm bồ-đề hay chánh kiến; vậy mà họ bỏ suốt đời để thiền quán về sự vận hành có ý thức của tâm (xem Ngày thứ hai mươi hai). Đấy là một nỗ lực vô ích; may phước lắm nó cũng chỉ có thể thành bất động nghiệp.

(*Khi ấy Rinpoche ôn lại những đề tài trên.*)

PHẦN SÁU

PHẠM VI LỚN

Ngày thứ mười sáu

Sau phần đọc truyền thống bản kinh văn cho ngày hôm nay, Kyabje Pabongka Rinpoche bảo làm thế nào ta nên điều chỉnh động lực tu tập của mình. Ngài nhấn mạnh ta nên thêm sự phát tâm bồ-đề ngoài sự phát nguyện từ bỏ, trích dẫn lời Tsongkapa vị vua Pháp của ba cõi: "Khi bạn đã phát triển tâm bồ-đề thuần tịnh cũng như tâm từ bỏ..." Ngài duyệt qua những đề tài đã bàn, và ôn lại phần tài liệu dưới tiêu đề "Xác định bản chất con đường đưa đến giải thoát."

Cái gì làm bạn xoay vần mãi trong bánh xe sinh tử? Đấy là nghiệp, và nghiệp ấy được phát triển nhờ vọng tưởng. Vô minh là vọng tưởng căn bản, nên chính vô minh sản xuất nghiệp. Muốn nhổ gốc vô minh, bạn phải thực hành tăng thượng tuệ học. Bạn phải chuẩn bị cho việc này bằng sự học tăng thượng định và tăng thượng giới; do đó ta nói giới là căn bản của tất cả đức tính.

Khi đang còn phải đối trị vọng tưởng thì ta cứ để cho vọng tưởng phát sinh để nhận diện nó rồi đối trị. Việc này cốt yếu là làm sao đạt đến chỗ bạn có thể nhận diện được vọng tưởng ngay cả lúc tán tâm.

IVB2.3 Luyện tâm trong phạm vi lớn của đạo lộ

Có ba tiêu đề:

(IVB2.3.1) bồ-đề tâm là cửa ngõ duy nhất vào Đại thừa – những lợi ích của bồ-đề tâm;

(IVB2.3.2) Làm thế nào để phát tâm bồ-đề;

(IVB2.3.3) Làm thế nào khởi sự tu hành sau khi phát tâm bồ-đề.

IVB2.3.1 Bồ-đề tâm là cửa ngõ duy nhất vào Đại thừa – những lợi ích của bồ-đề tâm

Trong những chương trên nói về những Phạm vi Nhỏ và Trung bình, bạn đã được kích động để từ bỏ. Khi đặt nỗ lực chính của mình vào ba môn học tăng thượng thì ta chỉ có thành tựu được trạng thái giải thoát cho riêng mình, và chỉ chấm dứt được sinh tử riêng mình. Điều này chưa đủ tốt lành: như thế là ta chỉ được một phần trong sự tự lợi và lợi tha, vì chưa từ bỏ tất cả những gì cần từ bỏ và cũng chưa đạt đến tất cả những đức tính cần đạt. Ta còn phải đi vào Đại thừa ở mức căn bản nhất. Kinh *Tiểu phẩm Bát-nhã* nói:

Hãy luôn từ bỏ nhị thừa
Không thể làm lợi ích cho đời –
Đi vào bằng Cỗ xe đấng Chiến thắng
Một Giáo lý đầy từ mẫn
Mà bản chất chính là lợi tha.

Geshe Potowa nói:

Đừng quay về lối cũ trên đường dài
Hãy đi ngay từ đầu vào Đại thừa đạo.

Điều ấy cũng như phải qua sông hai lần. Nhưng còn hơn thế nữa. Những vị A-la-hán trải nghiệm hỉ lạc bất khả tư nghì khi nhập vào cõi thanh tịnh đến nỗi họ ở mãi trong định an chỉ ấy trải qua nhiều kiếp không muốn rời. Trong khoảng thời gian ấy, có người đã từng đọa địa ngục có thể được lại thân người thuận lợi để tu theo giáo lý Đại thừa và đạt giác ngộ. Như vậy La-hán đã tự đặt mình cách rất xa quả vị Phật. Giả sử có người đã học Đại thừa, phát sinh tâm ưa thích Đại thừa nhưng sau đó vì tà kiến mà phải tái sinh vào địa ngục. Một người như vậy sẽ thành Phật mau lẹ hơn một người lúc đầu có khuynh hướng Đại thừa, nhưng về sau lại tu theo Tiểu thừa, chứng A-la-hán quả. Vậy tốt hơn nên làm hạng người thứ nhất.

Ví dụ, khi tôn giả Ca-diếp, bậc thánh Thanh văn, đang giảng dạy giáo lý Tiểu thừa, có sáu mươi Tỳ-kheo đáng lẽ sẽ đắc quả A-la-hán. Nhưng đức Văn-thù liền đến dạy cho họ pháp Đại thừa. Giáo lý này vượt quá trình độ của họ khiến họ phát sinh tà kiến và rơi vào địa ngục. Tôn giả Ca-diếp hỏi đấng Đạo sư về việc ấy và Phật đã trả lời:

– Đấy là phương tiện khéo của Văn-thù! Thật là một giáo lý tuyệt hảo.

Cũng thế, khi chư Phật khiến cho các vị A-la-hán ở đạo lộ Thanh văn, Duyên giác phải xuất khỏi định an chỉ đầy hỉ lạc của họ, họ không thể nỗ lực phát triển bồ-đề tâm trong dòng tâm thức vì đã quen thưởng thức trạng thái hỉ lạc của định an chỉ. Dù có nỗ lực họ cũng rất khó mà phát sinh tâm đại bi hay vị tha, vân vân, vì từ lâu họ đã thoát khỏi nỗi khổ của riêng mình. Tôn giả Xá-lợi-phất và tôn giả Mục-kiền-liên – hai đại đệ tử của Phật bảo nhau:

– Đấng Đạo sư đã dạy chúng ta đạo lộ Đại thừa và quả báo của Đại thừa. Những điều này thực kỳ diệu, nhưng chúng ta giống như những khúc gỗ đã cháy, chúng ta không thể làm gì thêm nữa.

Nhưng ta nên biết rằng những bậc thánh như tôn giả Xá-lợi-phất đều là hóa thân của chư Phật dưới dạng Thanh văn. Lời nói trên ám chỉ hạng Thanh văn thực thụ, những người tự gây chướng ngại lớn cho sự đắc quả vô thượng bồ-đề.

Bởi thế, khi đã đạt được vài tuệ giác đi sâu vào sự từ bỏ, ta phải nhanh chóng quyết định bước vào đạo lộ Đại thừa. Sở dĩ ta phải luyện tâm một phần đồng hành với Phạm vi Trung bình, là cốt để phát triển sự từ bỏ trong dòng tâm thức, nhưng không thực sự để đi con đường của Phạm vi Trung bình. Việc luyện tâm bồ-đề phù hợp với chương nói về Phạm vi Lớn mới là phần chính của con đường tu tập; các Phạm vi Nhỏ và Trung bình chỉ là một dẫn nhập, một bổ túc cho phận sự tổng quát của một Bồ-tát.

Trong sự khảo cứu đạo lộ thuộc Phạm vi Lớn, việc đầu tiên cần làm là khởi lên niềm hoan hỉ, bởi thế truyền thống khẩu quyết trước hết bàn đến những lợi lạc của bồ-đề tâm. Sau đó trích dẫn tác phẩm *Lời đức Văn-thù* nói về những lợi lạc ấy. Tôi sẽ nói đề cập lợi ích tâm bồ-đề dưới mười đề mục:

(IVB2.3.1.1) Con đường duy nhất để vào Đại thừa là phát tâm bồ-đề;

(IVB2.3.1.2) Bạn được danh hiệu là "con Phật",

(IVB2.3.1.3) Bạn sáng chói hơn Thanh văn và Duyên giác;

(IVB2.3.1.4) Bạn trở thành đối tượng cúng dường tối thượng;

(IVB2.3.1.5) Bạn dễ dàng tích lũy vô lượng công đức;

(IVB2.3.1.6) Bạn mau tịnh hóa tội chướng;

(IVB2.3.1.7) Bạn thành tựu mọi ước muốn;

(IVB2.3.1.8) Bạn không sợ bị hại;

(IVB2.3.1.9) Bạn nhanh chóng hoàn tất mọi giai đoạn của Đạo lộ;

(IVB2.3.1.10) Bạn trở thành nguồn hạnh phúc cho kẻ khác.

IVB2.3.1.1 Con đường duy nhất để vào Đại thừa là phát tâm bồ-đề

Điều quyết định bạn đã vào hàng ngũ Đại thừa hay chưa, là bạn đã phát tâm bồ-đề trong dòng tâm thức mình hay chưa. Tsongkapa nói:

– *Pháp* Đại thừa không mà thôi chưa đủ – chính *con người* phải thuộc vào Đại thừa. Bạn trở thành một con người Đại thừa nhờ có tâm bồ-đề. Nếu chỉ hiểu biết về bồ-đề tâm, thì bạn chưa hẳn là một người Đại thừa thực thụ.

Nếu không có bồ-đề tâm trong dòng tâm thức mà tu tập chẳng hạn các giai đoạn phát sinh và thành tựu trong mật điển Guhyasamàja, vua của các mật điển, thì – ngoài việc nó không phải là nhân tố để đạt giác ngộ – bạn còn không thể khởi tu con đường tích lũy công đức của Đại thừa. Ngoài ra, một sự tu tập như thế lại còn không phải là pháp Đại thừa. Nhưng nếu trong bạn có tâm bồ-đề, thì ngay cả việc tụng thần chú Om Mani Padme Hum cũng là pháp Đại thừa và là nhân tố cho bạn đạt giác ngộ. Long Thọ nói:

Nếu ham thích bồ-đề vô thượng
Cho bản thân và cho đời,
Thì phải có một tâm bồ-đề
Kiên cố như Tu Di, vua các ngọn núi.

Nếu không có tâm bồ-đề ấy, thì khi bạn thiền định về giai đoạn phát sinh trong các mật điển cũng chỉ như nhìn vào ngôi nhà của chư thiên trong đồ hình; và khi bạn thiền về giai đoạn thành tựu thì có câu: "Thở vào, giữ nó lại, đuổi nó ra..." Nói cách khác, những thực tập về các luồng khí lực, vân vân, như thế không tốt gì hơn việc thụt ống bệ!

Tính nhanh chóng độc nhất của các mật điển là ở sự kiện nó làm tăng trưởng tâm bồ-đề rất nhiều. Jangkya Roelpai Dorje nói:

– Tôi đã học với Lama Purchog Ngagwang Jampa. Ngay cả khi cho một pháp quán đảnh chính yếu, ngài cũng chỉ nói về Lamrim trong phần giải thích pháp quán đảnh. Những người thấy vậy có thể cho rằng ngài không biết nói về các mật điển, nhưng kỳ thật lời ngài nói xuất phát từ sự liễu tri của ngài về toàn bộ yếu điểm của con đường mật tông.

Khi nghe một hành giả mật điển Hevajra đắc quả Dự lưu, Atìsha ngạc nhiên nói:

– Điều ấy chứng tỏ ông ta đã không có tâm bồ-đề. Càng có nhiều người thiền quán về Hevajra sẽ xuống địa ngục!

Dù sao hành giả ấy cũng còn khá, vì có rất nhiều người thiếu tâm bồ-đề mà lại thực hành thần chú của chư thần phẫn nộ nên đã tái sinh làm ma quỷ hoặc sa vào địa ngục. Có câu chuyện về vị thần ở địa phương Chushur. Trước kia ông là người đã từng tu nhiều kỳ nhập thất dài, nhưng về sau tái sinh làm một thổ thần. Nếu vị hành giả Hevajra đắc quả Dự lưu nói trên lại có tâm bồ-đề thì ông ta đã đạt giác ngộ ngay trong đời ấy. Nhưng vì thiếu bồ-đề tâm nên ông chỉ được một quả của Tiểu thừa, không có một chút nhân nào để giác ngộ. Bởi thế bồ-đề tâm là cái mà ta có thể gọi là một "pháp sâu xa."

Tôi đã kể cho các bạn nghe những chuyện tương tự, như câu chuyện về Bà-la-môn Chanakya, hoặc chuyện về hành giả Ấn Độ, người thực hành mật điển Yamàntaka sau tái sinh làm một ác quỷ đi đến Tây Tạng chỉ được Atìsha cho ăn bánh lễ rồi đuổi đi. Chúng ta cũng có câu chuyện về hành giả mật điển Yamàntaka ở Paenpo tái sinh làm một ngạ quỉ có hình thù giống vị thần của mật điển ấy, cứ lai vãng một lễ đốt đồ cúng cho các vong linh tại nhà những thí chủ của ông ta trước kia.

Ngày nay, có nhiều người xem trọng những chuyện như thấy được chư thiên, có thiên nhãn hoặc những thần thông khác; nhưng nếu được những thứ ấy mà không có tâm bồ-đề thì bạn rất dễ dàng xuống các đọa xứ. Và đến lúc ấy thì có thiên nhãn hay thần thông cũng không ích gì. Khi có tâm bồ-đề thì dù không nỗ lực tu tập các pháp môn khác, ta vẫn có được gốc rễ của pháp Đại thừa. Dù bạn theo bất cứ pháp môn nào thuộc kinh điển hay mật điển, thuộc Đại thừa hay không thuộc Đại thừa, điều quan trọng nhất vẫn tùy thuộc vào sự kiện bạn có tâm bồ-đề hay không. Nếu có tâm bồ-đề thì dù khi bạn cho súc sinh một miếng ăn, việc ấy cũng góp phần vào sự đạt toàn giác. Điều này cũng áp dụng cho mọi hoạt động bình thường chỉ có tính chất vô thưởng vô phạt. Những đại Bồ-tát còn có thể chuyển phi phước hành thành ra phước hành, khi làm mọi sự kèm với tâm bồ-đề.

Nếu không có tâm bồ-đề mà gặp hoàn cảnh dễ khiến bạn phát triển trí tuệ Bát-nhã liễu tri tánh không, thì hoàn cảnh ấy trở thành nhân tố cho một trong ba loại giác ngộ của Thanh văn, Duyên giác hoặc Bồ-tát; bởi thế Tuệ Bát-nhã ví như bà mẹ. Nhưng khi có tâm bồ-đề, thì hoàn cảnh ấy chỉ làm cái nhân cho bạn đạt vô thượng bồ-đề. Bởi thế bồ-đề tâm như một người cha. Đấy là lý do gọi trí tuệ Bát-nhã là "mẹ."

Tóm lại, trừ phi bạn tuyệt đối không khát khao giác ngộ thì thôi, ngoài ra tất cả mọi người tu hành đều nên lấy bồ-đề tâm làm pháp tu căn bản. Tất cả cái gì có giá trị – những đức tính trong bất cứ thừa nào trong ba thừa – cuối cùng đều phát xuất từ bồ-đề tâm. Nếu ai hỏi pháp tu căn bản của ta là gì, ta có thể đáp tôi tụng thần chú Hayagrìva, Yamàntaka hoặc Kim cương thủ, nhưng kỳ thật phần đông chúng ta thường đã lấy ba độc làm pháp tu căn bản! Atìsha là một học giả về tất cả các pháp ấy, nhưng ngài vẫn chưa thỏa mãn. Ngài vượt biển chịu gian nan trong mười ba tháng ròng để thụ giáo toàn triệt về bồ-đề tâm với bậc thầy Suvarnadvìpi, và lấy bồ-đề tâm làm pháp tu căn bản của mình. Ngài kính trọng bậc thầy đã chỉ giáo cho ngài về bồ-đề tâm hơn bất cứ thầy nào khác. Nhưng Suvarnadvìpi là một người thuộc phái Duy thức (Chittamatrin) nên tri kiến của ông về Tánh không không bằng Atìsha.

Vì lý do đó ta phải xem coi ta có thể phát triển tâm bồ-đề trong dòng tâm thức ta không. Không có một đời tái sinh nào tốt để phát tâm bồ-đề hơn là trong đời hiện tại này. Không có chỉ giáo nào tốt hơn để cho ta đào luyện tâm bồ-đề hơn là pháp Lamrim. Khi xét những điều ấy, ta sẽ thấy thật vô cùng đáng tiếc nếu không làm gì để phát triển tâm bồ-đề trong dòng tâm thức mình. Xung quanh ta, có những người dành cả đời tu tập những chuyện khó như nằm gai nếm mật. Họ có thể tự hào là những hành giả phi thường nhưng kỳ thực, họ đã đi lạc ra khỏi con đường đưa đến toàn giác vì đã không xem trọng bồ-đề tâm. Chuyện này thật quá thông thường.

Chúng ta phải xét xem mình có thể thực thụ phát triển tâm bồ-đề trong dòng tâm thức hay không.

Nếu không được thế, thì ít nhất nên xét xem ta có được chút kinh nghiệm nào về tâm bồ-đề dù gượng ép hay không. Hoặc nên xét xem mình có chút tri kiến thấp thỏi nào về tâm bồ-đề không. Nếu không theo đuổi việc quán sát này như một đề tài thiền quán đặc biệt, thì dù ta có nỗ lực bao nhiêu để tu tập thiền định hay tụng đọc thần chú, đấy cũng chỉ là nỗ lực vô bổ. Thật đáng tiếc!

IVB2.3.1.2 Bạn được danh hiệu là "con Phật"

Shantideva nói trong *Hành Bồ-tát hạnh*:

Chúng sinh đang ở ngục tù sinh tử
Mà biết phát tâm bồ-đề,
Tức thì họ được ngay danh hiệu
Là "Con của chư Phật."

Và:

Từ đây tôi được sinh vào dòng họ Phật
Tôi đã thành người con Phật.

Như vậy bạn có thành con Phật hay không chỉ tùy thuộc vào một điều duy nhất này. Nếu chưa phát tâm bồ-đề thì bạn không phải là Bồ-tát hay con Phật, dù cho bạn có thần thông, đắc ngũ minh, đạt được tri kiến trực tiếp về tánh không, hoặc đã hoàn toàn dứt vọng tưởng. Bạn sẽ không được vào hàng ngũ Đại thừa. Nhưng khi đã phát tâm bồ-đề trong dòng tâm thức là bạn đã vào hàng ngũ Đại thừa, cho dù bạn đang làm súc sinh hoặc làm một kẻ ngu như lừa.

Khi một chúng sinh phát tâm bồ-đề, thì quả đất rung động và những chỗ ngồi của chư Phật cũng rung động. Vì đại địa được sinh ra do cọng nghiệp của hữu tình, nên khi một hữu tình phát bồ-đề tâm thì quả đất không chịu nổi, nó phải run lên vì người có bồ-đề tâm ấy sẽ dẫn đạo nhiều hữu tình khác, gây một chấn động trong cõi sinh tử.

Khi một người phát tâm bồ-đề, thì chư Bồ-tát xem người ấy như bà con quyến thuộc của mình; chư Phật ở mười phương đều hoan hỉ như vua chuyển luân vui mừng có con kế nghiệp, vì người ấy trở thành con Phật. Khi một người thối thất tâm bồ-đề là họ tự khai trừ mình ra khỏi Đại thừa. Trong quá khứ chúng ta đã có được nhiều loại thần thông nhưng rốt cuộc chúng chẳng làm ích lợi gì cho ta; vậy tốt hơn ta nên học Lamrim. Có thần thông, bùa phép thì không phải là chuyện phi thường hay lợi lạc gì. Ai cũng có được những năng lực ấy trong cõi trung ấm, sau khi giã từ thân xác để tìm kiếm tái sinh.

IVB2.3.1.3 Bạn sáng chói hơn Thanh văn và Duyên giác

Một quyển kinh nói:

"Như châu ngọc trong biển cả sáng hơn tất cả đá sỏi ở lục địa phương Nam, những người phát tâm bồ-đề trong dòng tâm thức cũng sáng chói hơn tất cả Thanh văn và Duyên giác."

Quyển sách nói về cuộc đời đức Di-lặc có nói: Cũng như vị hoàng tử dù còn bé cũng quan trọng hơn cả đám đình thần lớn tuổi, hoặc như chim con Kim sí điểu (Garuda) cũng có giá trị hơn cả bầy chim khác, một Bồ-tát đã phát tâm bồ-đề trong dòng tâm thức còn sáng chói hơn toàn thể Thanh văn và Duyên giác. Đấy là nhờ năng lực của lòng vị tha. Hơn nữa dù một viên kim cương có vết cũng vẫn được gọi là kim cương, vẫn sáng chói hơn những thứ ngọc khác và vẫn là một tài sản. Cũng tương tự, những người đã phát tâm bồ-đề có thể chưa tu tập những việc làm của người con Phật, nhưng họ vẫn được gọi là con của đấng Chiến thắng do tâm bồ-đề đã phát sinh trong dòng tâm thức. Trong tất cả sự tích lũy đức hạnh, sự tích lũy của họ tốt nhất, sáng chói hơn kho công đức và trí tuệ của Thanh văn, Duyên giác. Và sự nghèo khó trong sinh tử cũng được xua tan bởi tâm bồ-đề.

Chỉ có tâm bồ-đề đáng được xem là tinh túy của tám muôn bốn ngàn pháp tu. Atìsha nói:

– Hãy từ bỏ đời này và chỉ nên tập luyện cho mình quen thuộc với tâm từ, tâm bi và tâm bồ-đề.

IVB2.3.1.4 Bạn trở thành đối tượng cúng dường tối thượng

Khi bạn phát triển bồ-đề tâm trong dòng tâm thức, "thì nhân loại và chư thiên đều chấp tay cung kính." Nói cách khác, bạn trở thành mục tiêu tối thượng cho sự cúng dường của chư thiên và loài người. Nhưng không phải chỉ luyện tâm bồ-đề trong một thời gian ngắn đã được gọi là có tâm bồ-đề. Ngay cả Atìsha vĩ đại cũng đã luyện tâm ấy trong 12 năm. Những người tu thiền quán về chư thiên và tụng chú mà còn phải kiên trì với pháp ấy trong nhiều năm, nên chúng ta lại càng phải nỗ lực nhiều hơn trong việc phát tâm bồ-đề. Những người thuộc cổ phái Kadampas bảo, ai cũng có hình ảnh chư thiên để quán tưởng và thần chú để tụng, nhưng điều đáng buồn là không ai có một pháp để tu.

Điều cốt yếu là gieo vào tâm thức càng nhiều bản năng về bồ-đề tâm càng tốt. Ngày xưa có 500 con ngỗng chỉ nhờ nghe âm thanh của Phật mà được tái sinh làm chư thiên. Vua A-xà-thế có một bản năng mạnh mẽ về tánh Không. Một buổi trưa ông cố dâng cúng đức Văn-thù tấm y trị giá ngàn vàng nhưng không cúng được vì ngài biến mất. Lúc ấy vua đang khoác tấm y và nó cũng tan biến, khiến vua thực chứng được tánh Không. Đấy là nhờ trong đời quá khứ, bản năng về tánh Không đã được gieo vào tâm ông.

Khi một người phát tâm bồ-đề thì Phạm vương Đế thích và chư thiên đều đến cúng dường; tâm bồ-đề mang lại cho họ vẻ sáng chói của chư thiên và giúp họ thỏa mãn những ước nguyện. Ngay cả chư Phật cũng tôn trọng Bồ-tát, vì các ngài cũng đã từng là Bồ-tát và đã từng đào luyện tâm bồ-đề. Trong kinh cũng nói:

"Ai tôn kính Ta thì hãy kính lễ các vị Bồ-tát thay vì kính lễ các đức Như lai, cũng như trăng mới mọc quý hơn trăng tròn vậy. Khi vị Bồ-tát bước lên một chiếc xe, chư Phật sẽ giúp họ hưởng khoái lạc thuộc năm giác quan và làm cho họ vui thích. Nếu xe không người đẩy thì chính chư Phật sẽ quấn một sợi dây quanh cổ mà kéo xe."

Ngay những bậc thánh như tôn giả Xá-lợi-phất dù có thể nhập định suốt trong nhiều kiếp mà chư Phật cũng không kính trọng nhiều đến thế.

Người ta còn kể câu chuyện như sau. Có lần đức Phật không cúng cho Bồ-tát Văn-thù miếng ăn đầu tiên của đồ khất thực trong bình bát của Ngài, nên cái bát bị đất nuốt mất tiêu.

IVB2.3.1.5 Bạn dễ dàng tích lũy vô lượng công đức

Nyugrumpa nói:

– Khi một người vừa phát tâm bồ-đề thì họ đã bắt đầu tích lũy công đức và tịnh trừ được một ít nghiệp chướng.

Tsongkapa nói:

"Như viên ngọc ước của bậc trí,
Bồ-đề tâm mang lại cho bạn
Một kho lớn đức hạnh.

Shantideva giải thích:

"Bồ-đề tâm như viên ngọc ước
Vì chuyển hóa được cái thân bất tịnh
Thành Phật thân vô giá –
Bởi thế hãy luôn duy trì bồ-đề tâm...
Những đức hạnh khác chỉ như cây chuối
Chỉ trổ quả một lần rồi chết,
Bồ-đề tâm giống như đại thụ
Vẫn tăng trưởng và kết trái không ngừng.

Nói cách khác, không có gì tốt hơn bồ-đề tâm để hoàn tất sự tích lũy công đức. Nếu bố thí cho trăm ngàn chúng sinh trong trăm ngàn kiếp, đem ngọc ngà châu báu đầy hàng tỉ thế giới để bố thí mà không có tâm bồ-đề, thì quả báo của phước nghiệp này cuối cùng cũng đi đến chấm dứt, vì đấy không phải là việc của Bồ-tát nên không là nhân tố để thành Phật. Nhưng nếu có kèm theo tâm bồ-đề trong lúc cho con chó một miếng ăn, thì quả báo của hành vi ấy sẽ không cùng tận, vì là một cái nhân để thành Phật. Nếu có tâm bồ-đề, thì dù chỉ dâng cúng Phật một nén hương, công đức cũng ngang bằng cúng cho tất cả hữu tình mỗi người một cây. Nếu có tâm bồ-đề thì dù chỉ đọc một câu Om Mani Padme Hum, cũng lợi lạc như đọc vô số lần.

Vào thời Phật, có lần một người ăn xin cúng Phật một cây đèn dầu nhỏ kèm với tâm bồ-đề. Đức

A-nan đã không dập tắt được cây đèn ấy; và Phật dạy ngay cả ngọn cuồng phong thời kiếp tận cũng không thể thổi tắt được vì công đức do sự cúng dường kèm với tâm bồ-đề đã tăng trưởng liên tục.

Hành Bồ-tát hạnh nói:

Người đã phát bồ-đề tâm thuần tịnh
Thì dù trong lúc ngủ hay sơ ý,
Vẫn được năng lực của công đức.
Phước đức họ luôn tăng trưởng
Và trở thành to lớn như hư không.

Nói cách khác, khi đã phát tâm bồ-đề hoặc trong tâm nguyện (bồ-đề nguyện), hoặc dưới hình thức dấn thân (bồ-đề hạnh), ta sẽ nhận được một dòng thiện đức liên tục ngay cả lúc ta ngủ hoặc khi ta không để ý. Muốn giúp cho một hữu tình hết nhức đầu mà còn có công đức, huống gì là ước nguyện giải thoát tất cả hữu tình ra khỏi vô lượng khổ đau tật bệnh? Quyển *Hành Bồ-tát hạnh* cũng nói tương tự:

Nếu tư tưởng giải thoát chúng sinh
Thoát khỏi cơn đau đầu
Là một tư tưởng lành
Khiến người ta có vô lượng công đức,
Thế thì cần gì nói đến
Ước nguyện giải cứu tất cả hữu tình

Thoát khỏi vô lượng đau khổ,
Bằng cách dạy họ tu tập điều lành?
...Hành vi bố thí thức ăn
Chỉ đỡ đói trong nửa ngày
Cũng được ca tụng là đức hạnh,
Huống gì trải vô lượng kiếp,
Mong thỏa mãn ước vọng
Của vô lượng hữu tình
Với phúc lạc vô tỷ của chư Thiện Thệ?

Nói tóm lại, khi được điều động bởi tâm bồ-đề, thì bất cứ công đức nào ta làm cũng sẽ mang lại vô số lợi lạc.

IVB2.3.1.6 Bạn mau tịnh hóa tội chướng

Không gì tốt hơn tâm bồ-đề để tịnh hóa tội lỗi. *Hành Bồ-tát hạnh* nói:

Tội lỗi có năng lực lớn lao
hơn bất cứ đức hạnh nào
Ngoại trừ bồ-đề tâm tối thượng.

Nghĩa là khi đã phạm một tội lỗi to lớn không thể nào sám hối để trừ diệt, thì năng lực tội lỗi ấy sẽ tiêu tan nếu bạn phát tâm bồ-đề. Điều này được chứng minh bằng câu chuyện của bậc thánh Vô Trước. Trong một sát na khởi tâm đại bi ngài đã tịnh hóa nhiều tội lỗi và nghiệp chướng hơn cả mười hai năm tu tập các thiện hành. Hơn nữa:

Bạn có thể có vài tội khó dung tha,
Nhưng khi nương tựa tâm bồ-đề,
Bạn sẽ giải thoát ngay khỏi tội lỗi,
Cũng như ta thoát hiểm
Nhờ nương tựa một vị anh hùng.
Vậy những người biết lo xa
Ai lại không nương tựa tâm bồ-đề?

Nói cách khác, như khi cùng đi ngang qua đường hiểm với một người rất dũng cảm, thì ta không sợ bị phục kích; cũng thế ta không sợ hậu quả của tội lỗi và chướng ngại nếu có bồ-đề tâm.

Tội lỗi lớn chắc chắn tiêu tan
Như bị thiêu trong hỏa tai ở kiếp tận.

Nghĩa là, dù ta có một đống tội lỗi cao ngất, thì tâm bồ-đề cũng tịnh hóa đống tội ấy như thể đốt cháy chúng trong ngọn lửa ở cuối một thời kiếp.

Vì những lý do ấy, muốn phá hủy tội lỗi của bạn, thì một thời thiền quán về tâm bồ-đề còn tốt hơn cả trăm năm sám hối tội lỗi bằng các phương tiện khác mà không kèm theo tâm bồ-đề.

IVB2.3.1.7 Bạn thành tựu mọi ước muốn

Khi phát tâm bồ-đề, bạn thành tựu được một cách không khó nhọc tất cả mọi ước muốn tạm thời và tối hậu. Điều tốt nhất nên mong muốn sẽ là mong cho tất cả hữu tình từ bỏ những khổ đau mà họ không muốn và thành tựu được hạnh phúc mà họ mong muốn. *Hành Bồ-tát hạnh* nói:

"Với bồ-đề tâm, vô biên hữu tình sẽ dễ dàng đạt đến hạnh phúc tối thượng."

Nếu đã phát triển tâm bồ-đề trong dòng tâm thức thì bạn dễ dàng thành công trong tất cả những việc mà người thường sẽ thất bại, như học thần chú để làm mưa hay chấm dứt mưa đá, vân vân. Người thường không làm được là do thiếu bồ-đề tâm. Như vậy nếu muốn trừ bệnh cho mình và cho người khác, muốn có năng lực lớn, bạn phải phát tâm bồ-đề. Không nên nghĩ rằng chỉ giáo về thần chú là không linh nghiệm vì không có tác dụng gì cho bạn: chỉ vì thiếu bồ-đề tâm.

Bạn không cần nhờ đến thần chú hay những đồ phụ tùng trong mật tông, mà chỉ cần thốt lên một lời thệ nguyện. Bồ-tát Sadà Prarudita làm cho thân thể mình lành lặn trở lại bằng một lời thề như vậy. Có lần ở Lhasa con sông Kichu sắp tràn bờ, Moenlam Paelwa đã viết dòng chữ này trên tảng đá: "Nếu tôi thực sự là một Bồ-tát thì nước hãy rút xuống!" và khi mang đến bên bờ sông, nước liền rút.

Như vậy với bồ-đề tâm, không những ta có thể thành tựu điều thù thắng nhất – sự toàn giác của một vị Phật – mà còn thành công trong những bùa chú lặt vặt.

IVB2.3.1.8 Bạn không sợ bị hại

Khi ngủ, một vị vua chuyển luân được Kim cương thủ, Phạm Vương, Đế Thích, Tứ thiên vương canh gác. Một vị Bồ-tát thì được bảo vệ gấp hai lần vua chuyển luân, và lại còn được bảo vệ suốt đêm ngày không bao giờ bị hại, không bao giờ bị ác ma quấy nhiễu. Nếu không có tâm bồ-đề mà ta dùng trống kèn hô triệu thần linh đến che chở cho mình lúc gặp nguy khốn thì không chắc họ có đến thực không. Nhưng nếu ta đã phát tâm bồ-đề, thì dù không mời, Tứ thiên vương vẫn luôn canh gác cho ta như những tôi tớ trung thành. Kinh *Trải rơm* nói:

"Khi thoa vào thân thể một thứ thuốc chống bệnh tật thì bạn không còn sợ bệnh tác hại; như khi thoa thuốc kỵ nọc rắn thì rắn sẽ tránh bạn, và có thứ dược vương làm mất năng lực của những kẻ thù nghịch đến nỗi họ không thể làm gì được ta. Cũng thế, khi có tâm bồ-đề thì ta không thể bị truyền nhiễm vì các bệnh vọng tưởng."

Khi Geshe Kamlungpa sống ở Yungwai Pur thuộc miền Paenpo, trải qua thời gian để thiền quán về bồ-đề tâm, phi nhân ở vùng ấy muốn tấn công ngài nhưng một con ma nói:

– Ông ấy thương ta còn hơn chính bản thân. Ông ấy khóc mãi. Làm sao ngươi có thể nghĩ đến chuyện làm hại ông ấy?

Bậc Đạo sư đầy từ mẫn của chúng ta đánh bại đạo quân ma nhờ năng lực từ bi của Ngài. Năm Dạ-xoa không thể giết những người chăn bò trong cung vua Maitrobala cũng nhờ tâm đại bi của vua. Khi Bu-toen Rinpoche bị ốm, ông đã mời Ngulchu Togme Sangpo đến thiền quán về tâm bồ-đề làm cho mình đỡ đau. Những chuyện như thế làm sáng tỏ vô số lợi lạc của bồ-đề tâm. Tóm lại là những người đã thiền quán về tâm bồ-đề thì không bị phi nhân quấy nhiễu.

IVB2.3.1.9 Bạn nhanh chóng hoàn tất mọi giai đoạn của đạo lộ

Khi theo đuổi thiền định về chánh kiến mà không có tâm bồ-đề, thì ta chỉ có thể thành tựu căn bản trí, không tích lũy được công đức. Nhưng chính nhờ năng lực tâm bồ-đề tương đối mà ta hoàn tất được cả hai thứ tích lũy và trừ được hai thứ chướng ngại[1], cùng với những bản năng (tùy miên) của chúng. Nếu có tâm bồ-đề, bạn có thể giác ngộ trong một đời nhờ mật tông; nhưng không có tâm bồ-đề mà sử dụng mật điển bạn cũng không thể đạt được dù chỉ trình độ

1. Là trí chướng và hoặc chướng hay sở tri chướng và phiền não chướng - *DG*

thấp nhất của đạo lộ Đại thừa. Nói tóm lại, khi bạn có bồ-đề tâm, gốc rễ của sự tu tập tất cả thiện pháp, thì mọi đức hạnh bạn làm, ngay cả việc cho con quạ một miếng ăn, cũng làm nhân cho sự thành Phật; bởi thế mà tôi nói rằng bạn sẽ nhanh chóng hoàn tất con đường tu tập.

IVB2.3.1.10 Bạn trở thành nguồn hạnh phúc cho kẻ khác

Tác phẩm *Hành Trung đạo* nói:

Chư Phật nhiều năng lực
Đã sản sinh ra Thanh văn, Độc giác,
Nhưng chính chư Phật
Lại từ Bồ-tát mà sinh ra...

Nói cách khác, tất cả hạnh phúc trên thế gian, tất cả Thanh văn, Độc giác, Chuyển luân Thánh vương thành tựu được những địa vị ấy đều do năng lực chư Phật. Nhưng chính chư Phật thì phát xuất từ Bồ-tát, và Bồ-tát phát xuất từ bồ-đề tâm. Không những bồ-đề tâm là gốc rễ duy nhất của tất cả hạnh phúc hữu tình, mà còn là tinh chất của tám muôn bốn ngàn thiện pháp. Đấy là pháp tu chính yếu mà những người con Phật nên tập trung vào. Sự thù thắng của các mật điển phát sinh từ năng lực của tâm bồ-đề.

Khi Geshe Dromtoenpa hỏi thăm một người về tin tức ba anh em Kadampa; người ấy cho ngài biết về từng người một và những pháp sự rộn ràng của họ. Drom nói:

– Thật tuyệt, cả ba vị đều tuyệt vời!

Rồi người kia nói thêm:

– Còn thầy Geshe Kamlungpa thì tối ngày chỉ ngồi trên bờ vực thẳm với đối mắt hơi nhắm, có đôi khi khóc. Ông ta chỉ làm có chừng ấy việc.

Drom chấp hai tay bảo:

– Ngài ấy chính thực đang tu tập diệu pháp!

Hành Bồ-tát hạnh nói:

"Đó là chất đề hồ (bơ) rút được nhờ nhào nặn sữa Diệu pháp."

Nghĩa là, bồ-đề tâm là tinh chất của toàn thể diệu pháp. Bởi thế tôi xin mọi người hãy dùng bất cứ phương pháp nào có thể, để phát sinh được tâm bồ-đề.

Một giáo lý có phải là Đại thừa hay không là do trong đó có bồ-đề tâm hay không. Hãy gạt sang một bên tất cả những pháp khác mà mọi người cho là sâu xa vi diệu, và chỉ thực hành tâm bồ-đề một cách nghiêm chỉnh. Nhưng có nhiều hành giả thuộc mọi phái Sakya, Gelug, Kagyu, và Nyingma không hiểu được điểm này, mà vẫn mong muốn Phật quả. Họ thiền quán về hai giai đoạn của mật điển, bất cần bồ-đề tâm, mà vẫn muốn tiến nhanh trên đạo lộ. Họ hành động như một người "có cục bướu dư trên cần cổ quý báu" như tục ngữ nói. Chư Phật trong ba đời không vị nào thành Phật mà không phát tâm bồ-đề. Một vị Phật thành Phật mà không cần tâm bồ-đề là chuyện chưa ai từng nghe tới. Bởi thế, ai không có tâm bồ-đề thì sẽ không đạt thành Phật quả; và nếu thiếu bồ-đề tâm là họ không mong cầu Phật quả. Bởi thế bạn phải xét điều này một cách nghiêm túc.

Giáo thọ Rego nói với Drubkang Geleg Gyatso:

– Mỗi khi ông đến, chúng ta sẽ nói chuyện về tâm bồ-đề, chắc chắn tôi sẽ được một ngày vui. Những câu chuyện như thế đối với người bây giờ thực hoàn toàn xa lạ.

Trong chúng ta rất ít người thực hành bồ-đề tâm. Có người cho rằng phát tâm bồ-đề là việc quá khó khăn, bởi thế họ gạt qua một bên chuyện phát tâm bồ-đề. Lại có người nói "Bồ-đề tâm là một đề tài phổ thông trong giáo lý Đại thừa; chúng tôi chỉ thiền quán về những đề tài sâu xa hơn như hai giai đoạn của mật điển Du-già tối thượng" và cũng dẹp tâm bồ-đề qua một bên. Việc ấy chẳng khác gì người ta không đi ra biển cả tìm châu ngọc như ý mà lại tìm nó giữa đống bùn trong dấu chân trâu. Đức Tsongkapa nói:

"Vì hiểu như vậy nên những người con anh dũng của chư Phật đã lấy tâm bồ-đề vô thượng làm pháp tu chính yếu của họ".

Như vậy chỉ có bồ-đề tâm được ca tụng như là pháp thực hành căn bản. Ngày nay một số người thường bảo pháp tu căn bản của họ là quán một vị thần nào đó. Những người khác lại bảo họ chuyên môn học sách thiên văn của Trung quốc. Những người khác thì tụng chú, vân vân, để giải quyết những vấn đề riêng tư. Nhưng bạn sẽ không bao giờ thành tựu Phật quả nếu không có bồ-đề tâm.

Atìsha nghĩ rằng Suvarnadvìpi là bậc thầy tốt nhất trong những bậc thầy của ngài. Và khi ốm ngài đã bảo đệ tử Dromtoenpa:

"Tâm ông rất hiền thiện; ông hãy gia trì cho tôi."

Atìsha muốn nói đến tâm bồ-đề.

(*Kyabje Pabongka kể câu chuyện về bậc thầy Pháp Hộ, lúc trước theo phái Tỳ-bà-sa, về sau theo Trung quán nhờ tâm bồ-đề nơi ngài.*)

Những thiện sự của Atìsha lan xa rộng ở Ấn cũng như ở Tây Tạng đều nhờ năng lực tận tụy của ngài đối với những bậc thầy và nhờ tâm bồ-đề nơi ngài. Như những người phái Kadampas ngày xưa nói:

"Bạn có thể đạt đến mức tịnh chỉ sâu xa đến độ trống đánh bên tai cũng không nghe, nhưng điều ấy cũng vô ích nếu bạn không có tâm bồ-đề."

Bậc thầy Rahulagupta cũng nói:

"Dù có thấy được linh ảnh chư thần bảo hộ, dù đạt được các thần thông và thiên nhãn, hoặc có được định lực vững như núi cũng không ăn thua gì. Hãy thiền quán về tâm từ và tâm bi!"

Trong kinh điển, bồ-đề tâm được xem như xe báu của vua Chuyển luân, như hai bàn tay hay sinh lực của một con người.

Quyển *Dòng tương tục vi diệu của Đại thừa* nói:

"Sự quý mến Tối thượng thừa là hột giống của trí tuệ, là bà mẹ sinh ra chư Phật."

Ví dụ, một người cha có tác dụng như nguyên nhân quyết định dòng họ, còn bà mẹ là một nguyên nhân không quyết định. Bồ-đề tâm cũng thế, là nguyên nhân quyết định để thành Phật; còn trí tuệ thực chứng tánh không là một nguyên nhân bất định cho bất cứ loại giác ngộ nào trong ba loại (Thanh văn, Duyên giác, Bồ-tát). Bởi thế trí tuệ chứng tánh không là nhân cho sự Giác ngộ trong bất cứ cỗ xe nào tình cờ bạn gặp, như Đại thừa hay Tiểu thừa. Như vậy, người nào chỉ có một ít hiểu biết về bồ-đề tâm cũng sẽ được giác ngộ sớm hơn một người thiếu tâm bồ-đề mà thiền quán về các pháp như Đại thủ ấn, dzogchen (*thiền đốn ngộ*), hay quán về các bộ loại chư thần. Tâm bồ-đề là cốt tủy, và đây là thông điệp của đức Atìsha vĩ đại, một người thấu triệt tất cả nền diệu pháp và đã tu tập bồ-đề tâm. Ngài nói:

"Hãy thiền quán về tâm từ, tâm bi, và tâm bồ-đề".

Vì lý do ấy, không nên chỉ dựa vào việc thiền quán chư thần hay tụng chú, mà phải nỗ lực quán bồ-đề tâm. Phát triển tinh túy này của Phật pháp trong dòng tâm thức đã là chuyện đáng nỗ lực để làm và bạn chắc chắn tâm bồ-đề sẽ phát sinh trong bạn nếu thiền quán về tâm ấy, vì các pháp hữu vi không cố định; nguyên nhân đúng sẽ phát sinh hiệu quả mong muốn.

Trước khi Atìsha đến Tây Tạng, thì ở đấy đã hiện hữu một nghi lễ để truyền giới bồ-đề tâm. Khởi đầu buổi lễ, mọi người sẽ tụng:

"Tôi sẽ đạt thành Phật quả vì lợi ích của tất cả hữu tình đã từng là mẹ tôi."

Họ đã thay bồ-đề tâm bằng công đức suông. Muốn phát tâm bồ-đề trong dòng tâm thức, bạn phải luyện tâm chứ không chỉ thọ giới là đủ. Nếu không luyện tâm thì ngay cả việc làm quen với tâm bồ-đề cũng khó, chứ đừng nói đến sự phát sinh trong bạn tâm bồ-đề một cách tự nhiên như khi bạn được truyền giới Biệt giải thoát. Có lần Atìsha đã nói với những người Tây Tạng một cách mỉa mai rằng:

– Những người được các ông xem như Bồ-tát thật chưa từng biết đến từ bi là gì!

Những người Tây Tạng hỏi lại:

– Thế thì chúng tôi phải làm sao?

Ngài trả lời:

– Phải tu tập theo từng giai đoạn.

Phát bồ-đề tâm mà không trải qua lòng thương xót rộng lớn (tâm đại bi) là điều hoàn toàn bất khả, nên bạn cần phải luyện tập tâm qua từng giai đoạn.

IVB2.3.2 Cách phát tâm Bồ-đề

Có hai tiêu đề:

(IVB2.3.2.1) Những giai đoạn luyện tâm bồ-đề;

(IVB2.3.2.2) Phát tâm bồ-đề qua nghi thức thọ giới.

IVB2.3.2.1 Những giai đoạn luyện tâm bồ-đề

Có các tiêu đề phụ:

(IVB2.3.2.1a) Luyện tâm theo chỉ giáo bảy lớp nhân quả;

(IVB2.3.2.1b) Luyện tâm bằng cách đổi địa vị mình với người;

(IVB2.3.2.1c) Chuyển nghịch cảnh thành con đường giác ngộ;

(IVB2.3.2.1d) Một phương pháp để áp dụng suốt đời;

(IVB2.3.2.1e) Tiêu chuẩn để biết đã luyện tâm;

(IVB2.3.2.1f) Mười tám điều kiện của pháp luyện tâm;

(IVB2.3.2.1g) Hai mươi hai lời khuyên.

"Chỉ giáo bảy lớp nhân quả" khởi đầu bằng cách nhìn tất cả hữu tình đều đáng mến. Đây là phương pháp mà chư tổ Atìsha, Chandrakirti, Chandragomin, Shantarakshita, và những vị khác đã theo. Hệ phái Shantideva thì luyện tâm theo cách đổi địa vị mình với người. Ta có thể phát tâm bồ-đề nhờ luyện tập theo một trong hai chỉ giáo này, vì đấy là những hệ phái bắt nguồn từ đấng Đạo sư, được truyền xuống qua đức Di-lặc và đức Văn-thù.

Tác phẩm *Đèn soi nẻo Giác* của Atìsha và những tác phẩm khác của ngài đưa ra những chỉ giáo của Suvarnadvipi, bậc thầy đã gìn giữ cả hai dòng chỉ giáo nói trên. Chỉ giáo bảy lớp nhân quả rất thịnh hành trong các phái Nyingma và Kadampa, nhưng chỉ giáo về sự đổi địa vị mình với người thì chỉ được truyền trong vòng bí mật. Bằng cách ấy, hai chỉ giáo này được truyền thừa đến thời Tsongkapa. Giáo lý Ngài dạy cách luyện tâm trong cả hai loại chỉ giáo; thực hành phối hợp cả hai. Mặc dù khi thiền quán thì ta phải phối hợp hai cách, nhưng khi luyện để có được tâm bồ-đề thì hai phương pháp này được thảo luận riêng rẽ.

a) Luyện tâm theo chỉ giáo bảy lớp nhân quả

IVB2.3.2.1a(i) Xả vô lượng;

IVB2.3.2.1a(ii) Bảy lớp nhân quả là: (1) Tất cả hữu tình đều đã là mẹ ta; (2) Nhớ lại sự tử tế của họ; (3) Đền đáp sự tử tế họ; (4) Thiền định về tâm từ, năng lực lôi cuốn ta đến với họ; (5) Tâm đại bi; (6) Tâm vị tha; (7) Phát tâm bồ-đề.

Sáu điều [từ (1) đến (6)] là nhân; đưa đến quả là bồ-đề tâm. Các pháp tác động như nhân và quả theo cách ấy. Trước khi làm phát sinh được ước muốn thành Phật để lợi lạc tất cả hữu tình (*phát tâm bồ-đề*), ta phải có *tâm vị tha* để đảm nhận trách nhiệm đem lại an vui cho mọi người. Nhưng ta không thể phát triển tâm vị tha nếu không có tâm thương xót (*tâm bi*) đến mức không thể chịu nổi nhìn hữu tình bị đau khổ. Muốn phát sinh tâm đại bi thì trước hết phải có *tâm từ* là một năng lực lôi cuốn bạn đến với hữu tình. Muốn có tâm từ – năng lực lôi cuốn – thì bạn phải xem tất cả hữu tình như những người thân, đối với họ bạn có sự thu hút mà bạn không có đối với kẻ thù. Vì hình ảnh thân thiết nhất là bà mẹ, nên bạn sẽ thương yêu tất cả hữu tình nếu có thể chứng minh họ quả thực *như những người mẹ*, nhớ lại sự *tử tế* của họ, và *mong muốn đền đáp*.

Đó là lý do chỉ giáo này được gọi là chỉ giáo bảy lớp nhân quả, vì mỗi bước là điều kiện tiên quyết cho bước kế tiếp. Không nên thiển cận nghĩ rằng tiến trình này quá dài: bạn chắc chắn chỉ có thể phát tâm bồ-đề nếu luyện tập theo những bước ấy. Những chỉ giáo của phái Kadampas thường rất sâu sắc, nhất là đối với giáo lý của Tsongkapa: ngài đã thụ giáo trực tiếp từ đức Văn-thù, những giáo lý này đề cập toàn bộ kinh giáo và mật giáo thuần tịnh vô cấu. Họ còn sâu sắc hơn cả những tiền bối của họ. Bậc tôn sư tôi, người che chở tôi, nơi tôi nương tựa, đã nói:

– Dường như những giáo lý ở Tây Tạng trong quá khứ đã sửa soạn mảnh đất cho giáo lý Tsongkapa xuất hiện tiếp theo như vàng ròng.

Tagtsang Lotsawa nói:

Con ca tụng kho hùng biện vô tỷ của thầy
Về tất cả kinh giáo và mật giáo
Nhưng nhất là về Kim cang thừa;
Con ca tụng tất cả loại mật điển
Nhưng nhất là mật điển tối thượng;
Con ca tụng mọi phần của hai giai đoạn
Nhưng nhất là về thân huyễn.

Và Dzogchen Paelge cũng nói:

– Ôi hỡi Tsongkapa, ngài là suối nguồn hùng biện về kinh điển và mật điển...

Những lời ca tụng ấy xuất phát từ những vị tu chứng rất cao.

Nói đến sự "trao truyền Phật quả" dường như hơi quá đáng; dù trao truyền địa vị thấp nhất trong đạo lộ tích lũy cũng đã là chuyện khá khó khăn. Nhưng nếu nương vào Lamrim bạn sẽ được truyền trao quả Phật. Tuy nhiên bạn sẽ không triển khai được quả vị toàn giác nếu không tuần tự tu tập theo thứ lớp. Vậy trước hết cần phải luyện tâm để xem tất cả chúng sinh đã từng là mẹ mình. Nếu không luyện tập bằng sự nghĩ tưởng như thế một cách nghiêm túc, nếu không đặt hết nỗ lực vào đấy, thì dù có muốn thành Phật, việc tu hành của ta cũng hóa ra điên đảo từ sau ra trước. Ta sẽ giống như những người mong được hạnh phúc nhưng lại làm quấy (là gây cái nhân đau khổ). Bạn có thể nỗ lực tu hành các mật điển, con đường thần tốc, nhưng trước hết cần phải chịu khó trong những kỹ thuật luyện tâm bồ-đề. Nếu không làm thế thì chẳng khác nào một người muốn đến tỉnh Tsang mà cứ việc leo lên một con ngựa hay bất cứ con gì khác rồi nhắm mắt phi nước đại, với cảm tưởng mình đang đến đích. Rốt cuộc anh ta không đến Tsang, mà có thể đến Kongpo hay Rong!

Làm sao bạn khởi sự phát sinh tri kiến xem tất cả hữu tình như mẹ, có thể xác minh bằng hình ảnh sau. Nếu bạn không chuẩn bị cái nền cho bức họa, thì bức họa sẽ không xuất hiện. Nếu bạn không phát tâm xả đối với tất cả hữu tình, thì cho dù bạn thiền quán về từ, bi, hay bất cứ gì khác, thì bạn chỉ có phát sinh một hình thức méo mó về những tâm này. Bởi thế trước hết bạn cần phát sinh tâm xả vô lượng.

Pháp luyện tâm bằng chỉ giáo bảy lớp nhân quả không bao gồm mọi sự chứa đựng trong pháp luyện đổi địa vị mình với người, trong khi pháp sau này có bao gồm cả pháp trước.

a(i) Xả vô lượng

Xả vô lượng là điều đầu tiên cần thiền quán trong chỉ giáo về bảy lớp nhân quả. Chúng ta cần có tâm xả đối với tất cả hữu tình, nhưng hiện tại dòng tâm thức ta không có thái độ bình đẳng trước tất cả: chúng ta ghét giận một số người và ưa thích một số khác. Bởi thế đầu tiên ta nên dùng những người xa lạ làm đối tượng để luyện tâm, kế đến là những người bạn, và cuối cùng mới đến kẻ thù. Hoặc ta có thể đồng lúc lấy cả ba hạng làm đối tượng cho chúng ta luyện tâm. Cách sau này được áp dụng rộng rãi.

Chúng ta nên thiền quán về kẻ thù, bạn và người xa lạ, tưởng tượng họ đang ở trước mặt. Chúng ta có ba phản ứng khác nhau đối với họ: ghét, ưa và dửng dưng. Trước hết ta tức giận những người mà hiện tại ta cho là kẻ thù của ta. Khi ấy hãy nhìn sâu vào bản chất sự tức giận của mình, nghĩ đến nguyên nhân khiến ta tức giận – ví dụ, vì những người ấy đã làm hại ta. Kế tiếp, ta thiền quán về tính bất trắc của mọi sự, như đã bàn trong phần "Nghĩ về những thống khổ chung trong sinh tử." Chúng ta quán tưởng những kẻ thù ấy có thể đã thân thiết với ta như thế nào trong quá khứ. Điều ấy sẽ chấm dứt sự thù hận trong ta.

Thông thường, chúng ta tự nhiên cảm thấy thích thú đối với những người mà hiện tại ta cho là bạn. Rồi ta xét những lý do tại sao ta thân thiết với họ – có lẽ vì họ đã cho ta ăn, mặc, vân vân. Nhưng đấy chỉ là những lý do tầm thường, ngắn hạn. Sự ái luyến của ta đối với họ sẽ chấm dứt khi ta nhớ lại rằng có thể họ đã từng là kẻ thù ta trong những kiếp quá khứ.

Chúng ta lại còn một phân biệt nữa là xem một số người như "xa lạ" vì trong hiện tại họ không thuộc hạng bạn hay thù. Nhưng kỳ thực trong quá khứ họ cũng đã từng có lúc là kẻ thù ta, lúc khác lại là bạn ta. Vậy, có thể nói tất cả mọi người đều đã là kẻ thù ta và tất cả đều đã là bạn ta vào lúc này hay lúc khác. Nếu tất cả mọi người đều như nhau thì cả ba hạng mà hiện tại ta liệt vào người thân, kẻ thù và người dưng thực sự không có gì khác nhau. Đã thế thì còn nên thương ai, ghét ai? Thật vô lý nếu ta thương những người mà mình cho là bạn, vì trong quá khứ đã nhiều lần họ là kẻ thù. Cũng thật vô lý không kém nếu ta ghét những kẻ mà ta cho là thù, vì họ cũng đã từng thân thiết với ta trong quá khứ. Hơn nữa, mọi người mà hiện tại ta cho là bạn hay thù thì chỉ "có vẻ" như vậy, chứ không chắc họ sẽ luôn luôn như vậy.

Xét về tâm ta, thì chuyện thương hay ghét người nào thật vô lý, vì như thế là mất quân bình trong tự tâm. Xét về đối tượng mà ta đối xử khác nhau (người thương, kẻ ghét) cũng thực vô lý, vì tự bản chất tất cả hữu tình đều bình đẳng, đều đáng thương như nhau, vì ai cũng muốn tìm hạnh phúc và tránh né đau khổ. Bởi thế, xét từ quan điểm tự tâm cũng như quan điểm của người, tất cả hữu tình đều bình đẳng và đáng được đối xử một cách không thiên vị.

Trên một khía cạnh khác, bạn có thể nghĩ rằng giữa họ có sự khác nhau vì trong đời này có một số người làm lợi ích cho bạn và một số khác làm hại bạn. Nhưng lợi ích quá khứ với lợi ích hiện tại không khác gì nhau; hại gây ra trong quá khứ với hại gây ra trong hiện tại cũng thế, đều như nhau cả. Ví như có người đánh vào đầu bạn năm ngoái hay đánh vào đầu bạn năm nay thì sự hại vẫn là một; hoặc năm ngoái họ cho bạn hộp trà hay năm nay cho hộp trà thì cũng chẳng khác gì. Như có mười người ăn xin đến nhà bạn, thì họ đều đáng thương ngang nhau vì cùng đang đói khát, đang xin cùng một thứ giống nhau. Về phần bạn, tất cả mười người đều giống nhau ở chỗ trong số đó không có người nào làm hại bạn.

Nếu có được tâm xả đối với bạn, thù, và người dưng nhờ quán như trên, thì ta có thể trải tâm ấy đến tất cả hữu tình. Khi có được tâm xả đối với hữu tình, thì ta không còn phân loại thành thù hay bạn. Điều này sẽ vĩnh viễn ngăn ta làm những hành động tà ác thuộc thế gian như hàng phục kẻ thù, nâng đỡ người thân. Nếu không có tâm xả, thì ta sẽ tách riêng ra một số người và không xem họ ở trong số "chúng sinh vô biên". Nếu phân biệt như thế thì ta sẽ không bao giờ phát tâm bồ-đề được. Bạn cần phải nỗ lực đào luyện tâm "xả" hết năm này qua tháng khác, vì không thể có chút tiến bộ nào nếu chỉ có vài thời thiền quán tâm xả là đủ. Nếu chỉ thiền quán "xả" một cách qua loa chiếu lệ, thì không hi vọng gì đặt nền tảng cho sự giác ngộ mà ta hằng mong. Nếu bạn nỗ lực luyện tâm bồ-đề, tôi có thể đoan chắc với bạn rằng nó có lợi ích hơn là nỗ lực vào các pháp tu khác như thiền quán về chư thần, tụng chú, hoặc cố cải thiện khả năng thiền định của mình. Những thứ đó không lợi ích bao nhiêu mà chỉ làm hao mòn đời người quý báu của bạn.

(Khi ấy Kyabje Pabongka Rinpoche ôn lại tài liệu trên.)

Ngày thứ mười bảy

Kyabje Pabongka Rinpoche nói về một số lợi ích của tâm bồ-đề.

Shàntideva, một vị Pháp vương tử nói:

Kính lễ những vị Bồ-tát
Đã phát tâm bồ-đề tôn quý
Dù có gặp những sự tệ hại nào,
Họ vẫn không bỏ chúng ta.
Suối nguồn của hạnh phúc ấy
Là chỗ nương của tôi.

Nói cách khác, một người đã phát tâm bồ-đề trong dòng tâm thức dù có bị lăng nhục, họ vẫn làm việc vì lợi ích của kẻ lăng nhục mình, và dẫn người ấy đến hạnh phúc vĩnh cửu.

(*Khi ấy ngài kể một câu chuyện ngắn để chúng tôi khởi động lực chính đáng*).

Tóm lại, bất cứ hành vi nào bạn làm có kèm theo bồ-đề tâm đều là pháp Đại thừa, và đều làm nhân cho quả Phật. Như vậy, chỉ thiền quán về chư thần hay tụng chú thì không phải là cách tu có hiệu quả, và bạn không nên làm việc cách ấy. Pháp Lamrim là căn bản của một pháp tu hiệu nghiệm; trong đó sự thực hành bồ-đề tâm là điều cần thiết. Nếu thiếu bồ-đề tâm thì dù bạn trải qua suốt đời trên một đỉnh núi để thiền, việc thiền định của bạn cũng chỉ nông cạn, không khiến bạn tiến gần hơn chút nào đến Phật quả.

(Kyabje Pabongka Rinpoche nhắc lại cần phải lấy bồ-đề tâm làm pháp tu chính, và chỉ giáo về luyện tâm là thiết yếu cho sự phát tâm bồ-đề, vân vân. Sau khi kể câu chuyện ngắn để giúp chúng tôi khởi động lực, ngài ôn lại những tiêu đề đã bàn, nhắc lại lợi lạc của bồ-đề tâm và thiền quán về tâm xả.)

a(ii) Bảy lớp nhân quả

Phần đầu của chỉ giáo gồm bảy giai đoạn luyện tâm bồ-đề gọi là "Tất cả hữu tình đều đã là mẹ ta." Điều này quả rất khó mà triển khai, nhưng nếu không triển khai được nó thì cũng không thể quán tưởng đề mục kế tiếp, theo liên hệ nhân quả là "Nhớ lại sự tử tế của họ". Bởi thế hãy xem việc này rất quan trọng.

** Nguyên nhân thứ nhất: Tất cả hữu tình đều đã là mẹ ta*

Bạn phải hiểu rằng tất cả hữu tình đã từng là hình ảnh của một người bạn hay bà con thân thiết nhất – ví dụ bà mẹ của bạn. Bạn không thể nào có được tâm bồ-đề nếu không triển khai được một sự hiểu biết như vậy. Bạn có thể dùng nhiều lý luận để nghĩ về những đề tài sâu xa như tánh Không, vân vân, nên chúng không khó hiểu. Nhưng nếu chỉ suy tư sâu xa mà thôi thì rất khó hiểu được dù chỉ một câu đơn giản trích trong kinh. Tuy thế đối với những người lợi tuệ, thì mọi sự phải được chứng minh bằng lý lẽ. Thật khó mà đạt thực chứng trong phần này vì nó chỉ có một dòng lý luận độc nhất. Lý luận ấy được nói trong tác phẩm của Pháp Xứng (Dharmakìrti) *Luận về những pháp có giá trị:*

Khi một người đã được tái sinh,
Thì thật phi lý nếu hơi thở,
Các cơ quan, tâm ý của nó
Chỉ phát triển từ thân thể mà thôi,
Không phụ thuộc vào
Những vật đồng loại với nó...

Điều cần chứng minh ở đây là bản chất vô thủy của tâm ta. Tâm hôm nay là tiếp nối của tâm hôm qua, và cái tâm hôm qua cũng là tiếp tục của một tâm trước đấy. Chừng ấy thì dễ hiểu. Cái tâm ngay sau khi sinh ra là tiếp tục của tâm nằm trong bào thai. Cái tâm ngay sau khi nhập thai là tiếp tục của một cái gì đi vào đấy. Khi sinh tử trở lui về thời gian cho đến vô tận, thì bạn không thể tìm một khởi điểm nào cho tâm này. Điều này chứng tỏ rằng những tái sinh của bạn cũng phải trở lui về thời gian vô tận. Do vậy, số lượng những tái sinh của bạn cũng vô cùng. Nghĩa là bạn đã tái sinh vô số lần. Cũng như trong đời này bạn có mẹ, thì mỗi lần tái sinh trong quá khứ bạn cũng có mẹ, dù bạn sinh từ trứng hay sinh từ thai. Mỗi lần sinh ra như thế, bạn phải có một bà mẹ, một trăm lần sinh ra có trăm bà mẹ, ngàn lần sinh ra có ngàn bà mẹ, vân vân. Bạn phải đã có vô số bà mẹ, nên thật không thể nào hữu tình không từng là mẹ bạn.

Bạn có thể cãi: "Đã đành tôi phải từng có nhiều mẹ, nhưng thật phi lý nếu bảo tất cả hữu tình đều đã là mẹ tôi, vì hữu tình thì vô số kể." Nói chung, bạn đã có rất nhiều tái sinh; hơn thế nữa, bạn đã sinh ra vô số lần trong hình hài của mỗi loài động vật như nai, sơn dương, giun, vân vân. Bởi thế bạn đã nhận vô số thân trong mỗi một loài trong vô số loài hữu tình. Có thể bạn đã tái sinh nhiều lần hơn số lượng hữu tình hiện tại; và trong mỗi loại tái sinh này, bạn cần số lượng tương đương những bà mẹ. Bởi thế, không những tất cả hữu tình đã từng làm mẹ bạn, mà còn không đủ số hữu tình để chỉ làm mẹ bạn một lần mà thôi. Long Thọ nói:

Nếu bạn đếm tất cả những bà mẹ
Bằng những viên đất vo thật nhỏ,
Thì quả đất cũng không đủ để tính...

Đoạn này nói đến trực tiếp những bà mẹ, nghĩa là bà ngoại, bà cố, vân vân. Tuy nhiên, ở đây tôi sẽ giải thích lại theo truyền thống khẩu quyết của những bậc thầy. Hãy đem tất cả đại địa mà vo tròn thành từng hạt đất bằng hột anh đào; mỗi hột kể là một bà mẹ trong mỗi đời tái sinh. Khi bạn vo hết tất cả quả đất lại thành từng viên nhỏ như thế, bạn vẫn chưa đếm hết số lượng những bà mẹ mà bạn đã từng có. Nếu tất cả hữu tình không phải đã làm mẹ bạn, thì sẽ có sự chênh lệch.

Hơn nữa, vì tất cả hữu tình chắc chắn sẽ đạt giác ngộ, nên sẽ đến một lúc không còn sót một hữu tình nào. Nhưng, vì vòng luân hồi đối với bạn không có khởi thủy, nên bạn đã có nhiều lần tái sinh hơn là số lượng các hữu tình hiện có. Vậy, nếu tất cả chúng sinh đã không từng là mẹ bạn vô số lần, thì sẽ có sự so le. Bởi thế tất cả chúng sinh đã từng là mẹ bạn nhiều lần.

Không có một hình thức hữu tình nào mà bạn chưa từng tái sinh trong đó; hãy nghĩ bạn đã từng tái sinh vô số lần trong những hình thức ấy. Lấy ví dụ tái sinh làm người. Không một nơi nào trong lục địa này mà ở đấy bạn chưa từng sinh ra làm người, và đã làm vô số lần. Cũng cách ấy, bạn đã tái sinh trong mỗi thế giới hệ ở phương đông, tây, nam, bắc, vân vân. Vì bạn đã có nhiều tái sinh hơn số lượng hữu tình, nên không những họ đã từng làm mẹ bạn, mà còn mỗi một loài trong số ấy cũng đã từng làm mẹ bạn trong những kiếp tái sinh thân người. Bởi thế, có thể kết luận rằng tất cả hữu tình đều đã làm mẹ của bạn.

Nếu sau khi quán như trên mà bạn vẫn không phát triển được tri kiến, thì hãy tự hỏi: "Trong đời đã qua ta có mẹ không?" Rồi bạn nghĩ, rõ ràng trong đời này ta có mẹ, vậy thì đời trước cũng có. Rồi bạn tiếp tục quán đời trước nữa, vân vân.

Các Lamrim Con đường Dễ và Con đường Nhanh chỉ đề cập ngắn gọn làm thế nào bạn nên thiền quán về tri kiến "tất cả hữu tình đều đã là mẹ ta." Nhưng tôi muốn giải rộng tiêu đề này, dùng những chỉ giáo tôi đã hấp thụ với tôn sư tôi. Muốn cho sự tu tập không thối giảm, thì điều cốt yếu là những người thực hành đều đặn pháp này, hoặc những người nhận trách nhiệm giảng dạy, phải quán như sau, để dễ làm cho người triển khai thực chứng trong Lamrim này.

Trước hết hãy quán mẹ trong đời này đã từng là mẹ nhiều kiếp. Rồi quán cha mình cũng đã từng làm mẹ mình. Sau đó quán tất cả bạn bè, người thân, rồi người xa lạ đều đã là mẹ mình. Nếu bạn đã đạt được vài tuệ giác từ tất cả điều này, thì kế tiếp hãy quán những kẻ thù cũng đã từng là mẹ mình. Chỉ khi ấy bạn mới thực hành pháp này đối với tất cả hữu tình. Mặc dù vậy, bạn vẫn có thể nghĩ, "Nếu tất cả hữu tình đã là mẹ, thì tôi sẽ nhận ra ngay. Nhưng tôi không nhận ra, bởi thế họ không thể là mẹ tôi được." Nhưng chính chư Phật cũng đã bảo rằng không một hữu tình nào chưa từng làm mẹ của ta. Thực sự tất cả đều đã từng làm mẹ bạn, chỉ có điều bạn không nhận ra được mà thôi. Bà mẹ hiện đời này của ta về sau có thể tái sinh làm một con chó, nhưng ta sẽ không thể nói ra điều này; ta cũng sẽ không nhận ra bà thực đã là mẹ của ta. Điều này được chứng minh bằng câu chuyện về Utalavarnà (Liên Hoa Sắc) và trong lời trích dẫn:

Ăn thịt cha, đánh mẹ
Kẻ thù đã bị giết đang ngồi trên gối.
Vợ nhai xương chồng,
Sinh tử có thể là một trò hề như vậy.

Bởi thế, không vì bạn không nhận ra mà hữu tình không phải mẹ bạn, cũng không phải vì bây giờ họ không còn là mẹ mà bạn bảo rằng trong quá khứ họ không phải mẹ; nếu thế thì bà mẹ trong giai đoạn đầu đời bạn không phải mẹ trong giai đoạn sau; mẹ hôm qua cũng sẽ không còn là mẹ hôm nay, vì mẹ hôm qua cũng đã thuộc về quá khứ. Đây là một khía cạnh vi tế của vô thường và thật khó nhận chân, nếu bạn chưa từng khảo sát. Lấy ví dụ cái khăn quàng này. Một năm trước khi còn mới nó không có vết dơ, không có lỗ thủng. Nhưng cái tương tục của nó, nghĩa là khăn quàng hôm nay, thì đã hôi hám và bị mối ăn. Đây là sự khác nhau giữa hai cái. Bởi thế, bạn cần phải suy nghĩ về sự kiện rằng không có gì khác nhau giữa những bà mẹ trong đời quá khứ và vị lai. Cũng thế, nếu có người nào đã cứu sống bạn năm ngoái thì đương nhiên năm nay bạn cũng còn nhớ ơn họ.

Tiêu chuẩn để xác định bạn đã tu tập để triển khai được tri kiến này là, khi trông thấy một con kiến, bạn cũng nhớ ngay rằng mình đã từng làm con của chúng sinh ấy, đã hoàn toàn lệ thuộc vào nó trong mọi nhu cầu để sống.

** Nguyên nhân thứ hai: nhớ lại sự tử tế của họ*

Khi bạn có được tuệ quán đi sâu vào sự kiện tất cả hữu tình đã là mẹ mình, thì phải nghĩ đến lòng thương mà họ đã chan chứa lên bạn. Hãy lấy trường hợp điển hình là bà mẹ hiện tại của bạn: bà thương yêu bạn từ lúc đầu đời, giữa đời và cuối đời. Lúc đầu bà cưu mang bạn trong thân bà trong chín tháng, thương yêu và che chở. Bà thận trọng từng miếng ăn thức uống vì sợ hại cho đứa con trong bụng. Nếu mẹ ta không biết cách săn sóc ta chu đáo đến thế, thì bây giờ ta đã không thể gặp nền Diệu pháp để tu học. Việc này không xảy đến do tự chúng ta xoay xở, mà phải nhờ lòng tử tế của mẹ ta.

Sau khi bạn ra đời, mẹ nâng niu bạn trong đôi tay, mặc dù khi ấy bạn không biết một tí gì và trông gớm ghiếc như một con ốc sên. Bà giữ cho bạn ấm bằng thân thể bà, đặt bạn nằm trên giường êm dịu, mỉm cười với bạn đầy trìu mến, và còn dùng miệng mà hút nước mũi bạn chảy ra, vì sợ nếu dùng tay thì sẽ làm cho bạn đau đớn. Bà dùng tay để lau phân cho bạn, vì sợ dùng một miếng gỗ hay vật gì khác thì bạn sẽ đau. Bà không thể rời bạn một ngày, hay chỉ một giờ. Mỗi ngày bà cứu bạn khỏi hàng trăm tai nạn có thể giết bạn: chó có thể ăn bạn, chim có thể tha bạn đi, hoặc bạn có thể rớt xuống hố. Con đau đớn khổ sở là như chính mẹ đau đớn khổ sở. Tâm tưởng của mẹ hoàn toàn chỉ nghĩ về đứa con của mình, dù khi ngủ nghỉ. Bà lại dần dần tập cho con đứng, nói, ăn uống. Nhờ thế mà bây giờ ta có thể di chuyển, nói năng không khó nhọc gì.

Mẹ cũng bất cần khi phải phạm tội, mất danh tiếng, hay phải chịu khổ nhọc vì kiếm tiền để nuôi con. Mẹ thương con còn hơn thịt da của bà, nên bao nhiêu tiền dành dụm được bà chỉ tiêu xài cho con mà không một đồng xài cho chính mình. Dù bạn là ai – nam hay nữ, đã có vợ có chồng hoặc đã xuất gia – thì mức sống của bạn cũng đều nhờ lòng tử tế của mẹ bạn. Tóm lại là bà làm hết sức mình trong giới hạn khả năng và kiến thức của bà, để lo cho bạn được sung sướng. Không có sự cùng tận cho lòng thương của mẹ đối với bạn để bảo vệ bạn khỏi mọi đau khổ hiểm nguy.

Vì tất cả hữu tình đều đã làm mẹ bạn trong những tái sinh thân người – không phải chỉ một lần mà vô số lần – nên họ cũng đã cho bạn tình thương như người mẹ trong đời này của bạn đã cho bạn. Trong những kiếp tái sinh làm súc sinh bạn cũng được mẹ săn sóc thương yêu, dùng lưỡi mà liếm thân con. Khi bạn sinh vào loài chim, chim mẹ cũng dùng đôi cánh để ấp ủ che chở bạn, và khi gặp nguy hiểm thì dù bản thân có thể bay xa để tránh thoát cũng vẫn hi sinh tánh mạng, ở lại để bảo vệ cho con. Bà thường mớm cho bạn ăn, khi bắt được một con sâu bà cũng để dành cho bạn.

Bởi thế hữu tình đã tử tế với bạn không phải chỉ một hai lần, mà tử tế trong mọi tình huống. Sự thương yêu của họ không thể suy lường. Có lần một tên cướp ở Golog đâm vào bụng một chị ngựa cái có bầu, chị liền sinh ra một chú ngựa con và mặc dù sắp chết vẫn thè lưỡi liếm hài nhi tỏ dấu yêu thương. Kẻ cướp vô cùng xúc động và thay tâm đổi tính ngay lúc nhìn cảnh tượng ấy. Biết đâu chính bạn đã không từng là chú ngựa con kia và cũng đã từng được ngựa cái tỏ dấu thương yêu? Và nếu thế thì tất cả hữu tình đã từng là mẹ bạn cũng đều trải lòng yêu dấu đối với bạn không khác.

** Nguyên nhân thứ ba: đền đáp sự tử tế của họ*

Shantideva nói:

Chúng sinh luôn có lý do để đau khổ;
Chúng bình đẳng trong đau khổ,

Vì bị vọng tưởng làm điên cuồng
Và vô minh làm mù quáng
Mỗi bước đi đưa chúng đến vực thẳm.

Bạn nên nghĩ như sau: Giả sử đời này bạn có bà mẹ mù không ai dắt dẫn, và lại bị điên. Bà sắp rơi xuống vực thẳm trong khi người con đang ở gần. Nếu không nhờ con giúp đỡ thì bà có thể nhờ ai? Nếu con không cứu mẹ thì ai cứu? Tất cả hữu tình cũng thế, đều thiếu con mắt tuệ để phân biệt hay dở và để thay đổi lối hành xử của mình. Mỗi bước đi của họ đều được dẫn dắt bởi dục vọng và ác hành. Họ không có hướng đạo tâm linh, không ai chỉ dẫn cho họ nên làm điều này tránh điều nọ. Tâm họ bị dao động và ô nhiễm vì ba độc tố vọng tưởng; họ như kẻ điên vì không thể kiểm soát tư tưởng mình. Họ sẽ rơi xuống vực thẳm là những đọa xứ, trong nhiều kiếp thân thể họ không khác gì lửa địa ngục. Chúng ta trái lại đã gặp được thầy dẫn dắt, gặp pháp Đại thừa. Chúng ta biết chút ít để thay đổi lối hành xử của mình. Bởi thế chúng ta ở trong hoàn cảnh khá hơn họ và có trách nhiệm phải làm gì để cứu họ.

Bức thư gởi môn đệ của Chandragomin nói:

Họ như những người bà con
Bị kẹt trong biển sinh tử,
Bị rơi vào xoáy nước.
Vì trải nhiều lần sống chết,

Ta không nhận ra họ nên đã làm ngơ;
Thật đáng khinh bỉ nếu chỉ tự cứu mình.

Nghĩa là muốn thiền quán về sự trả ơn thì ta nên nghĩ: "Mình phải gánh trách nhiệm giải thoát hữu tình đang bị kẹt trong biển khổ. Ta thực đáng khinh nếu không làm việc ấy."

Tác phẩm *Trái tim của trung đạo* đã nói như sau:

Từ trước tới nay
Tôi bị ám bởi con ma vọng tưởng;
Như bị đánh đập, như mang vết thương
Cái gì mang lại đau khổ như thế
Phải chăng vì không biết cách nào
Để trả ơn những người đã thương tôi
Kính trọng và giúp đỡ tôi đời trước –
Một cách giúp không làm chúng khổ đau.

Bạn nên nghĩ: "Nếu chỉ cho họ cơm ăn áo mặc thì ta chỉ giải thoát họ khỏi cơn đói khát tạm thời, chẳng được lợi ích lâu dài nào cả. Cần phải giúp họ có được tất cả hạnh phúc và chấm dứt tất cả đau khổ thì họ mới được lợi ích lớn lao lâu dài. Cách duy nhất để đạt đến điều này là thành tựu Phật quả, thế nên tôi sẽ giúp họ tu hành đạt đến Phật quả."

Giả sử khi mẹ bạn nổi điên cầm dao muốn giết bạn, thì bạn sẽ không giận bà mà sẽ cố chữa chạy cho bà hết cơn điên. Đối với những kẻ thù của mình cũng thế, hãy nghĩ họ đã từng làm mẹ mình và nghĩ cách đền đáp sự tử tế của họ.

** Nguyên nhân thứ tư: Thiền định về tâm từ, năng lực lôi cuốn ta đến với họ*

Tâm từ là sự yêu mến phát xuất từ tim lôi cuốn bạn đến với tất cả hữu tình. Geshe Potowa giảng cho một bà già:

– Tình thương do năng lực của sự lôi cuốn là giống như bà thương con trai bà.

Nói cách khác, tâm từ hay năng lực lôi cuốn có nghĩa là thương tất cả hữu tình như mẹ thương con. Tình yêu này không phải là một đề mục thiền riêng biệt; mà nó xảy đến cho bạn một cách tự nhiên khi bạn đã triển khai ba đề mục trước đó là:

1. Hiểu rằng tất cả hữu tình đã là mẹ ta,
2. Nhớ lại sự tử tế của họ
3. Mong mỏi đền đáp lòng tử tế ấy.

Bởi thế hãy quán tưởng như sau:

"Trong dòng tâm thức của hữu tình, không có thứ hạnh phúc nào là không ô nhiễm: họ chỉ có toàn những hạnh phúc nhiễm ô. Ngay cả điều họ cho là hạnh phúc cũng không thoát khỏi bản chất khổ đau.

Thật kỳ diệu thay nếu tất cả hữu tình có được chân hạnh phúc! Mong sao họ sẽ có được! Tôi sẽ làm cho họ có được hạnh phúc chân thực ấy!"

Tác phẩm *Tràng hoa quý báu* của Long Thọ nói đến những lợi lạc sau đây của phép quán tâm từ:

Dù chưa giải thoát, người quán tâm từ
Cũng được tám công đức chính yếu:
Mỗi ngày ba thời bố thí thực phẩm
Không bằng chốc lát quán tâm từ.
Trời người đều yêu mến che chở họ;
Họ sẽ có sự thoải mái tâm hồn;
Và được nhiều hạnh phúc.
Khí giới và độc dược không hại được họ;
Họ dễ thành đạt mục đích,
Và sẽ sinh lên Phạm thiên giới.

Những lợi lạc có được tám công đức do thực hành quán tâm từ thật lớn lao. Bạn sẽ được tái sinh làm Chuyển luân vương hay Phạm thiên một thời gian lâu dài như số lượng chúng sinh bạn dùng làm đối tượng để trải tâm từ. Đó là lý do pháp thiền này được gọi là "Phạm trú." Nhưng nếu bạn có đối tượng quán là tất cả hữu tình cùng tận giới hạn của không gian thì bạn sẽ thành tựu Niết-bàn vô trú hay Niết-bàn Đại phạm – nghĩa là Niết-bàn Đại thừa hay Phật quả.

** Nguyên nhân thứ năm: Tâm đại bi*

Đây là nguyên nhân quyết định cho Phật quả. Đức Tsongkapa đặc biệt chú ý đến tâm đại bi trong chương "Những giai đoạn trong sự luyện tâm bồ-đề" thuộc tác phẩm *Những giai đoạn lớn của đạo lộ*. Ngài cho những tiêu đề sau đây: "Chứng minh rằng đại bi là gốc rễ của con đường Đại thừa", "Những nhân quả khác đều hoặc làm nhân hoặc làm quả cho tâm đại bi." Lại nữa trong một kinh có nói rằng toàn thể con đường Đại thừa và hậu quả đều tùy thuộc vào tâm đại bi, cũng như vua Chuyển luân tùy thuộc vào bánh xe của ông, hay một con người tùy thuộc vào sinh lực của mình. Chandrakirti nói trong phần mở đầu tác phẩm *Thực hành Trung đạo*:

Tình yêu là hạt giống cho mùa gặt lớn –
Quả vị một đấng Chiến thắng.
Nước tình yêu làm mùa tăng trưởng,
Để chín thành kết quả ước mong,
Sẵn sàng để sử dụng.
Chính vì thế mà ngay từ đầu
Tôi ca tụng tâm đại bi.

Tâm đại bi cũng quan trọng như hạt giống Phật, và con đường đặt nặng tâm đại bi mới bảo đảm chính là Đại thừa. Đại bi cũng thiết yếu như nước và phân vì nó giúp ta kiên trì suốt con đường; nó như áo giáp chống lại sự thiếu thốn trong khi làm những phận sự hàng ngày của người con Phật. Cuối cùng tâm đại bi quan trọng ngang hàng với Phật quả vì nhờ có tâm đại bi mà ta tiếp tục làm các thiện sự ích lợi cho hữu tình sau khi đã thành Phật. Tâm bồ-đề nơi bạn có năng lực yếu hay mạnh cũng tùy thuộc vào năng lực tâm đại bi; và chư Bồ-tát trải qua lộ trình tu tập nhanh hay chậm cũng tùy thuộc vào năng lực tâm đại bi nơi họ. Do năng lực đại bi mà chư Bồ-tát đi vào các mật điển để tìm một con đường nhanh, và họ nhanh chóng hoàn tất con đường mật tông nhờ mãnh lực tâm đại bi trong họ. Ví như khi một đứa trẻ rớt xuống hố lửa thì không ai nôn nóng cứu đứa bé cho bằng cha mẹ nó.

Khi mới thiền quán về tâm đại bi, hãy quán tưởng trước mắt mình một con cừu đang bị đồ tể làm thịt. Bạn sẽ khởi tâm thương xót một cách dễ dàng và nhanh chóng. Hãy quán cái cách nó bị giết rất tàn bạo và cách nó chết trong trạng thái đau đớn hãi hùng. Con cừu bị đặt lật ngửa, bị trói bằng một sợi thừng. Nó cũng biết mạng sống của nó đang bị đe dọa, nhưng bất lực, không thể thoát, không người che chở, không nơi nương tựa. Đôi mắt nó đẫm lệ nhìn trừng trừng vào mặt người đồ tể.

Thông thường khi trông thấy một con cừu bị giết ta tự hỏi không biết nó có đủ thông minh để biết chuyện gì đang xảy đến cho mình không. Có lần một đồ tể trói thêm một con cừu để làm thịt sau khi đã giết vài con khác trong bầy cừu. Trong khi đồ tể đặt con dao xuống để trói con cừu mà ông sắp làm thịt, con cừu đứng cạnh con dao bèn đá tung đất lên để lấp dao. Câu chuyện này chứng tỏ loài vật cũng biết đau khổ sợ hãi trước cái chết. Trông bầy cừu đang nhởn nhơ gặm cỏ non trên sườn đồi, ta phải thấy rằng trước sau gì chúng cũng sẽ bị dẫn đến chỗ làm thịt, chịu chung số phận với những con cừu đang bị giết. Khi thiền quán tâm bi, hãy nghĩ những con cừu ấy đã từng làm mẹ mình trong nhiều đời quá khứ. Sau khi triển khai được tuệ quán đi sâu đề tài này, hãy nhớ lại những pháp thiền quán về nỗi khổ ở các đọa xứ mà ta có thể phải trải qua, rồi quán các hữu tình như mẹ mình sẽ trải qua và đang trải qua những nỗi khổ ấy: một số bị thiêu đốt bằng sắt nung đỏ và uống nước đồng sôi trong những địa ngục; một số tái sinh làm ngạ quỉ, bị nỗi đói khát hành hạ... Hãy khai triển tâm thương xót họ và nghĩ như sau:

"Sự khác nhau duy nhất giữa đàn cừu đang gặm cỏ xanh trên đồi và con cừu đang bị làm thịt chỉ là vấn đề thời gian. Những người phạm tội chắc chắn sẽ rơi xuống các đọa xứ như con cừu đang bị giết. Mặc dù hiện tại trông họ có vẻ tự do hạnh phúc, song họ chính là những người đang hướng đến các đọa xứ."

Rồi hãy thiền quán về tâm bi đối với mẹ mình trong đời này bằng cách xét những nguyên nhân khổ đau bà đã tạo và hậu quả đau khổ bà sẽ chịu. Hãy thiền quán như sau để khai triển tâm đại bi:

Người ta chịu lao nhọc để kiếm sống,
Nghĩa là họ đang phạm tội và phá giới.

Hiện tại họ tạm sống cuộc đời sung sướng nhưng vẫn đang trải qua ba hình thái khổ (khổ khổ, hành khổ và hoại khổ) và sẽ trải qua nỗi khổ lớn hơn trong các đọa xứ vì họ không biết mình đang gây nhân để tái sinh vào đấy. Lại nữa tất cả hữu tình đều đang tạo khổ và nhân của khổ. Thật tốt biết bao nếu những hữu tình đã là mẹ tôi đây, sẽ không chịu khổ và không gây những nhân khổ! Tôi sẽ giúp họ đạt được điều này."

Rồi bạn hãy làm pháp thiền khó hơn, ấy là phát triển tâm bi đối với những người mà bạn thấy rất khó thương. Nếu bạn thấy khó phát triển tâm bi đối với những chúng sinh như Phạm vương chẳng hạn, thì hãy khai triển pháp quán theo Phạm vi Trung bình.[1]

Những tiêu chuẩn chứng tỏ bạn đã phát triển tâm đại bi trong dòng tâm thức là như sau. Bạn đã khai triển được tâm đại bi nếu dù khi ăn khi uống bạn đều nghĩ đến tất cả hữu tình và muốn cho tất cả đều thoát khổ, như một bà mẹ đang lo cho đứa con cưng đang bị quật ngã vì một cơn bệnh tai hại.

---

1. Nghĩa là, tuy làm vị trời như Phạm vương là hạnh phúc không có gì đáng xót thương, nhưng hãy xét đến khi họ hết phước phải đọa. Vì tu theo Phạm vi Trung bình chỉ là cầu phước báo ở cõi trời người

Tâm bi – lòng mong ước cho chúng sinh thoát khổ – thì Thanh văn, Duyên giác cũng có. Nhưng lòng xót xa muốn thực sự cứu vớt chúng sinh ra khỏi đau khổ, thì chỉ Đại thừa mới có. Bởi thế ta nên triển khai tâm bi thuộc loại sau này. Nhưng đấy là những điều rất khó triển khai, và ta cần nhiều kỹ thuật. Ai đã từng bị bệnh nặng thì khi gặp những người đồng bệnh cũng dễ khởi tâm thương xót vì cái cầu đoạn trường ấy chính họ đã đi qua. Bởi thế ta sẽ dễ dàng phát triển tâm bi sau khi thiền quán về nỗi khổ của sinh tử và của đọa xứ mà chính mình có thể trải qua như đã tả trong Phạm vi Nhỏ và Trung bình.

Tâm từ lôi cuốn ta đến với hữu tình, khiến ta thương yêu tất cả, cũng là một hình thái của cái tâm mong cho ai nấy đều được hạnh phúc. Nhưng cái sau chỉ có tính cách tổng quát, cái trước có tính cách đặc biệt. Tâm từ – thứ tình yêu lôi cuốn ta đến với hữu tình – là tổng thể của ba điều: hiểu rằng tất cả hữu tình là mẹ, nhớ lại lòng tử tế của họ, và mong đền đáp sự tử tế ấy. Việc này nhất thiết phải đi trước tâm bi, vì nó làm phát sinh tâm bi. Tâm bi và tâm từ mong muốn hạnh phúc không có một tương quan nhân quả cố định. Một chương trong tác phẩm *Những giai đoạn lớn của đạo lộ* đề cập sự đền đáp lòng tử tế của hữu tình, chỉ cách nào để thiền quán về tâm từ – mong muốn hạnh phúc – và thật thích hợp cho bạn để thiền quán về tâm từ này trước khi thiền quán về tâm bi. Tuy nhiên thiền quán về tâm từ sau khi thiền quán về tâm bi thì lại phù hợp với những chỉ giáo truyền thống về cách tu tập.

Kế tiếp chúng ta sẽ bàn về tâm vị tha. Ở giai đoạn này chúng ta thiền định chính yếu về tâm từ, mong cho tất cả chúng sinh được hạnh phúc. Nhưng theo những tiêu đề trong tác phẩm *Những giai đoạn lớn của đạo lộ* thì ta nên quán tâm từ "mong muốn hạnh phúc" phối hợp với loại tâm từ "Năng lực lôi cuốn" trước khi quán tâm bi.

** Nguyên nhân thứ sáu: Tâm vị tha*

Cũng như ta có trách nhiệm cứu mẹ mình, ta hãy gánh lấy trách nhiệm làm cho tất cả chúng sinh thoát khổ và được an vui. Bạn phải quả quyết: "Chỉ có ta sẽ đưa chúng đến Phật quả." Đây là hạnh vị tha khác hẳn Thanh văn, Duyên giác. Như khi thấy một người sắp nhảy xuống vực bạn nghĩ: "Không ai cứu họ sao?" Một phản ứng như thế là phản ứng của tâm từ và tâm bi. Nhưng thay vì chỉ nghĩ vậy thì bạn quyết định chính mình sẽ cứu người ấy. Lòng vị tha cũng tương tự như thế. Thanh văn Duyên giác nói chung cũng có tâm từ bi, nhưng không có tâm vị tha.

** Nguyên nhân thứ bảy: Phát tâm bồ-đề*

Sau khi gánh lấy trách nhiệm cứu giúp chúng sinh, hãy xem ta có thể thi hành công việc được chưa.

Hiện tại ta chưa có khả năng cứu giúp dù chỉ một chúng sinh duy nhất; bởi thế ta cần tìm một người có năng lực làm việc ấy và xét mình có thể đạt đến địa vị như thế hay không. Trên đời, những chúng sinh vĩ đại như Phạm vương Đế thích chẳng có lợi ích gì cho chúng sinh; những vị La-hán trên đạo lộ Thanh văn Duyên giác cũng không làm được gì nhiều vì chưa trừ hết các trói buộc. Bồ-tát ở địa vị thứ nhất có thể lợi ích cho hữu tình hơn nhiều, song Bồ-tát sơ địa cũng chỉ làm được một phần nhỏ những gì mà Bồ-tát còn một đời nữa thành Phật có thể làm. Ngay cả những việc mà chư Bồ-tát còn một đời thành Phật làm cũng không sánh được những lợi ích mà chư Bồ-tát ở địa vị cuối cùng làm cho hữu tình, khi các ngài ngồi dưới cội bồ-đề. Và việc làm của Bồ-tát ở địa vị cuối cùng thì không sao sánh được với những gì mà chư Phật đã thành tựu – như giọt nước sánh với đại dương. Không ai sánh được với chư Phật trong cách các Ngài không cần dụng công nỗ lực mà vẫn làm lợi lạc vô số chúng sinh tùy theo tính tình, ước nguyện và khả năng của chúng. Nếu đạt đến địa vị như Phật, ta cũng sẽ có được những đức tính ấy (*xem chương nói về quy y*).

Bởi thế, hãy triển khai niềm xác tín rằng, ta không thể làm lợi ích cho hữu tình nếu chính mình chưa đạt đến trí toàn giác. Ta phải phát tâm đạt vô thượng bồ-đề để lợi lạc hữu tình. "Xả," "Hiểu rằng mọi hữu tình đã là mẹ ta," "Nhớ lại lòng tử tế của họ," và "Mong đền đáp sự tử tế ấy," bốn pháp quán này làm thành căn bản cần thiết để khai triển một lòng khát khao làm lợi lạc kẻ khác, trong khi "Từ", "Bi", và "Tâm vị tha" là thực sự phát sinh lòng khát khao ấy và ước mong đạt đến vô thượng bồ-đề. Như có câu:

Phát tâm bồ-đề
Là mong cầu toàn giác
Để lợi lạc hữu tình.

Nói cách khác, muốn thành Phật quả chỉ vì thấy cần làm lợi ích cho hữu tình thì chưa đủ để phát tâm bồ-đề một cách chân chính trọn vẹn. Ta phải mong cầu đạt địa vị ấy vì thấy chưa thành Phật thì chính mình cũng vẫn còn khổ vì chưa có những thực chứng vĩ đại và những từ bỏ lớn lao; tuy thế không phải ta muốn thành Phật chỉ vì tự lợi. Ta còn phải phát tâm mong cầu vô thượng bồ-đề để làm lợi lạc cho người khác, như lòng khao khát lợi tha trong phần nói về tâm từ, tâm bi và tâm vị tha.

Bạn có thể đặt câu hỏi: Liệu tôi có thể thành công không, khi thiền quán như thế? Chắc chắn bạn có thể thành công chứ. Không lúc nào tốt hơn lúc này để phát tâm bồ-đề, vì cái thân người bạn đang có đã đủ cho bạn đạt thành Phật quả. Pháp mà bạn theo là lời dạy của Phật. Trong những giáo lý ấy bạn đã gặp được pháp Đại thừa, và quan trọng hơn nữa là mật giáo có thể giúp bạn giác ngộ ngay trong một đời duy nhất. Đấy là điều đúng cho tất cả các tông phái Phật giáo Tây Tạng. Hệ phái mật giáo của đức Tsongkapa có thể đưa bạn đến giác ngộ chỉ trong vòng 12 năm, và nhiều người đã đạt trạng thái hợp nhất còn nhanh hơn nhiều – chỉ trong ba năm ba tháng. Điều này có thể thấy trong các tiểu sử những bậc thánh như Tsongkapa và các đệ tử ngài. Chúng ta gọi thời hiện tại là "mạt thế" nhưng kỳ thực, chưa bao giờ ta có được một cơ hội tốt hơn bây giờ. Thân thể của Milarepa và Ensapa không hơn gì thân thể chúng ta. Chúng ta giống như đứa trẻ bị què cưỡi con lừa hoang: bây giờ là lúc cần nỗ lực![1]

Chúng ta thà chết còn hơn thiền quán Lamrim! Người ta phí thì giờ xem sách, làm học giả, đọc tụng. Họ đều hụt mất cái cốt tủy! Nói chung ta không biết được mình có được một tái sinh như thế này nữa hay không: và dù có được, cũng sẽ rất khó mà gặp nền giáo lý này, nhất là nền giáo lý tuyệt đối không lỗi lầm như giáo lý của đấng Chiến thắng thứ hai sau Phật (*ám chỉ Tsongkapa*).

Bởi thế bạn phải thấy mình có thể phát tâm bồ-đề, cái nhân để đạt toàn giác, trong khi đang ở trong

1. Một đứa trẻ bị què trượt té lăn xuống đồi, và do một sự ngẫu nhiên kỳ diệu, nó rớt ngồi trên lưng một con lừa hoang. Con lừa chạy thục mạng, đứa trẻ bám chặt lấy nó. Mọi người trông thấy đều la lớn bảo nó dừng, nhưng đứa bé la lên đáp lại: "Một thằng què như tôi chỉ được một dịp cưỡi lừa duy nhất trong đời. Dại gì không hưởng cái thú này!"

tái sinh này. Khi bạn đã phát tâm thì điều ấy sẽ lợi cho cả bạn lẫn người khác. Vào một thời đói kém, có một gia đình sắp chết đói và người đàn ông chủ gia đình bỗng gặp được một miếng thịt. Ông ta nghĩ "Nếu chia cho cả nhà ăn thì không thấm vào đâu, họ vẫn đói. Vậy ta hãy ăn hết phần thịt này để có sức đi kiếm thức ăn cho gia đình." Và ông đã ăn miếng thịt để có sức đi tìm thực phẩm cho tất cả mọi người. Cũng thế khi thực hành mật điển, hãy làm mọi việc kèm với tâm bồ-đề dù chỉ khi bạn nhẩm câu thần chú "Om Mani Padme Hum" hay tham dự một cuộc tranh luận hoặc dự lễ cúng dường.

Khi có được sự cố ý mong thành Phật vì lợi ích hữu tình, tức là bạn đã phát tâm bồ-đề – ví như vỏ ngoài của một cây mía. Nhưng nếu thêm vào đấy, bạn còn cảm thấy một mong ước vô thức đạt giác ngộ để lợi lạc bất cứ chúng sinh nào mình gặp, thế là bạn đã phát tâm bồ-đề chân thật trong dòng tâm thức. Thế là bạn đã đi vào đạo lộ Đại thừa và khởi sự ba a tăng kỳ kiếp tích tập hai kho công đức. Bạn sẽ có được vô lượng đức tính và bạn được cái tên "Pháp vương tử" và "Bồ-tát." Nếu tu tập sau khi thành tựu tuệ quán này, thì chắc chắn bạn sẽ giác ngộ nhanh chóng dù không qua con đường mật tông.

Sự phát tâm bồ-đề có hai loại tùy theo bản chất của nó – loại ước nguyện (phát bồ-đề nguyện) và loại dấn thân (lập bồ-đề hạnh). Lại có bốn loại tùy theo vị trí của hành giả trên đạo lộ – loại bồ-đề tâm thuộc về tin tưởng và loại thuộc về phân tích[1]; ba loại tùy theo sắc thái phát tâm bồ-đề – loại của vua, vân vân; và có 22 loại phát tâm bồ-đề. Điều quan trọng là phải biết những trình bày sai khác này (xem *Trang hoàng cho thực chứng* của đức Di-lặc.)

Đến đây chấm dứt chương nói về phát tâm bồ-đề nhờ chỉ giáo bảy lớp nhân quả. Bây giờ tôi sẽ bàn về hệ thống luyện tâm theo cách đổi địa vị mình với người. Đây là thuyết của Shàntideva, một vị Pháp vương tử vĩ đại. Mặc dù bạn sẽ phát tâm bồ-đề nếu luyện tâm theo cách bảy lớp nhân quả nói trên, chúng ta vẫn bao hàm phương pháp trao đổi địa vị mình với người, vì phương pháp này rất hiệu lực. Phái Kadampas tiền kỳ đã sử dụng kỹ thuật này.

Điều mà ta gọi là "luyện tâm" đặc biệt ám chỉ sự đổi địa vị mình với người, tức phương pháp "cho và nhận."

b) Luyện tâm bằng cách đổi địa vị mình với người

Pháp này rút từ tác phẩm *Hành Bồ-tát hạnh*:

Muốn che chở bản thân và người khác,
Hãy đổi địa vị mình với người,
Và làm thánh hạnh này trong bí mật.

1. Bốn loại là: thập tín, thập trụ, thập hạnh và thập hồi hướng- *DG*

Người không xứng đáng sẽ không ưa thích pháp hành này, nên từ thời Atìsha giáo lý này được bảo tồn dưới một mật ấn cho đến đời Geshe Chaekawa. Có nhiều bản văn về luyện tâm, như pháp "chim công chinh phục độc tố"; nhưng pháp tốt nhất thuộc loại này là *Luyện tâm gồm bảy điểm*. Nếu thực tập được, pháp này còn lợi lạc hơn những phương pháp đã bàn. Bây giờ tôi sẽ giảng pháp này theo một bản sao xưa cũ của bản văn gốc, (xem Phụ lục).

Có nhiều cách trình bày bản văn này; ở đây tôi sẽ theo hệ phái giảng dạy của Ngulchu Dharmavajra và các môn đệ.

Trước hết là tính vĩ đại của các tác giả của giáo lý này. Hệ truyền thừa bắt nguồn từ Phật Thích-ca xuống đến Atìsha; Atìsha truyền cho Dromtoenpa bằng một mật ấn. Drom giảng dạy Lamrim cho môn đệ giữa công chúng, nhưng truyền pháp luyện tâm cho Potowa và những người khác trong vòng bí mật. Potowa truyền cho Langri Tangpa và Geshe Sharawa. Sharawa truyền cho đệ tử là Geshe Chaekawa tất cả giáo lý về tâm bồ-đề. Những giáo lý này được giảng công khai suốt thời đại Chaekawa.

Geshe Chaekawa sinh vào một gia đình theo phái cổ mật Nyingma, tinh thông cả năm minh (là công xảo, y phương, nội minh, ngữ minh, nhân minh) nhưng ngài vẫn chưa thỏa mãn. Ngài tình cờ gặp tác phẩm của Langri Tangpa nhan đề *Luyện tâm trong tám câu kệ*, đại ý:

Cho người khác lợi lộc, vinh quang;
Nhận về mình thiệt thòi, thất bại.

Chaekawa muốn tìm hiểu ý nghĩa câu này, nhưng lúc ấy Langri đã chết. Ngài gặp người kế vị của Langri là Sharawa và yêu cầu vị này chỉ giáo về cách luyện tâm. Nhờ thiền quán ngài đã phát tâm bồ-đề trong dòng tâm thức. Chaekawa chỉ giáo cho nhiều người bệnh cùi, nhờ pháp thiền quán này mà nhiều người khỏi bệnh. Bởi vậy giáo lý này còn gọi là "Pháp của người cùi." Chaekawa nghĩ thật rất uổng nếu một nền giáo lý như thế này phải bị giữ bí mật, nên ngài dạy pháp này giữa công chúng. Ngài viết thành sách nhan đề *Luyện tâm gồm bảy điểm*. Tác phẩm này chia giáo lý thành bảy phần. Giáo lý này còn gọi là *Tinh chất Cam lồ* vì nó là giai đoạn cuối của việc luyện tâm, sẽ giúp bạn đạt đến trạng thái bất tử là Phật quả.

Tính vĩ đại của pháp này có thể được thấy bằng cách tham chiếu lại phần nói về lợi lạc của tâm bồ-đề, thế nào bồ-đề tâm được xem như kim cương. Như chỉ một chút tia sáng mặt trời có thể xua tan bóng tối, bồ-đề tâm có thể xua tan bóng tối ngã chấp; như chỉ một chút dược thảo cũng đủ trị bệnh, nó có thể trị bệnh ngã ái. Trong thời đại đủ năm thứ suy đồi, khi các phương pháp khác không còn hiệu lực, thì cách luyện tâm này sẽ giúp ta không bị giao động vì nghịch cảnh. Bởi thế, pháp này có nhiều lợi lạc.

Pháp này khởi đầu bằng câu "Kính lễ tâm Đại bi." Sự kính lễ này không phải hướng về đức Thánh

Quán Tự Tại, vị Phật của tâm bi mẫn, mà hướng về tâm Đại bi. Bậc thầy Chandrakirti cũng kính lễ tâm đại bi khi mở đầu tác phẩm *Thực hành trung đạo*. Bây giờ ta hãy theo dõi bảy phần của nội dung tác phẩm về pháp luyện tâm này.

b(i) Những chuẩn bị cho pháp này

Chương này là luyện tâm trong phần chung với những Phạm vi Nhỏ và Trung bình. Tôi không phải dạy lại phần này ở đây, vì không có gì khác nhau giữa cách đề cập ở đây với cách trong Lamrim.

b(ii) Luyện hai loại tâm Bồ-Đề

** Luyện Tâm bồ-đề tuyệt đối*

Theo giáo lý được truyền thừa từ quá khứ thì hạng người lợi căn (thông minh) trong Đại thừa trước hết nên luyện tâm bồ-đề tuyệt đối. Tuy nhiên, câu chuyện về ngài Hastikopava có thể tái diễn nếu ta đề cập tâm bồ-đề tuyệt đối trước khi giảng dạy phần nói về phương pháp. [1]

Bởi thế bây giờ trước tiên tôi sẽ không giảng về luyện tâm bồ-đề tuyệt đối. Đây là theo pháp hành trì

1. Hastikopava đã phạm sai lầm khi giảng pháp cho một vị vua bằng cách trước hết nói về Bát nhã và Tánh không, nghĩa là về tâm bồ đề tuyệt đối. Vua liền sai giết ngài ngay, trong khi ngài chưa có cơ hội tiếp tục giảng những phần còn lại của giáo lý, nghĩa là về bồ đề tâm tương đối hay tâm đại bi

của thầy giáo đạo Tsecholing. Tôi sẽ bàn về nó sau, trong chương nói về sáu ba-la-mật.

** Luyện tâm bồ-đề tương đối*

Nguồn gốc chỉ giáo này là câu chuyện Maitrakanyaka và những truyện khác, nói về một tiền kiếp của đức Đạo sư đầy từ mẫn của chúng ta khi Ngài còn là một bậc Dự lưu. Lúc sinh vào địa ngục bị bắt kéo xe và làm việc nặng, Ngài đã phát tâm bồ-đề, vân vân.

Có năm tiêu đề phụ.

– Quán mình với người bình đẳng

Trước khi quán mình với người bình đẳng, cần trải qua những giai đoạn đã bàn, là từ quán "xả" cho đến quán tâm từ – mãnh lực lôi cuốn ta đến với hữu tình.

Cúng dường Đạo sư nói:

Mọi người không khác gì với tôi,
Không ai muốn chút nào đau khổ,
Và chẳng ai chán chê hạnh phúc,
Mong tôi vui khi thấy người vui.

Hiện tại ta yêu mến và đánh giá cao cái vật ta gọi là "tôi," mà không nghĩ rằng người khác cũng vậy. Thế là tôi và người không bình đẳng. Thật không hợp lý nếu có sự phân biệt to lớn giữa hai bên như thế, bởi vậy ta nên nghĩ, "Tôi và người khác đều bình đẳng vì ai cũng muốn hạnh phúc và không ai muốn khổ đau."

Ở giai đoạn đầu về kỹ thuật không cần sử dụng một lý lẽ nào. Giai đoạn luyện tâm này không khác gì với các phần "Hiểu rằng mọi hữu tình đã là mẹ ta," "Nhớ lại sự tử tế của họ," và "Đền đáp sự tử tế của họ" trong kỹ thuật luyện tâm gồm bảy lớp nhân quả nói trên. Cũng vậy với hai phần cuối "Tâm vị tha" và "Tâm bồ-đề." Tuy nhiên có khác nhau về mãnh lực của tâm Bi và tâm Từ qua năng lực của sự lôi cuốn. Hai khía cạnh này được đặc biệt đề cập ở đây. Chương trên "Nhớ lại sự tử tế của họ" chỉ cho một phương pháp để nhớ lại sự tử tế mà hữu tình đối với ta khi làm mẹ ta. Kỹ thuật mới này thì dạy cách nhớ lại sự tử tế của họ khi họ không phải là mẹ mình. Trước khi đi đến giai đoạn "trao đổi địa vị mình với người", ta phải nghĩ rằng ngã ái là một lỗi lầm, một điều kiện bất lợi, và thương người là một đức tính, một điều kiện thuận lợi.

– Quán những lỗi lầm Phát xuất từ ngã ái

Cúng dường Đạo sư nói:

Căn bệnh ngã ái kinh niên này
Là nhân gây khổ đau không ai muốn.

Và tác phẩm *Hành Bồ-tát hạnh*:

Mọi khổ đau trên thế gian
Đều do mong muốn mình hạnh phúc,

Bao nỗi sợ hãi khổ đau của phàm phu
Đều bắt nguồn từ ngã ái,
Sao tôi còn giữ con ma lớn này?

Bản văn gốc của chúng ta nói:

"Chỉ nên trách cứ một điều duy nhất."

Nghĩa là mọi khổ đau mà bạn không muốn đều phát sinh từ ngã ái của chính bạn. Những đau khổ vì khí giới, độc dược, trời rồng gia hại, vì tái sinh vào địa ngục làm quỉ đói súc sinh... tất cả đều do hy vọng được lợi lộc hạnh phúc cho riêng mình, hoặc do đã keo kiệt, khinh bỉ người khác. Cũng vậy, những nỗi sợ phải ngã quỵ vì bệnh khí huyết, bệnh phong, mật, đàm, sợ kẻ thù, vướng vào tranh chấp; hay sợ chính quyền theo dõi... tất cả rắc rối này đều do bạn thiếu tự chế, tham ăn, bị ám ảnh bởi thực phẩm, thời trang và danh tiếng. Từ trên đỉnh nấc thang xã hội là những vị vua, thủ tướng, xuống cho đến cuối nấc thang là dân chúng, toàn quốc đều vướng vào tranh chấp: hoặc trong gia đình tranh chấp nhau, thậm chí những tu sĩ cũng tranh giành nhau – tất cả đều do một nguyên nhân duy nhất là ngã ái. Nếu không có ngã ái thì đã không có vấn đề. Ngã ái của bạn đã tạo ra tất cả rắc rối như trộm cướp. Bao lúa mạch của bạn bị chuột khoét lỗ cũng là do ngã ái. Khi bạn chết vì độc dược hay vì ăn không tiêu, thì không thực sự là vì độc dược mà vì ngã ái, bạn đã ăn quá nhiều. Ngã ái của bạn đã giết bạn. Khi bạn vô tội mà bị buộc là kẻ trộm, đấy là quả báo trực tiếp vì trước đây bạn đã hại người khác do tự thương mình.

Ngã ái là tên đồ tể đã giết hết những cơ hội cho bạn có được tái sinh thù thắng hoặc giải thoát. Ngã ái là tên cướp mang trên lưng một bao đựng đầy 3 độc tố tham sân si để cướp hết mùa gặt công đức của bạn. Ngã ái là kẻ gieo giống đã gieo những hạt giống ác nghiệp trong thửa ruộng vô minh để gặt lấy mùa gặt sinh tử. Ngã ái là kẻ vì muốn đi tìm vinh quang đã xông ra giữa trận mạc, không màng tên nhọn, gươm giáo với hy vọng được vài lợi lộc cá nhân. Ngã ái là tên liều lĩnh trong cơn khủng hoảng đã trốn thầy, trốn tu viện trưởng hoặc cha mẹ. Ngã ái là tên khốn nạn tay không, ngay từ đầu đã không làm được một đức hạnh nào. Ngã ái làm cho bạn hy vọng, sợ hãi về những điều không đáng hi vọng sợ hãi; làm cho bạn ganh ghét với người trên, cạnh tranh với người ngang hàng, khinh bỉ người dưới; làm bạn kiêu căng khi được ca tụng và tức giận khi bị chỉ trích. Ngã ái làm cho mọi sự trên đời đều xuống cấp. Đấy là nguồn gốc của mọi điều bất thiện mang lại cho bạn đau khổ, một tên báo điềm xấu với gương mặt của cú già. Đấy là một con hình nhân bị ếm chôn trong tim bạn. Nếu cần phải hăm dọa ai, ném cho ai đồ cúng để xua đuổi, thì hãy ném vào con hình nhân ấy để đuổi nó đi. Khi tung ra những chiếc bánh lễ (trong lễ cúng cô hồn), ta thường ném cho những hữu tình đã từng là mẹ mình trong nhiều kiếp trước, và khấn: “Cái này dành cho kẻ thù tôi!" Thật sai lầm! Điều này thực ra có ý nghĩa như sau. "Ngã ái là con chim báo điềm xấu có cái đầu màu xanh; sự luyện tâm là quà hối lộ để làm cho con vật quấy rầy ấy đi chỗ khác."

Có lần một người thực hành lễ Chod để chiếm đoạt một chỗ ở của phi nhân.[1]

Phi nhân này bèn sử dụng yêu thuật để sống ở đấy. Một ngày kia hai thí chủ của hành giả nói trên gây nhau, hành giả liền đến giảng hòa nhưng bị một trong hai người vớ lấy một khí giới để giết ông ta. Tôi nghe câu chuyện này từ bậc tôn sư của tôi. Căn nguyên cuối cùng của những cái chết bạo động như thế chỉ là do ngã ái. *Hành Bồ-tát hạnh* nói:

---

1. Lễ Chod hay "cắt đứt" là một phương pháp phát bồ đề tâm có tính cách phẫn nộ và mãnh liệt, được truyền cho cô gái Tây Tạng tên Machig Labdroen trong khi quán tưởng Padampa Sangyae. Một điểm quan trọng của lễ này là, hành giả quán thân thể mình bị chặt ra từng mảnh, đặt trong một cái tách bằng sọ người, được chuyển thành cam lồ cúng cho tất cả hữu tình, đặc biệt là cho kẻ thù và những người bất lương. Những hành giả về pháp tu này rất dễ nhận ra ở Tây Tạng với cái trống lớn của họ và một cái kèn làm bằng xương ống chân người. Sự thành công trong pháp này tùy thuộc vào chiều sâu của sự thực chứng nơi hành giả về ba nòng cốt là sự từ bỏ, tâm đại bi và bản chất như huyễn của thân xác và mọi hiện tượng. Khi hội đủ những điều kiện ấy, người ta có thể vui vẻ đi đến nghĩa địa hoặc một nơi ác ma thường lui tới, hô triệu chúng lên để cúng thân xác của mình.

Khi những tư tưởng của bạn
Chỉ mong lợi lạc cho mình,
Thì bao nhiêu công trình khó nhọc
Bạn đã làm qua vô số kiếp
Chỉ mang lại cho bạn khổ đau.

Nghĩa là chính ngã ái đã mang lại đau khổ cho ta từ vô thủy sinh tử đến nay. Ngã ái hoàn toàn khác với chấp thủ bản ngã, nhưng trong việc luyện tâm này ta xem cả hai chỉ là một, vì có vài điểm tương đồng. Nói vắn tắt, ngã ái và ngã chấp đều là gốc rễ của mọi vấn đề. Ngã ái là cảm tưởng của ta về một bản ngã, cho nó là thực có. Ngã chấp thì không từ bỏ những ý tưởng về tôi, và yêu mến những ý tưởng ấy.

Nói tóm lại, mọi vấn đề đều phát xuất từ một ý tưởng thâm căn cố đế là "tôi muốn được hạnh phúc." Nhưng nếu không thể hàng phục ngã ái thì bạn sẽ không có hạnh phúc. Bạn chưa từng xét xem cái gì là gốc rễ đáng trách đã gây đau khổ cho mình: chính là ngã ái. Từ nay trở đi, hãy kiểm lại xem cái gì đáng trách, hãy xem ngã ái của bạn như một kẻ thù, hãy thực hành những kỹ thuật để từ bỏ nó.

– *Quán những lợi ích do lòng thương người*

Shantideva nói:

Tất cả hạnh phúc trên đời
Đều do mong người khác hạnh phúc.

Và *Cúng dường Đạo sư* nói:

Sự yêu mến chúng sinh,
– Những bà mẹ của mình –
Là một ý tưởng đưa đến hạnh phúc,
Là cửa dẫn đến vô lượng đức tính...

Bản văn về luyện tâm của chúng ta nói:

"Hãy thiền quán về sự tử tế lớn nhất."

Nói cách khác, có được thân thể và tài sản thù thắng, hoàn cảnh tráng lệ vây quanh là do thương người mà ra. Giữ giới từ bỏ sát sinh vì yêu mạng sống của kẻ khác sẽ chín thành quả báo tái sinh ở thượng giới, sống lâu, vân vân. Thực hành bố thí do thương người, từ bỏ thói hà tiện, sẽ được quả báo là có tài sản lớn, vân vân. Tóm lại, như Shantideva nói:

Cần gì nói nữa?
Hãy nhìn sự khác nhau
Giữa kẻ ngu làm việc cho riêng mình
Và bậc thánh làm lợi ích kẻ khác.

Và trong *Cúng dường Đạo sư* có câu:

Tóm lại:
Người ấu trĩ chỉ làm việc lợi mình;
Thích-ca Mâu-ni chỉ làm lợi kẻ khác.

Mong cho con nhận thức được
Cái gì là lỗi lầm, cái gì là thiện đức.

Lúc đầu, đấng Đạo sư của chúng ta cũng đã lang thang trong sinh tử, nhưng vào một thời điểm trong quá khứ, Ngài khởi sự thương người và tiến lên để hoàn tất mục tiêu của mình và người nhờ tận trừ lầm lỗi và đạt đến toàn thiện. Còn chúng ta thì trái lại, từ vô thỉ sinh tử cho đến ngày nay chỉ yêu mến bản ngã mình. Chúng ta đã cần cù khó nhọc với mong cầu hạnh phúc cho mình mà rốt cuộc vẫn không được cái gì. Những gì chúng ta làm được chỉ khiến cho ta càng đi nhanh xuống các đọa xứ, và ngay hiện tại ta cũng chỉ có độc một nỗi khổ đau. Nếu ngược lại, trong quá khứ ta đã làm như đấng Đạo sư từ mẫn thì bây giờ mọi đau khổ của ta đã được nhổ tận gốc; chắc chắn ta đã được hạnh phúc tối thượng và có thể thỏa mãn mọi nhu cầu của chúng sinh. Vì đã không làm thế nên ta mới rơi vào những khổ đau trong hiện tại.

Có lần, trong một lễ cầu an tại tu viện, một vị Geshe ở Dagpo đã xen vào buổi lễ vài lời nguyền rủa như sau, được tìm thấy trong tác phẩm *Bánh xe khí giới sắc bén*:

Tôi đã biết được kẻ thù tôi!
Hỡi tên trộm láu cá!
Ta đã phục kích và tóm được ngươi,
Này kẻ giả dối đã chọc quê ta

với những lời lừa bịp!
Hỡi ngã chấp! bộ mặt của ngươi
Ta không còn ngờ gì nữa.

Điều này đã gây một chấn động; nhưng mục đích mà vị tu sĩ nhắm tới là: hãy nhận ra kẻ thù đích thực.

Có lần một hành giả mật tông thực hành bùa chú giết nhiều kẻ cướp. Đức Dalai Lama đệ nhất, Gyaelwa Gedun Drub, con trai của Lubdroen, cầu xin cho bùa chú của phù thủy sẽ giết ngã ái nơi chính ngài. Nhưng vì nơi ngài không có ngã ái, nên bùa chú phù thủy không hại được.

Drugpa Kuenleg làm những bánh lễ để cúng trừ chướng ngại cho em trai mình. Khi sắp tung bánh lên không, Kuenleg nảy ra ý nghĩ, tại sao không ném chúng vào ngã ái? Bởi thế ông ném bánh vào đùi em trai ông.

Trong các tiền kiếp, đấng Đạo sư đầy từ mẫn của chúng ta rất thương người. Một kiếp Ngài tái sinh làm vua Padmaka. Ngài tự nguyện chết vì bệnh dịch để tái sinh làm con cá Rohita vì thịt của nó có dược chất chữa khỏi bệnh dịch. Khi tái sinh làm một con rùa, Ngài đã cứu năm trăm thương gia rớt xuống biển; rồi Ngài lại xả thân cho tám mươi ngàn con ruồi. Ngài bố thí một nửa thân thể khi làm vị vua tên Shrìsena. Khi làm Mahàratnachùda, Ngài có một viên ngọc trên đỉnh đầu, và Ngài đã cắt thịt mình để lấy viên ngọc ấy cho người khác. Khi làm thái tử Prakrti, Ngài đã bố thí thân xác cho một con hổ đói sắp ăn thịt con. Khi làm Chandreprabha, Ngài bố thí đầu.

(Sau khi kể chi tiết những chuyện trên, Pabongka Rinpoche tiếp tục:)

Đấy là những hành vi của đấng Đạo sư từ mẫn. Chúng ta thường chỉ nghĩ đến mình, nhưng dù thương người là việc khó làm, ta cũng phải chuẩn bị để có thể làm được nhờ cầu nguyện.

Thương người khác là việc làm chính đáng. Vì chúng ta tùy thuộc vào hữu tình để có thực phẩm, họ giống như một thửa ruộng cho nhiều mùa gặt tốt, hay như những viên ngọc ước. Không những tất cả hữu tình đều đã tử tế với ta khi họ là mẹ ta trong quá khứ, mà ngay cả khi họ không là mẹ ta, chúng ta cũng chỉ sống được nhờ sự tử tế của họ. Chẳng hạn chỉ một bao bột lúa mạch cũng là kết quả của nhiều khó nhọc. Một số hữu tình phải cày đất, một số khác phải tưới nước, đập lúa, vân vân. Ngôi nhà chúng ta đang ở là kết quả sự tử tế của hữu tình: nhiều súc vật và người phải mang đất, xây tường, làm nghề mộc, kiếm nước, vân vân. Muốn có chiếc khăn quàng này, một số lớn cừu đã phải bị xén lông để sản xuất len; một số người phải dệt và một số phải may.

Nhờ sự sử tế của tất cả hữu tình mà hiện tại ta tạm thời có được thân người thuận lợi; và cuối cùng nhờ sự tử tế của họ mà ta sẽ phát tâm bồ-đề, luyện tập hạnh bồ-đề và lại còn đạt thành Phật quả. Chúng ta có được tất cả là nhờ lòng tử tế của họ, vì hữu tình là đối tượng của tâm bi nơi ta, là đối tượng cho ta phát tâm bồ-đề và bố thí. Hữu tình là căn bản cho ta giữ giới và cũng là đối tượng cho ta thực hành nhẫn nhục.

Hành Bồ-tát hạnh nói:

Phật, chúng sinh đều cần thiết như nhau
Để cho ta thực hành Phật pháp.
Trong khi bạn tôn kính chư Phật
Thì sao lại không tôn trọng hữu tình?

Nói cách khác, bạn thành Phật được một phần là nhờ lòng từ bi của bậc thầy, và một phần là nhờ lòng tử tế của chúng sinh. Langri Tangpa nói:

Khi nghĩ mình sẽ đạt lợi ích tối thượng
Nhờ tất cả chúng sinh
Hơn tất cả viên bảo châu như ý
Mong tôi càng thương chúng sinh hơn.

Nghĩa là, chúng sinh sẽ giúp bạn thành tựu tất cả mục tiêu của mình, những mục tiêu tạm thời cũng như tối hậu. Bởi thế, họ cũng giống như viên ngọc ước, nên điều dĩ nhiên là phải thương mến tất cả hữu tình.

Ngày thứ mười tám

Kyabje Pabongka Rinpoche kể một mẩu chuyện ngắn để chúng tôi khởi động lực. Ngài trích dẫn đức Tsongkapa vĩ đại:

Bị cuốn trong bốn dòng thác mạnh,
Bị xiềng xích bởi các nghiệp khó dứt,
Bị tóm vào cái bẫy sắt ngã chấp,
Bị ngạt thở trong luồng khói ám vô minh,
Hữu tình mãi mãi tái sinh trong thế gian,
Và liên tục bị hành hạ bởi ba loại khổ...

Ngài nhắc lại những đề mục trên và ôn lại pháp luyện tâm bồ-đề bằng bảy lớp nhân quả. Kế đến là pháp luyện tâm bồ-đề bằng cách trao đổi địa vị mình với người gồm có 5 đoạn: Quán mình với người bình đẳng; Quán những lỗi lầm phát xuất từ ngã ái; Quán những lợi ích do sự thương người; Pháp quán thực sự đổi địa vị mình với người; và lấy bốn điều trên làm căn bản để thiền quán về cho và nhận. Ngài ôn lại ba điểm đầu tiên trên đây, rồi tiếp tục:

– Pháp quán sự thật đổi địa vị mình với người

Chúng ta đã bàn về những lỗi lầm do ngã ái, và những đức tính do thương người. Cũng giáo lý này được chứa đựng trong 4 câu thơ: "Tôi thấy bệnh kinh niên là ngã ái..." Sau khi thấy rõ điều gì là quả báo của lỗi lầm và của thiện đức, bạn nên đổi địa vị mình với người. Nhưng điều này không có nghĩa rằng bạn phải thấy mình thành người khác hay người khác đã trở thành mình. Trong quá khứ bạn đã bất chấp người khác vì quá thương yêu chính mình. Bây giờ hai thái độ ấy nên đổi chỗ. Như vậy sự "thay đổi" này ám chỉ sự chuyển tâm ái luyến tự ngã của bạn thành ra lòng thương đối với kẻ khác. Bạn luyện tâm bằng cách nghĩ như sau: "Tôi thường không nghĩ đến người khác, nhưng từ đây trở đi, tôi sẽ không nghĩ đến nhu cầu của chính tôi. Lâu nay tôi đã tự thương mình, nhưng từ đây trở đi tôi sẽ thương người khác." Nhờ quen với pháp này, bạn sẽ thực hiện được một cuộc trao đổi địa vị như thế. Cũng như khi đã ở quá lâu trên sườn núi bên kia, bạn vẫn nghĩ về sườn núi ấy là "bên này" (cho đến khi đổi chỗ ở).

– Pháp thiền định cho và nhận

"Nhận" là để xây dựng đại bi, "cho" để xây dựng đại từ. Bản văn gốc của chúng ta nói:

"Hãy luyện tâm cho và nhận."

Điều này là để cho những pháp quán trước đấy có hiệu quả. Trong những bài giảng được viết về cho và nhận, sự "cho" được bàn trước; nhưng trong thực hành thì sự "nhận" được thi hành trước. Kỳ thực có thể chỉ nên tu tập phần "nhận" mà bỏ phần "cho." Sẽ không lợi lạc gì nếu đem cho hạnh phúc trước khi nhận lấy đau khổ. Bởi thế, hãy thực hành như sau để xây dựng tâm đại bi.

Hãy nghĩ, "Tôi sẽ nhận lấy hết khổ đau từ tất cả hữu tình, những người mẹ của tôi," và phát sinh tâm đại bi. Rồi quán tưởng tất cả khổ đau của họ được rũ bỏ như tóc được cạo sạch.

Ta có thể làm việc này một cách chi tiết hơn. Hãy tưởng đến nỗi khổ của chúng sinh trong địa ngục biến thành lửa tan vào trong tim bạn để đốt cháy thói ngã ái của bạn. Hãy quán tưởng mình đang nhận lấy những khổ đau tội lỗi và đủ thứ chướng ngại của những chúng sinh ở địa ngục, ngạ quỉ, súc sinh, tu la, người, chư thiên, vân vân, cho đến những Bồ-tát ở mười địa vị. Rồi tưởng tượng họ bây giờ đã được tịnh hóa tất cả tội lỗi nghiệp chướng. Hãy cầu nguyện cho những thứ ấy chín mùi nơi bạn. Nhưng khi làm sự "nhận" này, thì đừng nhận từ chư Phật hay các bậc thầy của bạn.

Người ta có nhiều trình độ khác nhau. Một số người tự thấy mình không thể thiền quán về cho và nhận. Đối với hạng này, bản kinh nói:

"Hãy thực hành *nhận* bằng cách khởi từ bản thân."

Ví dụ vào buổi sáng, hãy quán mình đang nhận hết những đau khổ mà ta sẽ trải qua trong buổi chiều; tiếp đến, nhận đau khổ ta sẽ có trong ngày hôm sau, rồi đau khổ của những ngày còn lại trong những tháng, năm của đời này, rồi của đời sau, và tất cả những đời sau. Tiếp tục, ta quán đến sự nhận lấy nỗi khổ của cha mẹ, bà con, bè bạn, kẻ lạ, người thù, vân vân, cho đến khi bao trùm tất cả hữu tình. Tập luyện như thế từng bước một, rước vào mình những đau khổ, tội lỗi, chướng ngại, vân vân, của từng hạng đặc biệt. Ta nên theo thứ tự như trên, vì lúc đầu sẽ khó mà nghĩ đến chuyện rước giùm đau khổ của những kẻ thù. Bởi thế, thỉnh thoảng hãy thiền quán khởi từ bản thân rồi di chuyển dần đến người khác theo cách trên, khởi từ địa ngục lên đến thập địa Bồ-tát. Đôi khi ta có thể thiền quán "nhận vào" khởi từ những nam phụ lão ấu trong thung lũng miền thượng trở xuống; đôi khi khởi từ dưới đi lên. Hãy nhận lấy cả những đau khổ của một con chó bị ném đá. Hãy quán những gì bạn nhận sẽ không biến mất hay được đặt sang một bên, mà chúng được thâu nhận vào ngay trong tim bạn. Tốt nhất là khi việc này khiến bạn đâm ra lo sợ cho tính mạng mình!

Có thể ta không thực sự nhận vào mình những điều ấy được trong lúc thiền quán, nhưng pháp quán này giúp ta tích lũy công đức; và khi tâm đã quen thuộc với tiến trình tu luyện này, thì cuối cùng đôi khi ta có thể thực sự rước lấy, như câu chuyện về Maitrìyogi.[1]

"Cho" để xây dựng tâm từ là như sau:

Để làm lợi lạc cho hữu tình,
Xin cho thân tôi biến thành
Tất cả những gì chúng mong muốn.

Ngoài ra, kinh *Cờ chiến thắng Vajra* và kinh *Trải rơm* nói về sự bố thí thân xác và của cải. Theo những kinh này, bạn hãy quán thân mình biến ra nhiều thân, trở thành những vật mà hữu tình mong mỏi. Những vật này tuôn ra dưới hình dạng những cơn mưa làm lắng dịu nỗi khổ của những chúng sinh ở địa ngục chẳng hạn; nhờ vậy chúng được tái sinh làm người và chỗ ở của chúng biến thành những tòa nhà đẹp đẽ. Bạn biến hóa ra nhiều thân và thân này chuyển thành những lạc cụ cho chúng thụ hưởng, như thật nhiều thực phẩm, y phục, vân vân. Những thân ấy lại còn trở thành những hướng đạo tâm linh để dạy pháp cho chúng, nhờ đó chúng tiến gần đến giác ngộ. Rồi những thân thể biến hóa ấy lại lấy hình dạng của ánh sáng mặt trời, y phục vân vân cho chúng sinh ở địa ngục lạnh; đồ ăn uống cho những ngạ quỉ; trí tuệ biết phân

---

1. Vị này trông thấy một con chó bị trúng đá nơi ống chân. Ông nhận lấy sự đau khổ ấy, và thấy trên cánh tay mình có một vết bầm.

biệt các pháp cho súc sinh; áo giáp cho tu la; ngũ dục cho chư thiên. Nhưng loài người thì có nhiều dục vọng nhất, bởi thế hãy cho chúng những thân thể biến hóa trở thành bất cứ gì chúng thích. Hãy ban phát những công đức của cải của bạn theo cách ấy; và quán phẩm vật dồi dào để dâng cúng những bậc thầy, quán tưởng rằng nhờ đấy mà những thiện sự của họ sẽ tăng trưởng. Điều thật tốt là đem cho những thiện căn của bạn trong cả ba thời, hoặc thân và tài sản của bạn trong hiện tại và vị lai; nhưng không nên cho thân thể và sở hữu của bạn trong quá khứ. Khi thực hành pháp "cho" bạn sẽ phát triển được tâm từ như tôi đã nói, vì bạn sẽ nghĩ rằng những chúng sinh ấy quá thiếu thốn hạnh phúc đến mức nào. Bạn phải lấy pháp luyện tâm này làm pháp tu chính yếu của mình.

Trong đời sống hàng ngày,
Hãy tụng đọc những bài kệ
Để nhắc nhở mình tu tập.

Nghĩa là muốn tăng tiến chánh niệm trong pháp tu cho và nhận, thì hãy luôn luôn tụng một vài bài kệ về đề tài này. Có một vài bài kệ như vậy trong quyển *Luyện tâm như vàng ròng*, nhưng nếu chưa biết những bài này, thì bạn chỉ cần tụng đọc những dòng sau đây trích từ *Cúng dường Đạo sư* cũng đủ:

Hỡi bậc thầy tôn quý đầy từ bi,
Hãy gia hộ cho con:

Mong tất cả khổ đau,
Tội lỗi và chướng ngại
Của tất cả hữu tình đã từng làm mẹ con
Hãy trút hết lên con không trừ;
Mong sao các thiện hành của con,
Khiến hữu tình được hạnh phúc.

Những tu sĩ trong quá khứ thường lần chuỗi tụng bài này.

Ta cũng cần sử dụng vài phương pháp để tăng trưởng tâm bồ-đề trong khi làm việc hàng ngày, như nói trong kinh *Hoa Nghiêm*. Những người nào muốn lấy bồ-đề tâm làm pháp tu chính yếu thì hãy luôn đọc và quán theo kinh *Hoa Nghiêm,* như đức Tsongkapa nhập thể của đức Văn-thù đã làm.

Bản văn gốc nói:

"Hãy đưa hai việc này vào hơi thở."

Khi đã nắm vững pháp quán cho và nhận, bạn hãy quán "cho" trong hơi thở ra và "nhận" trong hơi thở vào. Nhờ thực tập liên tục như thế, bạn sẽ hội nhập pháp thiền quán này vào luồng khí lực trong mình. Tâm luôn song hành với những luồng khí lực, bởi thế phương pháp trao đổi này rất dễ phát triển tâm bồ-đề. Nó tương đương với pháp tụng đọc Vajra (kim cương) của mật tông. Khi Kaedrub Rinpoche ca tụng Tsong-kapa: "Hỡi đấng che chở! Ngay cả hơi thở của Ngài cũng trở thành một liều thuốc êm dịu cho tất cả hữu tình..." câu này ám chỉ đến pháp ấy.

Còn có những chỉ giáo khác ở điểm này nhưng sẽ không tốt nếu đem nói cho những người không thực hành thường xuyên.

c) Chuyển nghịch cảnh thành con đường giác ngộ

Thời đại suy đồi này có thể vô cùng lợi lạc. Khi gặp nhiều chướng ngại khó thoát, thì một hành giả phải có thể chuyển hóa nghịch cảnh thành hoàn cảnh có lợi cho mình tu tập. Nếu không làm thế thì dù gặp nghịch cảnh hay thuận cảnh, vị ấy đều từ bỏ pháp. Một số hành giả trở nên kiêu căng khi được lên chức, vân vân, rồi từ bỏ pháp. Một số có được một ít tài sản rồi từ bỏ pháp để duy trì lợi tức của mình. Một số người tuyệt vọng khi phải đối đầu với những nghịch cảnh, rồi từ bỏ pháp. Khi những điều như thế xảy ra, thật khó mà thực hành pháp. Không gì tệ hơn là thực hành pháp một cách nô lệ rồi cuối cùng từ bỏ pháp do không thấy lợi ích gì. Vì thế mà ta cần phải có khả năng chuyển hóa nghịch cảnh thành pháp tu. Có hai tiêu đề:

IVB2.321c(i) Chuyển hóa nghịch cảnh bằng tư tưởng;

IVB2.321c(ii) Chuyển hóa nghịch cảnh bằng hành động.

c(i) Chuyển hóa nghịch cảnh bằng tư tưởng

Có 2 tiêu đề phụ: Chuyển hóa nhờ phân tích và Chuyển hóa bằng tri kiến.

** Chuyển hóa nhờ phân tích*

Cúng dường Đạo sư nói:

"Khi vũ trụ tràn ngập những hậu quả của tội lỗi..."

Bản văn gốc của chúng ta về pháp luyện tâm cũng nói tương tự:

Khi vũ trụ đầy tội lỗi,
Hãy chuyển hoàn cảnh không may
Thành con đường đưa đến giác ngộ.

Hiện tại, mỗi khi lo lắng vì bệnh hoạn, kẻ thù, phi nhân, vân vân, chúng ta thường trách cứ người khác. Vì không hiểu rằng tất cả tai nạn bệnh tật đều là hậu quả của nghiệp, ta cứ cho là do thực phẩm, do ác ma... Nhưng nhìn một cách sâu xa ta sẽ thấy rằng mọi nỗi bất hạnh đều phát sinh do nghiệp, như tôi đã nói trong phần nhân quả thuộc Phạm vi Nhỏ. Và ngay cả nghiệp ấy cũng do ngã ái nơi ta; bởi thế ngã ái là căn bản đáng trách.

Khi bị trộm cướp hết tài sản quý giá, bạn không nên trách tên trộm mà hãy trách ác nghiệp và ngã ái là nguyên nhân phát sinh ác nghiệp. Bởi thế mỗi khi đối mặt với bệnh hoạn, khổ đau, nghịch cảnh... ta hãy nghĩ chúng đang giúp ta thành tựu giác ngộ; vì có câu: "Bệnh, tội lỗi và chướng ngại là một cái chổi (để quét sạch nghiệp)."

Mỗi khi ngã bệnh hay gặp xui xẻo, hãy nghĩ rằng những ác nghiệp mà quả báo của chúng đáng lẽ ta phải chịu trong các đọa xứ, thì trái lại đã chín ngay trong đời này; bởi thế bạn phải cảm thấy sung sướng. Lại nữa hãy vui mừng với ý nghĩ mình đang thực hành pháp Cho và Nhận bằng cách quán tưởng mình đang nhận lấy những tội lỗi và chướng ngại của các hữu tình. Hãy cầu nguyện rằng, còn lại bao nhiêu nỗi khổ của chúng sinh tôi sẽ nhận hết vào mình. Trong lúc thiền quán hãy tưởng tượng bạn đang làm vơi đi tất cả đau khổ mà các hữu tình phải chịu. Hãy quán tưởng một cách chân thành như sau: "Thật tốt biết bao nếu bây giờ tôi thực sự nhận lấy khổ đau của hữu tình!" Nếu tu tập cách ấy, thì ngay cả bệnh tật cũng không làm chướng ngại bạn. Những thiện hành của bạn sẽ tăng, như chuyện người đệ tử của Kuenpang Draggyaen đã được chữa khỏi bệnh cùi nhờ thiền quán như vậy.

Người ta nói: "Những nghịch cảnh kích thích cho ta tạo công đức." Ta sẽ nỗ lực tích lũy phước đức trí tuệ và thanh lọc những chướng ngại khi nghĩ rằng nếu không muốn đau khổ thì phải từ bỏ ác hành. Khi còn hạnh phúc, không gặp hoàn cảnh rủi ro thì ta không nghĩ gì đến Phật pháp. Nhưng khi gặp những nghịch cảnh như mang tiếng xấu, bị giáng chức, bị bệnh, vân vân, thì chúng ta mới tung mình ra khỏi tình trạng vô cảm và khởi sự làm việc lành.

Quỉ thần, ác ma, ma vương,
Là phương tiện mà chư Phật dùng;
Chân như vui thích làm bạn với đau khổ.

Khi bị ma vương, ác ma, bùa chú, vân vân làm hại, thì hãy xem như chúng đang làm lợi ích lớn cho mình, vì chúng tác động cho bạn tu tập pháp trong khi trước đấy bạn hoàn toàn bù đầu vào những chuyện thế tục. Đau khổ cũng có thể là một yếu tố góp phần vào việc chứng ngộ Chân như nếu ta biết cách lèo lái tư duy của mình. Vì bệnh là hậu quả của ngã ái, nên ta cần nghĩ rằng bệnh, ác ma, vân vân, rất tốt vì chúng giúp ta hàng phục kẻ thù là ngã ái – một việc mà ta không thể tự làm. Khi một hoàn cảnh bất lợi xảy đến, ta thường gián đoạn việc tu tập. Nhưng đừng làm thế. Cũng như ta coi chừng khi đi qua một con đường hiểm, ta phải cẩn thận không phế bỏ sự tu tập khi gặp hoàn cảnh xấu. Bởi thế sự thực hành pháp "Cho và Nhận" một cách nghiêm chỉnh là điều quan trọng. *Hành Bồ-tát hạnh* nói:

Điều tốt đẹp của đau khổ là,
Nó tẩy trừ kiêu mạn do buồn sầu.
Người ta phát triển lòng xót thương

Đối với chúng sinh trong sinh tử,
Tránh làm ác và thích làm lành.

Khi đối diện với bất hạnh đau khổ, bạn bớt được thói ngã mạn kiêu căng. Bạn càng thương xót kẻ khác khi chính mình đã từng đau khổ, và đấy là một nhân tố cho ta muốn từ bỏ những gì cần phải từ bỏ. Nếu không gặp đau khổ, thì ta cứ tưởng mọi sự đều tốt đẹp, và lấy làm sung sướng. Nhưng có câu nói:

Đừng vội mừng khi gặp may mắn,
Mà hãy vui khi gặp chuyện buồn:
Sự vui sướng làm mòn công đức,
Nỗi khổ đau tịnh hóa tâm hồn.

Giữ một địa vị cao thì cũng giống như bị quản thúc tại nhà: những Lạt-ma Tây Tạng và những viên chức cao cấp không thể muốn đi đâu tùy ý được. Một vị Lạt-ma nói:

Ở ngôi vị cao như bị quản thúc,
Chức nhỏ nơi cư trú tuyệt vời
Cho những đấng anh hùng chiến thắng.

Tất cả học giả, hành giả trong quá khứ đều giữ những địa vị thấp nhưng đã đạt đến Phật quả. Ngay cả Drom Rinpoche cũng đã quỳ lạy trước người dưới ông; bởi thế chúng ta không nên đặt mình cao hơn người khác. Nhờ thế ta dễ dàng giữ tình bạn.

Đừng vui khi được khen,
Mà hãy vui khi bị chỉ trích:
Sự chỉ trích soi sáng lỗi lầm của ta.

Nói cách khác lòng kiêu căng nơi bạn càng tăng khi được người khác ca tụng. Nhưng kiêu căng cũng như ca tụng sẽ làm cho bạn đọa lạc. Khi kiêu căng thì ta không thể thấy lỗi mình, và chẳng có gì vui khi bị chỉ trích, nhưng sau đó ta sẽ xét lại hành vi mình và biết cẩn thận thay đổi lối hành xử. Bởi vậy có câu: "Lời phỉ báng là một ân huệ của chư thiên". Hãy xem sự phỉ báng là điều kỳ diệu. Cho nên mỗi khi bạn bị chao đảo vì những lời phỉ báng thì hãy nghĩ như trên.

Khi sung sướng, ta nghĩ đấy là hậu quả của thiện hành, và đâm ra ưa thích thiền quán về tâm bồ-đề, vân vân

** Chuyển hóa bằng tri kiến*

Bản văn của chúng ta nói:

Hãy xem tất cả mọi tướng giả dối
Như là bốn loại thân.

Tuy nhiên, lời này là theo cách giải thích xưa cũ từ thời truyền pháp đầu tiên, và khi xét lại chúng ta thấy nó chưa ổn. Khi nhìn sâu vào bản chất của một nỗi khổ đã sinh khởi, người ta bảo đấy là pháp thân (thân chân lý), vì nó không sinh từ bất cứ gì, vân vân, nhưng tôi có cảm tưởng điều này không đánh trúng đích. Nói vắn tắt, hạnh phúc và đau khổ của chúng ta có thể đã phát sinh từ những hoàn cảnh hoặc tốt hoặc xấu. Nhưng khi xét bản chất của chúng, ta thấy rằng những khổ vui sinh ra từ một chuỗi nhân duyên hỗ tương lệ thuộc. Như vậy hoàn cảnh tốt hay xấu, đau khổ hay hạnh phúc, tất cả chỉ là những nhãn hiệu, không có bản chất của riêng chúng, mặc dù rõ ràng chúng có vẻ thực hữu. Khi nhìn sâu vào sự kiện rằng "tôi" và "người khác" không thực sự hiện hữu, thì tự nhiên ta hết khổ đau, tham luyến.

Bạn cũng có thể nghĩ: "Khi tôi chết, tất cả những hạnh phúc và đau khổ mà bây giờ tôi đang gặp chỉ còn là những ký ức, chỉ như những giấc chiêm bao. Thương hay ghét trong cuộc đời ngắn ngủi này thật là điều vô nghĩa."

Ngày thứ mười chín

Kyabje Pabongka Rinpoche kể một câu chuyện ngắn để chúng tôi khởi động lực. Về văn bản thì ngài chọn *Lời nguyện của Di-lặc,* trong đó có câu:

Cúi lạy chư Bồ-tát
Đã ngăn các con đường
Đưa đến các đọa xứ,
Đã khéo dạy đạo lộ
Đưa đến các cõi cao,
Đã dẫn đường đi đến
Cái không già không chết.

Rồi ngài nhắc lại những tiêu đề nói trên, và ôn lại "Pháp quán thực sự đổi địa vị mình với người" và "Pháp thiền quán cho và nhận". Ngài cũng trở lui về hai phần đầu của giáo lý bảy phần này.

Mình và người là căn bản trên ấy bạn xây dựng những ý tưởng hoặc yêu mến hoặc làm ngơ. Bây giờ hai căn bản ấy cần phải đổi chỗ. Rồi, như tôi đã nói, muốn khai triển thêm, bạn hãy quán Nhận đau khổ để xây dựng tâm bi; và quán Cho thân thể, tài sản, công đức của bạn để xây dựng tâm từ. Lại nữa bạn nên phối hợp sự Cho và Nhận ấy với hơi thở vào thở ra. Thêm vào đấy, để khỏi quên pháp này, bạn nên nhồi ký ức mình với một vài bài kệ trong khi làm những công việc hàng ngày.

Có một số phương pháp khác nhau để phối hợp hai chỉ giáo này về luyện tâm bồ-đề trong sự tu tập của bạn. Những phương pháp này được đề cập bằng những tiêu đề và những trình tự khác nhau, Sau đây là nói vắn tắt về cách tu tập dưới 11 đề mục thiền quán.

Khởi đầu bằng cách quán bốn pháp:

(1) Xả;

(2) Hiểu rằng mọi hữu tình đã là mẹ ta;

(3) Nhớ lại sự tử tế của họ;

(4) Ước mong đền đáp sự tử tế của họ.

Bốn pháp ấy được tiếp theo bằng:

(5) Quán mình với người bình đẳng;

(6) Quán những lỗi lầm phát xuất từ ngã ái;

(7) Quán những lợi ích do sự thương người.

Bây giờ đến pháp quán thực sự đổi địa vị mình với người:

(8) Nhận, bao gồm pháp quán để xây dựng tâm bi;

(9) Cho, bao gồm pháp quán để xây dựng tâm từ, mong mỏi hạnh phúc cho kẻ khác.

Và cuối cùng là:

(10) Sự phát triển tâm vị tha.

Khi bạn xét mình có thực sự đã làm được gì về Cho và Nhận, thì sẽ thấy rằng đấy chỉ là trong tưởng tượng mà thôi. Hiện tại bạn chưa làm được điều gì cụ thể lợi lạc chúng sinh; vậy hãy khởi ý nghĩ: "Tôi sẽ làm một điều gì để thực hiện việc ấy trong thực tế." Và khi gánh lấy trách nhiệm ấy, là bạn phát triển tâm vị tha. Rồi vì lý do ấy mà có:

(11) Phát triển lòng mong mỏi thực sự đạt đến toàn giác.

Mười một đề mục thiền nói trên làm nên một tổng hợp của cả hai chỉ giáo về bảy lớp nhân quả và đổi địa vị mình với người. Sau đây là cách tu tập.

Ở phần kết của chuỗi đề mục ấy, còn có một bước nữa, một dáng điệu tốt lành để bạn dễ thành công hoàn toàn về mật điển và các mandala trong đó. Điều này cũng giống như những lời nguyện của Bà-la-môn Samandraraja và vị Chuyển luân vương Arenemi về những tái sinh của họ trong tương lai (xem Ngày thứ tám). Điều bạn làm là, hãy tưởng tượng tất cả hữu tình đều thành tựu mọi điều hạnh phúc; việc này sẽ là một vốn lớn lao để giúp bạn hoàn tất hai sự tích lũy. Bạn làm điều này bằng cách hóa thân thành đức Thích-ca Mâu-ni, rồi phóng những hào quang tịnh hóa tất cả đau khổ của hữu tình. Quán tất cả hữu tình cũng đều hóa thân thành Thích-ca Mâu-ni. Rồi thiền quán về tâm hỉ. Bằng cách ấy, bạn vừa quán những kết quả sự phát tâm bồ-đề của bạn, và dùng pháp quán ấy như một phần của đạo lộ.

Bản văn của chúng ta nói:

Ba đối tượng, ba độc và ba thiện căn.

Ba đối tượng là những gì bạn cho là hấp dẫn, ghê tởm, hoặc trung tính. Khi hướng tâm đến những đối tượng ấy ta phát sinh tham ái, thù hận, vân vân. Khi các hữu tình hướng sự chú ý đến những đối tượng ấy chúng cũng phát sinh những vọng tưởng như thương, ghét, vân vân. Sự tái sinh vào đọa xứ của chúng tùy thuộc vào tất cả vọng tưởng ấy và đối tượng ấy. Hãy tưởng tượng bạn nhận lấy tất cả những điều này, cùng với cái nhân khổ của chúng trong sinh tử; nghĩ rằng: "Tôi đã làm cho tất cả hữu tình nhẹ gánh tham, sân, si, nên bây giờ họ chỉ còn có những thiện căn." Hãy xem chính ngã ái là đáng trách vì đã đem lại tất cả nghịch cảnh như lo âu, bệnh hoạn, vân vân. Hãy làm cho nghiệp báo của chúng sinh chấm dứt, nhận lấy tất cả đau khổ của họ. Hãy thấy rằng những gì bạn nhận sẽ chín mùi trên bạn, và lấy đó làm nhân cho sự vui mừng.

Nhờ làm vậy, người nào quen luyện tâm sẽ không bao giờ khổ sở, vì tất cả nghịch cảnh đối với họ đều có ích. Đấy là lý do việc luyện tâm được gọi là "nguồn gốc của thành trì hạnh phúc." Nó khiến cho bạn kham nhẫn những nghịch cảnh nhỏ nhặt. Ví dụ, khi khởi hành đi buôn, một thương gia phải nhìn mọi sự với thái độ triết lý: Nếu trời mưa, ít nhất mình sẽ không bị cướp; nếu tuyết xuống, ít nhất những con vật chở hàng của mình sẽ không bị què. Tác phẩm *Hành Bồ-tát hạnh* nói:

Nếu một việc có thể điều chỉnh được
Thì cần gì phải khổ sở?
Nếu một việc không thể điều chỉnh
Thì đau khổ liệu có ích gì?

Nếu bạn gặp khổ thì buồn sầu cũng vô ích, bạn nên biến nỗi khổ ấy thành hữu dụng. Ta nên nghĩ đến những người nhờ một cơn bệnh suýt chết, đã chứng được tuệ giác vô thường.

Bởi thế khi gặp hoàn cảnh xấu, hãy nghĩ rằng "mong tất cả những khổ đau của hữu tình sẽ đến nơi tôi." Không gì lợi lạc hơn là suy nghĩ cách ấy.

Đến đây chấm dứt phần ôn lại đề mục "Chuyển nghịch cảnh thành con đường giác ngộ."

c(ii) Chuyển hóa nghịch cảnh bằng hành động

Có 4 loại hành động bao hàm ở đây: Tích lũy công đức và trí tuệ, thanh lọc chướng ngại, cúng bánh lễ, và triệu thỉnh Hộ pháp làm các thiện sự.

Khi đã hoàn toàn quen thuộc với pháp luyện tâm này, nếu bạn bỗng nhiên bị đau ốm, thì nên triệu thỉnh thiện sự của Hộ pháp như sau: "Sự thực hành Cho và Nhận của tôi đã có ý nghĩa mới, vì nỗi khổ của tất cả hữu tình đang trút xuống trên tôi. Mong cho bệnh của tôi còn nặng hơn thế này nữa!"

Khi bạn cúng bánh lễ cho phi nhân, hãy nghĩ "Quý vị đã rất tử tế khi hại tôi. Điều này có lợi cho sự tu tập của tôi. Tôi đã tịnh hóa nhiều tội lỗi chướng ngại và tích lũy thêm nhiều công đức. Bây giờ, hãy làm hại tôi nhiều hơn nữa!"

Những người không đủ can đảm sẽ thấy mình không thể nào làm được điều ấy. Vậy họ nên làm việc thông thường là kêu gọi sự giúp đỡ của phi nhân để cầu khỏi bệnh.

Khi nhà mình bị ngập nước, ta phải tìm căn nguyên vấn đề để chạy chữa; cũng vậy mỗi khi gặp đau khổ, ta phải từ bỏ tội lỗi nguyên nhân của đau khổ và xây dựng công đức nguyên nhân của hạnh phúc. Ngoài ra nên tụng bài *Sám hối tổng quát* (xem phần Phụ lục) và lập những lời nguyện về pháp luyện tâm.

Bản văn nói:

Áp dụng ngay thiền quán
Càng nhiều càng tốt.

Nói cách khác, ta cần phải áp dụng phương pháp luyện tâm ngay khi một hoàn cảnh thuận hay nghịch xảy ra, để tức khắc chuyển hóa nó thành pháp tu.

d) Một phương pháp để áp dụng suốt đời

Có năm năng lực:

IVB2.3.2.1d(i) Năng lực hạt giống trắng;

IVB2.3.2.1d(ii) Năng lực của tập quán;

IVB2.3.2.1d(iii) Năng lực quyết định;

IVB2.3.2.1d(iv) Năng lực của sự từ bỏ;

IVB2.3.2.1d(v) Năng lực của cầu nguyện.

Năng lực quyết định là năng lực quan trọng nhất. Sự quyết định của bạn dẫn đầu tất cả mọi hành động, khiến cho hành động ấy thành thiện hay bất thiện, Đại thừa hay Tiểu thừa. Khi quyết định giết một con rận hay quyết định soạn bữa ăn trưa, thì ta sẽ thực sự làm việc ấy. Thông thường, khi thức dậy vừa buộc lại thắt lưng là ta đã quyết định làm những chuyện thuộc thế gian, liên hệ đến thực phẩm, thời trang, danh lợi... những phương tiện để đạt hạnh phúc. Bây giờ đổi lại, ta nên làm quyết định như sau, một cách sâu xa từ tâm khảm: "Tôi sẽ không để cho đời mình vô ích trong ngày hôm nay. Tôi sẽ làm một điều gì có ý nghĩa. Tôi sẽ nhiếp phục ngã ái, kẻ thù thật sự của tôi!"

Năng lực hạt giống trắng có nghĩa là tích lũy công đức và thanh lọc chướng ngại nhờ những nghi lễ chuẩn bị, vân vân, những điều này được làm để tăng trưởng bồ-đề tâm. Thiện hành mà chúng ta làm thường bị mất hút vào cuộc đời này, vậy cốt nhất đừng để điều này xảy đến.

Năng lực của tập quán có nghĩa là luôn luôn thực hành pháp tu dù ta đang làm bất cứ việc gì – đi bộ, ngủ hay ngồi – bằng cách sử dụng những phương pháp tăng trưởng cả hai loại bồ-đề tâm. Những đại nguyện Bồ-tát như hy sinh đầu mắt tay chân trong hiện tại có vẻ vượt quá sức ta. Nhưng đấy chỉ là hậu quả của tập quán. Lúc đầu có thể ta không biết gì về nghề thợ thiếc hay thợ mộc, nhưng sau khi học nghề, ta không còn thấy là khó khăn nữa. Cũng thế, khi ta đã đến mức quen thuộc với ý nghĩ và hành vi bố thí thì ngay cả sự hy sinh mạng sống cũng sẽ dễ dàng như việc đem cho một dĩa rau. Tục ngữ nói: "Không gì khó khi đã trở thành quen thuộc." Những hành giả vĩ đại trong quá khứ có thể hoàn tất pháp thiền quán Lamrim trong lúc cưỡi ngựa: đấy cũng là hậu quả của thói quen. Thiền định và thói quen là đồng nghĩa.

Làm sao uống trà được một cách dễ dàng, nếu ta chưa có thói quen làm việc ấy?

Năng lực của sự từ bỏ là như sau: Hiện tại, ngã ái là điều duy nhất mà bạn đang phát triển, và bạn nên chấm dứt việc ấy. Bạn phải từ bỏ ngã ái bằng cách đánh vào nó mỗi khi nó thò mặt ra, cũng như bạn đánh một con chó đến ăn trộm.

Năng lực của cầu nguyện là, ngay trước khi đi ngủ hãy hồi hướng tất cả thiện căn mà bạn đã có trong ngày để tăng trưởng hai loại tâm bồ-đề.

Năm năng lực này áp dụng cho cuộc đời hiện tại. Còn có 5 năng lực vào lúc chết; đấy là sự luyện tập cũng năm năng lực ấy nhưng để chuyển di chúng vào một tái sinh mới (chuyển di tâm thức).

Chỉ giáo của Đại thừa về chuyển di
Liên hệ đến năm năng lực.
Hãy yêu mến hoạt động này!

Kỹ thuật chuyển di sự luyện tâm không dùng thần chú *hik* và *phat*, nhưng sâu sắc hơn bất cứ kỹ thuật chuyển di nào khác.

Sự *quyết định* của bạn ở đây là quyết không rời tâm bồ-đề trong khi ở trạng thái chết, trạng thái trung ấm, vân vân.

Năng lực hạt giống trắng là như sau. Giả sử bạn quá tham luyến những vật sở hữu của mình. Hãy phá hủy lòng tham luyến ấy bằng cách làm lễ dâng cúng những vật ấy lên Tam Bảo, hoặc hiến tặng cho những người nhận có đức, hoặc di chúc bố thí tất cả sở hữu. Như vậy tốt hơn là chờ để sau khi bạn chết, người khác sẽ tạo công đức hồi hướng cho bạn. Nếu không xả tài sản theo cách ấy thì những chuyện như sau có thể xảy ra. Một thầy tu vì tham luyến cái bát khất thực của mình nên tái sinh làm con rắn nằm khoanh trong bát. Đức Phật xua rắn vào rừng khiến nó tức giận, và ngọn lửa sân đã đốt cháy chính nó và cả khu rừng. Sau đó nó tái sinh vào địa ngục, và cả ba thân của nó (xác ông thầy, xác con rắn và thân thể tái sinh ở địa ngục) đồng thời bốc lửa. Một người khác sau khi chết bị ám ảnh bởi khối vàng ông ta đã chôn và cũng tái sinh làm một con rắn. Những chuyện như thế cho thấy cái gì xảy ra nếu bạn không xả bỏ của cải. Nhưng bạn cũng có thể tham luyến thân xác mình để bị tái sinh làm con sâu sống trong cái xác đã thối rữa. Có lần một thi thể phụ nữ nằm bên bờ biển. Một con sâu dài như con rắn cư trú trong thây chết, chui qua chui lại qua những lỗ mũi, miệng, mắt, tai của tử thi. Phật dạy con sâu ấy chính là tái sinh của cô gái đã quá đam mê thân xác mình, luôn luôn soi gương. Bởi thế, vào lúc chết, hãy xây dựng hai sự tích lũy của bạn (phước đức và trí tuệ) và tha thiết cầu nguyện để tăng trưởng tâm bồ-đề. Điều này rất cần thiết đối với những người tham luyến thân xác.

Một tu sĩ thấp kém rất ham tiền nên khi chết hóa làm một con cóc luôn luôn bám lấy nơi nó đã cất giữ tiền. Có nhiều người đã đến lúc đáng chết nhưng vẫn không thể chết được cũng chỉ vì tâm bám víu quá mãnh liệt. Một vị sư già ở Amdo chết một cách khó khăn vì quá yêu thích thực phẩm béo bở. Gungtang Jampaelyang bèn nói với ông ta:

– Ông hãy lập nguyện tái sinh lên cõi trời Đâu suất đi. Thực phẩm ở đấy còn ngon lành hơn cả những thứ mà ta có được vào ngày rằm tháng bảy.

Vị sư tắt thở ngay lập tức. Việc này cũng rất có thể xảy đến cho chúng ta. Bởi thế, cốt nhất là phải từ bỏ tham luyến.

Năng lực của sự từ bỏ là sám hối những tội phạm giới và thọ giới lại. Những điều này bắt buộc phải làm. Nếu tu mật tông, bạn phải phục hồi giới mật tông và giới Bồ-tát đã vi phạm bằng cách thọ lại giới và thọ lại pháp quán đảnh. Việc này cần làm thường xuyên, nhưng quan trọng nhất là phải làm trước khi chết. Nếu không, bóng đen tội lỗi cứ lơ lửng trên đầu khiến ta không thể đi đến các cõi tịnh dù có đủ điều kiện để đến đấy.

Năng lực của sự cầu nguyện không phải là cầu sinh lên tịnh độ mà là cầu xin sự gia trì của chư Phật, Bồ-tát và chư thượng sư trong việc phát bồ-đề tâm của mình, cầu mong rước giùm những đau khổ tội ác và chướng ngại cho mọi hữu tình.

Năng lực của tập quán là như sau. Sau khi đã quen thuộc với bồ-đề tâm, bạn từ giã cõi đời trong khi đang thiền định về tâm bồ-đề do thói quen. Việc ấy là tốt nhất. Hãy nằm chết theo thế con sư tử nằm nghiêng bên hông phải, hướng tâm về tái sinh mới. Đây là thế nằm của đức Đạo sư đầy từ mẫn của chúng ta khi Ngài nhập Niết-bàn, và ngay cả việc làm này cũng đủ có một ảnh hưởng lớn trong việc giúp bạn đi đến các cõi tịnh.

Nói chung, người ta nên thực hành phép chuyển di tâm thức bằng cách quy y theo Phạm vi Nhỏ. Tuy nhiên người nào đang thực hành Phạm vi Lớn cũng cần phải làm sự chuyển di tương tự trong khi quán tưởng về bồ-đề tâm. Bạn có thể nghĩ rằng phương pháp sau này không thể làm bạn đạt đến các cõi tịnh, nhưng sự thật không phải vậy. Khi Chaekawa sắp chết, ngài bảo thị giả mau làm lễ cúng dường giúp ngài.

– Tôi đã cầu nguyện đi xuống địa ngục Vô gián để giúp đỡ tất cả chúng sinh ở đấy, nhưng bây giờ tôi lại đang trông thấy các cõi tịnh!"

Geshe Potowa cũng kể một câu chuyện tương tự. Có hai mẹ con bị dòng nước cuốn trôi. Họ nghĩ đến nhau với lòng thương mến, nên cả hai đều được sinh lên cõi trời Đâu suất. Một lần có con thuyền bằng da dùng làm đò băng qua bờ nam sông Jasa bị quá tải sắp chìm, một sứ giả phát tâm từ nhảy xuống sông (cho thuyền nhẹ bớt). Nhưng ông lại không chết, và xung quanh ông đầy những ánh sáng cầu vồng. bồ-đề tâm là một hình thức thù thắng của lòng tốt; nên nếu bạn khởi động dù chỉ một hình thức gượng gạo của tâm bồ-đề, chắc chắn bạn cũng sẽ tái sinh vào một hoàn cảnh tốt.

Chúng ta thường gán tầm quan trọng cho nghi lễ chuyển di tâm thức, sử dụng những thần chú *hik* và *phat* hơn là phát tâm bồ-đề. Chúng ta cũng quá xem trọng việc có được những dấu hiệu thành công trong những pháp tu ấy. Nhưng nếu thực hành việc niệm *hik* nhiều lần mà không từng quán tâm bồ-đề gì cả, thì những triệu chứng thành công trong việc chuyển di tâm thức có thể xuất hiện – như đỉnh đầu nhô cao, vân vân – nhưng đây chỉ là tác động của các luồng khí lực, không có gì đáng quái dị. Hình thức luyện tâm để hướng dẫn tái sinh ở đây không sử dụng *hik* hay *phat* nhưng nó là pháp sâu xa nhất trong tất cả các pháp luyện tâm. Với những phép chuyển di khác, chưa chắc bạn đã đóng được cánh cửa tái sinh vào đọa xứ; nhưng nếu hướng dẫn tái sinh của mình bằng năm năng lực này, thì chắc chắn bạn sẽ không tái sinh vào bất cứ một cõi bất hạnh nào.

e) Tiêu chuẩn để biết đã luyện tâm, có bốn phần như sau

e(i) Giảm bớt ngã chấp

Đức Thế Tôn đã giảng rất nhiều giáo lý nhưng tất cả đều là những pháp đối trị bệnh ngã ái. Sự khác nhau giữa pháp và phi pháp chỉ là nó có diệt trừ được vọng tưởng chấp ngã hay không. Như vậy dấu hiệu thành công tốt nhất là mức độ giảm bớt si mê nơi ta. Nếu chưa được vậy, thì những dấu hiệu thành công khác không có nghĩa gì. Ngay cả những con chim ăn xác chết cũng có thể bay giữa hư không, chuột có thể độn thổ, cá có thể lặn trong nước. Bạn cần phải trắc nghiệm pháp bằng cách sử dụng sự tu tâm như cán cân. Sự giảm thiểu ngã ái mới là bằng chứng rõ rệt của sự có tu.

e(ii) Nhân chứng chính yếu

Có hai nhân chứng: bản thân và người khác. Sự tu hành của bạn có thể còn xa với toàn thiện, nhưng bạn có thể làm cho người ta tưởng mình đã toàn thiện. Những người khác có thể do bề ngoài của bạn mà tôn trọng bạn như một người đạo đức có vẻ toàn hảo. Như có bốn hạng xoài: chín cả trong lẫn ngoài, ngoài chín trong sống, vân vân. Bạn có thể giống như thứ xoài ngoài chín trong sống. Khi ấy thì những dáng điệu "có nghiên cứu" của bạn chỉ như con mèo rình chuột, chỉ có những người ngu không biết pháp mới tưởng là người tốt. Vậy, không nên chỉ tu bề ngoài; nhưng cũng không nên trong chín ngoài sống. Uy nghi bề ngoài cũng quan trọng vì không làm cho người khác bất mãn; và nếu kèm theo đó còn có sự tự giác nội tâm, thì dòng tâm thức bạn sẽ phong phú nhờ tu tập. Bởi thế cả trong lẫn ngoài phải được thanh tịnh.

e(iii) Luôn luôn đào luyện niềm hỉ lạc nội tâm

Nếu giàu, bạn không nên đau khổ vì tiếc của hoặc muốn tăng trưởng tài sản. Nếu không giàu, cũng chẳng nên lo ngại về kế sinh nhai. Hãy nghĩ về những bất lợi của giàu sang và biết cách chuyển cảnh nghèo cũng như cảnh giàu thành con đường tu tập.

Đừng để cho tám mối bận tâm thế tục thò đầu ra khi bạn được khen hay bị chê; hãy tìm lý do mỗi khi cảm thấy vui hay buồn, rồi tâm bạn sẽ không còn đau khổ.

Tiêu chuẩn để biết bạn đã luyện tâm là như sau:

Người đã làm chủ được tâm
Thì dù khi tán tâm vẫn làm chủ được.

Người cưỡi ngựa chưa đủ kinh nghiệm chỉ ngồi vững được trên yên khi chú tâm vào việc cưỡi ngựa; nếu tán tâm anh ta sẽ ngã xuống. Nhưng người kỵ sĩ có kinh nghiệm thì không bao giờ bị té dù lúc lơ đễnh. Người luyện tâm chưa thuần thục cũng giống như cưỡi ngựa thiếu kinh nghiệm, khi bất thần bị lăng nhục, họ sẽ nổi giận ngay, và chỉ sau một lúc mới nhớ lại để nguôi giận. Một người khéo luyện tâm sẽ không nổi giận dù có lúc bất thần bị kẻ khác đánh đập hay lăng nhục.

Tiêu chuẩn của tâm khéo luyện
Là khi bạn đã lật ngược nó lại.

Nghĩa là, tiêu chuẩn của tâm khéo thiền định (về cái chết và vô thường hay thiền định về từ bỏ) là sự kiện rằng bạn không còn bận tâm về những chuyện tầm thường của đời này, không khát khao sự sung túc trong sinh tử. Cũng vậy, bạn đã làm chủ được tâm nếu đã lật ngược ngã ái thành lòng vị tha.

e(iv) Năm dấu hiệu chứng tỏ bạn rất tự chủ

Khi luyện tâm thuần thục bạn sẽ có 5 biểu hiện: Bạn thành một nhà *khổ hạnh vĩ đại* vì có khả năng nhẫn nhục. Tâm bạn sẽ không hướng về vọng tưởng dù bị đau khổ tai ương, vân vân.. Bạn sẽ là một *nhân vật vĩ đại* vì yêu mến người khác hơn chính mình. Bạn sẽ là một người *trì giới vĩ đại* vì trong mọi hoạt động, không bao giờ bạn rời xa việc thực hành 10 thiện nghiệp. Bạn sẽ là một người *bảo trì tạng Luật* vì luôn luôn an tịnh, tự chủ, và hoàn toàn không bị ô nhiễm bởi ác hành nhỏ nhặt nhất. Bạn sẽ là một *hành giả vĩ đại* vì thực hành con đường Đại thừa thực thụ.

f) Mười tám điều kiện của pháp luyện tâm

f(i) Một trong ba điều kiện cốt yếu đầu tiên là, *không lấy cớ luyện tâm để vi phạm những giới căn bản trong tạng Luật* (như cố ý đi đến những nơi nguy hiểm, liều mạng khi không cần thiết.)

f(ii) Hai là, *không nên lấy cớ tu tâm để ngang nhiên gây xáo trộn cho người khác* như chặt phá cỏ cây, vân vân, giả vờ mình đã hết bám víu.

f(iii) Ba là *không thiên vị trong việc luyện tâm*, như chỉ kiên nhẫn đối với bằng hữu mà không kiên nhẫn đối với kẻ thù, hoặc chỉ khoan hồng đối với loài người mà thiếu khoan hồng đối với những loài khác.

f(iv) Chỉ thay đổi nội tâm, không cần thay đổi bề ngoài. Đừng để nguyên những tư tưởng ngoan cố mà bạn có trong dòng tâm thức: hãy dùng một vài biện pháp để cải thiện chúng. Những mẫu người tốt nhất cải thiện thấy rõ từng ngày; người trung bình chỉ cải thiện sau hàng tháng, và tệ nhất thì cả năm mới thay đổi. Bạn phải thấy mình thuộc hạng nào trong đó. Nếu cả ba hạng đều vượt quá sức bạn thì dù có xuất gia, thọ giới và dù đã già, bạn vẫn không khác gì trước khi xuất gia. Vậy, đừng giống như những tảng đá ở sau nhà bạn không bao giờ thay đổi. Nhưng, trong khi thay đổi những khát vọng ích kỷ thành ước vọng có tâm bồ-đề, có sự từ bỏ, có thực chứng về vô thường, thì đừng thay đổi tư thái bề ngoài. Có những người bên trong không phát triển được một đức tính nào có giá trị nhưng bên ngoài lại giả vờ ra vẻ tu hành, giả vờ có một tia mắt thánh thiện, nhìn xa xăm, vân vân. Bạn chỉ nên phát triển những tuệ quán và cải thiện nội tâm mà đừng bao giờ hiện tướng bên ngoài. Cũng đừng để cho ai biết bạn đã có những tiến bộ phi thường. Bạn nên làm như Shantideva hay bậc thánh Chu Lợi Bàn Đà Già đã từ bỏ vọng tưởng một cách âm thầm, bí mật đạt thực chứng. Ngay cả bậc hiền trí Chandrakirti cũng chỉ ra vẻ như một học giả không có gì đặc biệt, không ai chú ý đến ông. Nhưng bên trong ngài đã đắc thần thông có thể nặn ra sữa từ hình vẽ một con bò cái. Những con người như vậy không bao giờ tự làm cho mình nổi bật. Và trong quá khứ những tu sĩ truyền thống Kadampas cũng không tìm cách nổi tiếng như tu thiền giữa công cọng, bày tỏ những dấu hiệu của sự đắc đạo, vân vân. Hãy theo gương họ. Vả lại, bạn sẽ gặp nhiều chướng ngại khi tự quảng cáo mình: điều ấy cũng như có một viên ngọc như ý mà đem đi khoe. Khi ấy bạn không khác gì người thế tục và bị rơi trở lại vào những chuyện thế gian. Mỗi khi tu được dù chỉ một pháp nào, chúng ta cũng mong cho mọi người đều biết như giương cờ trên đỉnh núi. Trong truyền thống của Atìsha và phái Kadampas trái lại, ta phải che giấu những đức tính như ngọn đèn giấu trong bình đèn.

f(v) Đừng nói đến những chân tay què quặt của người khác, nghĩa là *đừng nêu những khuyết điểm của người.*

f(vi) Không nên bị ám ảnh bởi lỗi người mà *chỉ nên phân tích lỗi lầm của chính mình.* Nếu quen thói tìm lỗi nơi những tu sĩ khác, thì cuối cùng bạn sẽ tự nhiên tìm lỗi ngay cả nơi chư Phật.

f(vii) Nên thanh lọc trước tiên vọng tưởng nào lớn nhất trong mình (tham, sân hay si, vân vân). Hãy thanh lọc bất cứ vọng tưởng nào mà bạn thấy là lớn nhất trong dòng tâm thức. Nếu tham dục lớn nhất, thì hãy thanh lọc nó bằng cách áp dụng pháp đối trị như quán thân bất tịnh.

f(viii) Hãy từ bỏ mọi hy vọng về quả báo. Khi làm một điều gì thiện, thì đừng mong chờ sự đền bù hay quả báo tốt đẹp về sau.

f(ix) Hãy từ bỏ thực phẩm nhiễm độc, nghĩa là thiện hành còn nhuốm ngã chấp.

f(x) Hãy đối trị ngay vọng tưởng. Khi phát sinh một vọng tưởng, hãy *đối trị ngay* không để cho nó kéo dài – hãy xử không nương tay với nó.

f(xi) Đừng trả đũa. Bạn không phải là hành giả đức hạnh nếu không thực hành nhẫn nhục. Nếu ai nhiếc bạn là "con chó già" thì đừng trả đũa bằng "ngươi là đồ ăn trộm". Nếu ai đánh bạn một cái, đừng đánh trả lại gấp hai.

f(xii) Đừng chờ dịp trả thù một người nào, như phục kích trên đường hẻm để hại họ. Những người thế tục ngu si tưởng rằng tốt nhất nên mỉm cười trong khi âm thầm nuôi dưỡng thù hận. Điều này chứng tỏ Pháp trái hẳn với thế gian.

f(xiii) Đừng rêu rao lỗi người. Nếu bạn biết một người nào có tội thì đừng nói trước nhiều người khác hay đả kích những lỗi lầm của họ. Cũng thế không nên tụng những thần chú phẫn nộ để hại các hữu tình.

f(xiv) Khi bạn làm sai thì đừng đổ thừa cho người khác, cũng đừng nên tự cho mình tài khéo và chỉ trích người khác khi công việc không suông sẻ. Tục ngữ Tây Tạng nói: "*Đừng đặt gánh nặng của trâu dzo lên lưng con bò.*"

f(xv) Đừng làm cho bùa chú mất linh. Việc tu tâm là cốt để hàng phục ngã ái. Nhưng nếu thiền định chỉ làm bạn tăng thêm ngã ái, và bạn không hại hữu tình chỉ vì muốn được danh tiếng, quà tặng, vân vân, thì như vậy là "bùa chú đã mất linh", là lạm dụng Pháp.

f(xvi) Đừng nhắm ăn trên ngồi trước, hấp tấp chiếm lấy một cái gì thuộc của công, hoặc cố được phần nhiều nhất bằng cách đến trước – nghĩa là đừng chạy đua.

f(xvii) Đừng để cho thiên thần thành ác quỷ, nghĩa là đừng để sự tu hành của bạn thay vì đối trị ngã ái, lại trở thành một cái gì làm vững chắc thêm ngã ái.

f(xviii) Đừng tìm hạnh phúc trong bất hạnh. Như nghĩ "Nếu kẻ thù của tôi chết hay phá sản thì tôi mới sung sướng!"

Trên đây là 18 lời nguyện.

g) Hai mươi hai lời khuyên

g(i) Làm mọi việc qua một pháp

Nghĩa là hành giả không cần thực hành thật nhiều đức hạnh, vì tất cả đức hạnh đều bao gồm trong một ý "vì lợi ích cho tất cả chúng sinh." Khi ăn hãy nghĩ: "Tôi đã hiến thân tôi cho hữu tình. Bởi vậy để làm việc cho lợi lạc hữu tình, tôi sẽ nuôi dưỡng thân này". Hãy làm tất cả công việc hàng ngày của bạn trong tâm niệm ấy, như khi bạn tụng thần chú trừ tà.

g(ii) Trừ khử mọi chướng ngại bằng một pháp duy nhất

Nếu thuốc tỏ ra không hiệu nghiệm, thì y sĩ có thể vừa châm chích con bệnh vừa chữa bằng nước nóng. Sự "chịu thay" hay trao đổi địa vị mình người cũng vậy, có hàng trăm lợi ích, vì nó là cách đối trị tất cả vọng tưởng và thói xấu.

g(iii) Hãy khởi động lực trước khi làm mọi việc lành, và cuối cùng hãy hồi hướng công đức

Điều quan trọng nhất là mỗi buổi sáng nên làm quyết định bạn sẽ làm gì và sẽ không làm gì trong ngày hôm ấy.

g(iv) Hãy chịu đựng cả hai, dù bất cứ gì khởi lên

"Cả hai" là hoàn cảnh tốt và xấu. Bạn không được bỏ việc luyện tâm dù có gặp hạnh phúc hay đau buồn xảy đến. Có người bỏ tu khi được lên chức hay có tài sản. Có người bỏ tu khi bị kẻ thù làm cho khốn khổ. Nhưng bạn không được bỏ sự luyện tâm dù có gặp bất cứ biến cố nào.

g(v) Giữ gìn cả hai, như giữ tính mạng

"Cả hai" ở đây là nguyện đặc biệt (18 lời nguyện trong việc tu tâm) và nguyện tổng quát, là tất cả giới luật đã thọ. Hãy duy trì cả hai loại nguyện ấy trong tâm thức, như thể là bạn bảo trì sinh mạng của mình.

g(vi) Hãy luyện tập ba sự khó khăn

Có ba pháp tu khổ hạnh mà bạn nên biết để tu tập. Đó là: nhận ra vọng tưởng, áp dụng những biện pháp đối trị nó, và chấm dứt tính tương tục của nó.

g(vii) Ba nhân chính để tu tập

Bạn nên cầu nguyện cho mình có đủ ba nhân chính để tu tập pháp: gặp được minh sư; tâm thích hợp cho việc tu tập; và có đủ điều kiện cần thiết như y phục và thực phẩm.

g(viii) Làm quen với ba điều bất thối

Hãy làm ba điều không thối chuyển là kính thầy; vui mừng trong việc tu tập; và kiên trì nhớ kỹ những lời khuyên này.

g(ix) Không rời ba nghiệp lành

Đừng để cho thân lời ý của bạn nhàn rỗi, hãy làm cho chúng bận rộn bằng thiện hành. Thiện hành của thân không chỉ là lạy dài hay đi kinh hành, vân

vân, mà ngay khi ngồi bạn cũng cần chuyển tư thế ngồi thành một thiện hành bằng cách làm thẳng cột sống. Đừng phân chia những đối tượng của tâm thành bạn và thù, chúng sinh và Phật. Bạn phải làm chủ sự tập luyện này ngay trong tâm của bạn, để bao quát tất cả các pháp, như Geshe Chaekawa đã làm. Muốn hoàn toàn làm chủ pháp này, hãy nhấn mạnh thiền định về kẻ thù mà bạn thấy khó kiên nhẫn với họ nhất, và hãy dành một chỗ đặc biệt cho những đối tượng có thể chứng tỏ nguy hiểm cho mình về phương diện nghiệp, như thầy, cha mẹ, người ở cùng phòng.

g(x) Tu tập không thiên vị đối với các đối tượng

Hãy tiếp tục thiền quán, dù bạn có hội đủ những điều kiện cần thiết như cơm áo hay không. Đừng rơi vào tình huống sau đây:

Trông như một hành giả
Khi cơm đầy bụng và trời nắng,
Nhưng trông như người thế tục
Khi gặp điều rắc rối xảy ra.

g(xi) Hãy thiền quán về tậm Bồ-đề

Một điều rất khó triển khai nhưng lại vô cùng lợi ích, là bạn phải làm việc vì lợi lạc cho bản thân và người khác, chứ không phải cho những chuyện thế gian. Bạn nên hành động cốt yếu hướng về đời sau hơn là đời này; hướng về pháp hơn là về thế tục; và hướng về thiền định luyện tâm hơn là thực hành những pháp khác.

(Trong *Tình yêu phổ quát* – bản dịch tác phẩm *Universal love* của Kelsang Gyatso, giới này khuyên nên thấu đạt ý nghĩa sâu sắc của giáo lý để có được thực chứng sâu xa; và nên quán tất cả pháp đều không có thực chất nội tại, chỉ như mộng huyễn.)

g(xii) Hãy thiền quán về những trường hợp đặc biệt

Ví dụ, thường rất khó thương xót kẻ thù hoặc người mà ta cho là may mắn hơn mình. Trong những trường hợp đặc biệt ấy, ta nên thiền quán đặc biệt về những rắc rối họ gặp, và phát sinh tâm thương xót. Nếu có người nào ta khó ưa, thì nên đặc biệt thiền quán về sự kham nhẫn.

g(xiii) Đừng nương tựa vào những điều kiện bên ngoài

Không nên chờ đợi hoàn cảnh khá hơn mới bắt đầu tu tâm, vì pháp tu tâm là cốt chuyển hóa bất cứ tình huống tốt xấu nào bên ngoài, để đưa nó vào con đường giác ngộ.

g(xiv) Hãy tu ngay trong lúc này

Ta nên nghĩ: "Mục đích lớn nhất của đời này là giải thoát giác ngộ. Con đường duy nhất để đạt mục đích ấy là thực hành Pháp. Trong các pháp tu, tu tâm là tối thượng; bởi thế, tôi phải thực hành pháp ấy ngay bây giờ."

g(xv) Đừng giải thích sai lạc

Có 6 cách hiểu sai:

** Nhẫn nhục sai*

Nghĩa là chịu đựng được những vấn đề gặp phải trong khi làm chuyện thế tục nhưng lại không có can đảm đối phó những khó khăn gặp phải trong khi thực hành pháp.

** Hiểu sai mùi vị*

Bạn phải nếm vị Phật pháp nhờ học hỏi, quán tưởng, thiền định, vân vân. Khi bạn không thấm nhuần pháp nhưng lại dễ dàng hiểu những chuyện thế gian như kinh doanh, quân sự vân vân, và có thể phân tích mọi việc, thì thế là bạn đã nếm vị thế gian. Đây là nếm vị sai lầm.

** Hiểu sai tâm đại bi*

Nghĩa là không thiền định về tâm đại bi đối với những người tội lỗi, mà chỉ đại bi đối với những người gặp khó khăn vì chánh pháp.

** Ước nguyện sai lầm*

Nghĩa là không mong ước thực hành pháp thanh tịnh mà mong ước có hạnh phúc, thế lực và tài sản trên thế gian.

** Khuyến cáo sai lầm*

Nghĩa là không khuyến khích người ta thực hành pháp có lợi ích cho những đời sau, mà lại đi khuyến khích họ học doanh thương, pháp luật, vân vân những điều rất hại cho đời sau của họ.

** Hỉ lạc sai lầm*

Nghĩa là không vui mừng về đức hạnh của chính mình hay của mọi người, mà vui vì hạnh phúc của mình hoặc của người khác. Sự vui mừng ấy gọi là bất thiện. Lại nữa, hỉ lạc sai lầm là khi ta vui mừng thấy kẻ thù gặp đau khổ. Có lần một tu sĩ vui mừng khi đối thủ của ông phạm giới trọng. Khi nghe chuyện này, Geshe Potowa nói: "Con người vui mừng phạm tội lớn hơn là con người phạm giới."

g(xvi) Đừng lầm lẫn

Khi đang học với một bậc thầy, chúng ta có thể phát sinh một sự từ bỏ nông cạn, và trong vài ngày có thể thực hành đức hạnh một cách cuồng nhiệt. Sau một thời gian chúng ta đâm chán và phế bỏ việc hành thiện. Không nên gián đoạn việc tu tập như thế, biến nó thành việc làm tùy hứng, có từng "cơn." Geshe Karag Gomchung nói:

Hãy nhìn xa phía trước,
Hãy thấy xa,
Hãy nhịp nhàng.

Nói cách khác, khi thực hành đức hạnh, bạn nên luôn luôn giữ mức độ vừa phải, không quá nồng nhiệt cũng không quá buông lỏng. Sau khi làm xong pháp thiền vào buổi sáng lúc thức dậy, bạn nên thực hành sự tu tập đúng mức. Về sau tăng lên, thì bạn sẽ bao quát một phạm vi rộng lớn. Giống như câu chuyện về con rận và con bọ chét[1].

g(xvii) Hãy tu tập với niềm tin kiên cố

Muốn đạt kinh nghiệm và thực chứng về tu tâm, ta phải tu hành một cách nhiệt tâm, không hoài nghi ngần ngại. Trước phải nghe giảng và học giáo lý để hiểu cách tu, rồi sau phải thực hành liên tục vững chãi. Một cuộc nhập thất dài hạn hoàn toàn để luyện tâm có thể rất lợi ích để đạt những thực chứng sâu xa trong pháp hành này.

g(xviii) Luyện tâm bằng tra tầm và phân tích

(*Đoạn này và đoạn trên tham cứu Universal Love của Kelsang Gyatso, bản Việt dịch là Tình yêu Phổ quát, cùng một dịch giả*)

---

1. Câu chuyện này giống như ngụ ngôn của Aesop về con rùa và con thỏ

Ta nên chú ý đến mọi hành vi của mình về thân, lời, ý, và cẩn thận kiểm soát chúng. Như vậy ta sẽ luôn luôn tỉnh giác về những gì mình nghĩ, nói và làm. Nhờ sự tỉnh giác ấy ta sẽ tránh được những ý nghĩ bất đáng cùng những tâm mê vọng khác dẫn đến những ác hành về thân và lời.

Giới này cũng nêu lên hai giai đoạn tu tập trong việc luyện tâm. Danh từ *tra tầm* có nghĩa là nhờ học tập, trước hết ta nên đạt đến một sự hiểu biết qua loa ý nghĩa của chỉ giáo luyện tâm, và danh từ *phân tích* ám chỉ sau đó ta phải đạt kinh nghiệm sâu xa về những đề tài này nhờ quán tưởng và thiền định. Bằng cách ấy lúc đầu nhờ tra tầm, ta sẽ thoát khỏi những lỗi nặng và sau đó nhờ phân tích ta sẽ thoát khỏi những lỗi vi tế.

g(xix) Đừng khoe khoang

Sự làm việc vì lợi lạc hữu tình chỉ là chuyện đương nhiên, một điều bạn đã phát nguyện, bởi thế đừng khoe khoang về điều ấy.

g(xx) Đừng nổi giận

Giả sử khi bị người nào xem thường mình trước mặt những người khác, bạn không nên nổi giận, tỏ vẻ khinh bỉ.

g(xxi) Đừng thay đổi

Đừng như thời tiết, đang vui chuyển sang buồn vì một lý do tầm thường nhất.

g(xxii) Đừng mong đền đáp

Như giúp đỡ người khác với hy vọng nhận lấy tiếng khen, vân vân.

Điều này kết thúc 22 lời khuyên.

Nếu theo đúng những lời khuyên này, bạn có thể chuyển những nghịch cảnh thành con đường giác ngộ, mặc dù năm thứ suy đồi – suy giảm về thọ mạng, vân vân – là chuyện thông thường.

Hệ phái giảng dạy này được truyền từ Suvarnadvipi. Chỉ giáo này đã làm cho Chaekawa sung sướng, ông bảo rằng bây giờ ông có thể chết mà không ân hận.

Trừ phần nói về tri kiến, thì giáo lý đến đây là hoàn tất. Trong nhiều luận giải về bản văn này, tri kiến được đề cập theo sự truyền giáo đầu tiên, nên không được rõ ràng. Tác phẩm *Sự luyện tâm như tia mặt trời* khi bàn về tri kiến thì dựa theo hệ thống Trung quán, và sự quán tưởng của bạn phải theo đường lối trung quán. Suvarnadvipi lúc đầu theo cách giảng của Duy thức về tri kiến, nhưng về sau chuyển qua hệ thống Trung quán.

Khi cho một buổi nói chuyện thân mật về Lamrim thì theo truyền thống, người ta không lặp lại ba hay bốn lần tài liệu sau phần nói về phát bồ-đề tâm.

Ngày thứ hai mươi

Kyabje Pabongka Rinpoche nói vài lời để chúng tôi phát khởi động lực. Ngài trích dẫn những dòng này từ *Những đức tính quý báu:*

Con đường của chư Phật
Quá khứ vị lai hiện tại,
Chính là con đường sáu ba-la-mật .

Nghĩa là, chư Phật ba thời đã theo gót nhau không bao giờ chuyển hướng khỏi con đường sáu pháp ba-la-mật (lục độ). Trong kinh giáo hay mật giáo không có con đường nào khác, và những bản văn chúng ta đang học cũng chỉ dạy một con đường ấy.

Khi ấy Rinpoche kể lại những tiêu đề đã giảng. Và khởi từ tiêu đề "Dạy một pháp tu để áp dụng suốt đời," ngài ôn lại tài liệu làm thế nào để chuyển những nghịch cảnh thành con đường giác ngộ.

Điều này hoàn tất sự bàn luận về cách phát triển ước nguyện đạt toàn giác.

Về mục Phát tâm bồ-đề qua nghi thức thọ giới sẽ được giảng về sau (xem cuối Ngày thứ hai mươi ba và Ngày thứ hai mươi bốn), bây giờ hãy gác lại.

Nếu không có tâm bồ-đề, thì dù bạn làm bất cứ pháp thiền gì với hi vọng đạt thành Phật quả – dù là pháp Đại Thủ ấn hay Dogchen, Trung đạo, hay các giai đoạn Phát sinh và Thành tựu trong pháp quán chư thần, vân vân. Những việc ấy cũng không làm bạn xích tới gần Phật quả thêm chút nào. Bạn lại còn không bao giờ vào được ngưỡng cửa Đại thừa bằng cách ấy. Bởi thế mọi người đều phải tập trung vào việc thực hành tâm bồ-đề. Với trí căn bản, chư Phật đã nhìn thấy suốt được các pháp trong nhiều kiếp mà chưa từng thấy phương pháp nào tốt hơn, hay ngõ nào khác hơn để đi vào đạo lộ.

IVB2.3.3 Những việc cần làm sau khi đã phát tâm Bồ-đề

Sau khi phát tâm bồ-đề, bạn cần phải luyện tập vài loại hoạt động. Phát bồ-đề tâm mà thôi chưa đủ. Cũng như một người đi đến Ấn độ sẽ không đến được nếu không đích thân khởi hành; cũng thế, bạn phải huấn luyện về hạnh Bồ-tát. Bạn phải chứa nhóm cả hai loại tích tập công đức và trí tuệ liên kết nhau để đạt thành cả thân vật lý và thân trí tuệ (sắc thân và Pháp thân) của một vị Phật; bởi thế sự huấn luyện của bạn phải phối hợp cả phương tiện lẫn trí tuệ. Những hành vi của người con Phật đều phát xuất từ hai điều: phương tiện và trí tuệ. Năm ba-la-mật đầu thuộc về phương tiện. Ba-la-mật cuối, bao hàm tuệ quán đặc biệt, thuộc về trí tuệ.

IVB2.3.3.1 Cách luyện sáu Ba-la-mật sau khi phát tâm bồ-đề

Tôi sẽ bàn tiêu đề này dưới hai mục:

IVB2.3.3.1a Cách chung để luyện sáu ba-la-mật ngõ hầu làm cho tâm mình thuần thục;

IVB2.3.3.1b Luyện bốn nhiếp sự để làm thuần tâm đệ tử.

a) Cách chung để luyện sáu ba-la-mật ngõ hầu làm cho tâm mình thuần thục

Có ba tiêu đề phụ:

IVB2.3.3.1a(i) Phương thức tổng quát để luyện sáu ba-la-mật;

IVB2.3.3.1a(ii) Đặc biệt về cách luyện hai ba-la-mật sau cùng;

IVB2.3.3.1a(iii) Làm thế nào để tu tập Kim Cang thừa.

a(i) Phương thức tổng quát để luyện sáu ba-la-mật

Có sáu mục: 1) Bố thí; 2) Trì giới; 3) Nhẫn nhục; 4) Tinh tấn; 5) Thiền định; 6) Trí tuệ.

** Bố thí*

Bố thí tự bản chất là ý muốn xả bỏ thân ta, tài sản ta và những thiện đức căn bản của ta. Bố thí được phân thành ba loại.

– Tài thí

Đây là cách bố thí kể từ đem cho người một muỗng bột ngũ cốc cho đến hi sinh tánh mạng và thân thể cho người. Nếu bạn không thể cho ra một cái gì, thì hãy tưởng tượng làm thế nào trong quá khứ bạn được sinh làm Phạm vương, Đế thích, Chuyển luân vương, vân vân. Vào thời ấy bạn rất giàu có, nhưng vì bạn không thực hành bố thí nên không rút được tinh hoa nào từ những tái sinh ấy, và chính điều này đã đưa bạn đến tình trạng hiện nay. Lại nữa bạn phải thực hành bố thí mà không mong cầu đền đáp hay quả báo dị thục nào. Nếu động lực là bồ-đề tâm, thì dù bố thí một miếng ăn, một chút ngũ cốc cho ăn mày, thậm chí cho sâu kiến, cũng là một cách thực hành bố thí chân thật và là một hành vi của người con Phật. Sự thỏa mãn nhu cầu người nhận cũng sẽ có quả báo không nhỏ (gọi là *thí bất nghịch ý* là không làm trái ý họ).

Khi dâng đại lễ cúng dường Tam bảo, chúng ta có cảm tưởng mình đã làm nhiều, và cảm thấy rất hãnh diện. Đây không phải là một hình thức bố thí trong sạch. Sau một cuộc bố thí, không bao giờ nên hối tiếc nghĩ rằng "tôi đã bố thí nhiều quá" hoặc "tôi đã cho không nhầm người". Khi thí xả của cải ta cần phải khởi động lực trước và sau khi cho; xem sự bố thí đang được thực hiện là vì tất cả hữu tình như mẹ mình. Lại nữa hãy làm những lời nguyện mạnh mẽ. Dù bố thí nhiều hay ít cũng đừng hy vọng lợi lộc hay đền đáp hoặc hy vọng được kính trọng, vân vân.

– *Pháp thí*

Hình thức bố thí này có thể là việc giảng dạy dù chỉ một bài kệ bốn câu cho người nào muốn nghe để họ được lợi lạc. Ngay cả khi dạy cho học trò một bài tập đọc cũng gọi là bố thí pháp, dù bạn không phải tu sĩ cũng không ngồi trên pháp tòa. Pháp thí tốt hơn bất cứ hình thức bố thí nào. Lại nữa sự học thuộc lòng hay nghiên cứu kinh điển cũng là pháp thí nếu ta tưởng tượng xung quanh mình có chư thiên hộ pháp và những hữu tình đang lắng nghe. Ngay cả giun dế, vân vân, khi nghe pháp cũng để lại những dấu ấn trong dòng tâm thức chúng. Hãy nghĩ như vậy, ngay cả khi bạn đến đọc kinh tại nhà thí chủ.

Bạn phải rất cẩn thận khi đi vào xóm làng làm lễ. Đấng Đạo sư đầy từ mẫn của chúng ta giảng dạy các mật điển, phương pháp đạt giác ngộ trong một đời. Nếu bạn trao đổi điều này với tặng phẩm do sự tụng đọc, thế là bạn đã bán pháp để lấy của cải vật chất. Điều này cũng như lôi một ông vua đang ngồi trên ngai xuống, và bắt ông ta chùi nhà. Bởi thế hãy làm những nghi lễ với động lực chân chính.

Bố thí pháp không chỉ có nghĩa là giảng dạy có bài bản. Nó có thể là việc sử dụng buổi nói chuyện của mình như một phương tiện gián tiếp hay trực tiếp để hướng dẫn người ta biết Phật pháp. Những người xuất gia nên xem bố thí pháp là việc làm chính yếu, nhưng cũng nên bố thí tài vật nếu không quá khó khăn. Kadampa Geshe Shawrava nói với các tu sĩ:

– Khi đã giảng cho các vị nghe những lỗi lầm của chấp thủ thì tôi không cần gì nói đến những lợi lạc của bố thí.

– Vô úy thí

"Cho sự hết sợ" là như việc phóng thích tù nhân hay cứu người chết đuối. Ngay cả việc cứu những con giun khỏi hơi nóng mùa hè hay cơn lạnh mùa đông cũng là một hình thức vô úy thí. Không cần phải đi thật xa mới làm được hạnh này, bạn có thể làm việc ấy với con rận trên thân bạn. Cứu những côn trùng khỏi chết đuối là việc làm rất dễ, bạn chỉ cần đưa ra một ngón tay. Sự quán tưởng bố thí trong chương nói về luyện tâm cũng là một cách thực hành bố thí.

Tác phẩm *Hành Bồ-tát hạnh* đề cập một cách căn để thế nào là bố thí ba-la-mật:

Nếu bố thí ba-la-mật
Là làm cho chúng sinh hết nghèo
Thì đấng Từ bi cũng không làm được,
Vì hiện chúng sinh vẫn còn thiếu thốn.

Bố thí ba-la-mật là một cái gì khác với việc xua tan khó nghèo của hữu tình; ngay cả Thanh văn, Duyên giác, A-la-hán cũng không được ba-la-mật này mặc dầu họ hoàn toàn không có tâm keo kiệt. Tác phẩm *Hành Bồ-tát hạnh* nói:

Đấy là tâm tưởng thí cho mọi chúng sinh
Tất cả những sở hữu của mình
Cùng với quả báo thiện nghiệp
Như vậy bố thí là từ tâm.

Điều này có nghĩa rằng bố thí ba-la-mật phát sinh do sự quen thuộc với ý tưởng xả bỏ thân thể, tài sản, công đức và những nghiệp báo của mình cho người khác; và điều này cũng có nghĩa là cho những sự ấy từ đáy sâu tim bạn không một chút keo kiệt, trong khi nghĩ về những lợi lạc của sự tịnh thí và những lỗi lầm của không xả bỏ.

Như vậy điểm quan trọng ở đây là bạn nên tăng trưởng những ý nghĩ về bố thí. Nếu một người ăn xin đến xin ba tấm y của bạn, mà bạn nghĩ, "Ta có nên xả chúng hay không" đó là do bạn đã quen bố thí.

Cuối cùng bạn sẽ có thể hy sinh cả thân thể mình, sau khi đã luyện tâm bố thí ở mức độ thấp. Khi chưa đạt đến mức quen thuộc như thế, thì hãy luôn luôn tăng trưởng những ý niệm về bố thí.

Cách tăng trưởng những ý niệm ấy như sau. Hãy quán các pháp là vô thường. Khi chết, ta sẽ không đem theo được một chút gì tài sản. Những vật ta để lại sẽ bị hư nát, vân vân. Hãy đem chúng ban phát cho mọi người một cách chân thật tự đáy lòng; khi ấy bạn sẽ ít có cơ hội vi phạm những tiểu giới như tích trữ nhiều vật dụng. Đấy là một ví dụ về hạnh bố thí.

Nhưng nghĩ tưởng chưa đủ, bạn phải thật sự xả bỏ càng nhiều càng tốt. Bạn nên rộng rãi đối với hành khất, nhưng không nên bố thí những vật kiếm được do tà mạn khi bạn không có gì khác để cho.

Tóm lại, ba-la-mật đầu tiên là sự tu tập chính yếu của giới tại gia cư sĩ. Có câu:

Thí giới nhẫn là việc dành cho đa số
Đức Như Lai dạy ba pháp này cho cư sĩ.

Chẳng hạn, không nên cho thân thể của mình trong khi đang còn phải tập quen hạnh bố thí và đang quán tưởng về bố thí. Chỉ khi đã thuần thục bạn mới nên xả bỏ thân thể – khi chuyện ấy đã trở nên dễ dàng đối với bạn như chuyện cho một đĩa rau.

Có những vật không nên bố thí; và cũng không nên bố thí những vật đặc biệt không được phép, xét về các phương diện như người nhận, thời gian, vật bố thí, vân vân. Ví dụ, nếu người cho là xuất gia thì không nên đem cho ba y của mình, vân vân. Nếu là cư sĩ, khi đã quá giờ ngọ không nên cúng dường thực phẩm cho người xuất gia. Bạn không nên bố thí thực phẩm bất tịnh như tỏi hành cho những người Bà-la-môn vì họ giữ giới không ăn những thứ này. Cũng không nên đem sách cho những người chỉ muốn tranh cãi, hoặc mang khí giới, độc dược cho những người có thể tự sát. Bạn không nên dạy mật điển cho một pháp khí không thích hợp hoặc bao che một kẻ phạm tội nếu bạn chắc chắn y sẽ làm hại hữu tình hoặc phá hại Phật pháp, vân vân.

Sẽ là một tà kiến nếu nghĩ rằng hạnh bố thí không có quả báo. Cũng sẽ ít lợi lạc nếu bạn chỉ giúp đỡ một hữu tình mà bỏ qua nhu cầu của những hữu tình khác. Hãy luyện tâm mình không bị ô nhiễm vì những việc như thế. Lại nữa, những việc như sau cũng không nên làm, đó là giết súc vật để cúng tế do tà kiến thúc đẩy, bố thí mà khinh thường kẻ khác, bố thí để cạnh tranh, để tự thổi phồng, bố thí vì ham danh, bố thí rồi hối hận, chủ bại, hoặc hành động có tính bè phái.

Shantideva nói đến 3 điều: bố thí, che chở, và làm cho thanh tịnh. Nói cách khác, bạn tăng trưởng những ý tưởng về bố thí thân mạng, nhưng khi chưa đến thời gian để làm việc ấy, thì bạn phải che chở thân mình khỏi những hoàn cảnh tác hại và giữ nó thanh tịnh bằng cách không sử dụng nó một cách bất thiện. Bản văn còn bàn đến một điều thứ tư là sự *tăng trưởng*; nghĩa là nên hoàn tất những nguyên nhân đưa đến tái sinh tốt để kiếp sau có được tám đức do quả dị thục. Lại còn có một nhóm bốn khác nữa: xả bỏ tài sản của bạn và tăng trưởng ý tưởng về bố thí; che chở bản thân cho đến khi xứng đáng nhận của cúng dường của người khác; giữ mình trong sạch bằng cách không để ô nhiễm vì tà hạnh hay tội lỗi; tăng trưởng phạm vi bố thí để bạn có được vật để cho trong đời tái sinh.

Một nhóm khác là: xả bỏ thiện hành của bạn cho hữu tình một cách chân thành tự tâm khảm; che chở đức hạnh khỏi bị phá hủy vì giận dữ; sự trong sạch do không bị ô nhiễm vì những động cơ bất tịnh như mong được hạnh phúc đời này, hay mong khỏi sinh vào đọa xứ; tăng trưởng ý thức vui mừng của bạn, vân vân. Bản văn này bàn đến bốn nhóm bốn để ta theo đó mà tu tập.

** Sự thực hành giới ba-la-mật*

Hành Bồ-tát hạnh nói:

"Giới ba-la-mật là sự từ bỏ sự ác ngay trong tư tưởng."

Nghĩa là từ bỏ những ý tưởng hại người và nguồn gốc những ý tưởng ấy (là tham, sân, vân vân) chuyển thành ý tưởng từ bỏ những hành vi như vậy. Sự hoàn toàn quen thuộc với sự từ bỏ trở thành trì giới ba-la-mật.

Có ba loại giới.

– Giới chế ngự những hành vi bất thiện

Một ví dụ về giới này là ba loại giới. Tác phẩm *Đèn soi nẻo Giác* của Atisha nói:

Những người giữ một trong bảy loại
Giới Biệt giải thoát
Luôn luôn có thể giữ được giới khác,
Họ có cơ may thọ giới Bồ-tát,
Người khác thì không.

Mới nhìn qua, điều này có vẻ như muốn nói cần phải có giới Biệt giải thoát mới có thể thọ giới Bồ-tát. Nhưng cũng có nghĩa rằng theo Mật tông, những người xứng đáng nhất để thực hành mật điển là tăng ni. Mặc dù điều này cũng có thể được giải thích rằng tăng ni là những người tốt nhất để được huấn luyện thành Bồ-tát, song điều này không bao gồm tất cả mọi trường hợp: những vị trời và rồng có thể thọ giới Bồ-tát nhưng lại không được thọ giới Biệt giải thoát.

Trong trường hợp ấy bạn phải làm gì? Khi đã có giới Biệt giải thoát và có thể theo học giới của Bồ-tát, thì bạn phải nhận ra những giới luật về từ bỏ và tự chế phù hợp với giới Biệt giải thoát. Nếu không có giới Biệt giải thoát thì phải xem sự tự chế chính là từ bỏ và ngăn chừa mười bất thiện. Giới Bồ-tát hoàn toàn khác với giới Biệt giải thoát và cũng khác với giới từ bỏ 10 bất thiện trong dòng tâm thức của Bồ-tát.

– *Giới tích tập tất cả điều lành*

Giới này có nghĩa nỗ lực bằng ba cửa thân ngữ ý để thực hành mọi điều thiện kèm với bồ-đề tâm. Những điều này bao gồm sự cúng dường, lễ bái, tôn kính, phục vụ những vị đáng cúng dường; học hỏi, quán tưởng, thiền định, giảng dạy hay lắng nghe. Tóm lại, đó là tất cả những công việc thuộc sáu hạnh ba-la-mật được thực hành để làm thuần thục dòng tâm thức của bạn và hữu tình.

Tất cả công việc của những người con Phật đều thuộc về ba loại giới này. Nói chung toàn thể Lamrim là để tăng trưởng ba loại giới này (dứt ác, làm lành và lợi ích chúng sinh).

– *Giới làm lợi ích cho chúng sinh*

Giới này gồm có bốn cách để thâu thập đệ tử hay bốn nhiếp pháp (xem Ngày thứ hai mươi ba), vân vân.

Còn có 11 cách để làm việc cho hữu tình:

1. Giúp những người gặp khó khăn và đau khổ,
2. Giúp những người không biết chánh pháp;
3. Giúp người bằng cách làm lợi lạc cho họ;

4. Giúp người bị nguy hiểm đe dọa;
5. Giúp người bị khốn đốn bần cùng;
6. Giúp người đang đào thoát;
7. Giúp người không nhà;
8. Giúp người không gặp kẻ đồng tâm;
9. Giúp những người đi đúng đường;
10. Giúp những người đi sai đường;
11. Giúp tất cả hạng người nói trên bằng thần thông.

Chúng ta có thể thực hành 10 mục trong số trên, chỉ trừ mục làm việc bằng thần thông. Tóm lại giới này bao gồm tất cả hành vi bằng thân lời ý có động lực là những tư tưởng muốn làm lợi ích người khác.

Bạn phải theo những giới như từ bỏ mười điều ác ngay cả khi bạn chưa thọ giới Biệt giải thoát. Bạn tu tập 6 ba-la-mật để làm thuần thục dòng tâm thức; ba loại giới trên đây[1] sẽ huấn luyện cho bạn làm những việc lợi người.

** Làm thế nào để luyện nhẫn nhục*

Nhẫn nhục tự bản chất là tâm không bị dao động bởi bất cứ điều hại nào được gieo rắc cho mình hay bởi sự lo lắng vì đau khổ. *Hành Bồ-tát hạnh* nói:

---

1. Thuật ngữ gọi là Tam tụ tịnh giới -*DG*

Chúng sinh khó hàng phục cho hết
Vì chúng nhiều như hư không,
Nhưng người nhẫn nhục không nản chí,
Mà chỉ bị tư tưởng giận dữ đánh bại;

Nghĩa là đức nhẫn nhục thường bị phá hỏng vì cơn giận. Mối đe dọa lớn nhất đối với nhẫn nhục là nổi sân. Shantideva nói:

Không tội lỗi nào bằng hận thù,
Không khổ hạnh nào bằng nhẫn nhục

Có ba loại nhẫn: Loại một là *giữ bình tĩnh trước những người tấn công.*

Khi bị kẻ thù làm hại, hãy kiên nhẫn đừng nổi giận. Hãy ý thức những lỗi lầm của giận dữ, đấy là lỗi tệ nhất. Mỗi khi nổi giận là ta phá hủy những công đức căn bản trong một ngàn kiếp. Khi hiểu rõ những tai hại của giận dữ, ta sẽ kiên trì tập thiền định về nhẫn nhục. Ta không thể biết ai là Bồ-tát. Tác phẩm *Hành trung đạo* nói nếu ta nổi sân với một Bồ-tát có bồ-đề tâm mạnh hơn ta, ta sẽ mất 100 kiếp công đức. Nếu bản thân không phải là Bồ-tát mà nổi sân với Bồ-tát, ta bị mất ngàn kiếp công đức. Vậy những lỗi lầm của giận dữ quả thật nặng nề.

Bạn phải đào luyện sự nhẫn nhục, nhưng hãy làm việc này khi chưa nổi sân – vì một khi bạn nổi sân thì đã quá muộn. Hãy nhẫn nhục và nghĩ về những khuyết điểm của giận dữ, nếu không bạn sẽ làm khổ mọi người và cả chính mình. Ngoài hậu quả mà cơn giận của bạn có thể gây cho người khác, nó còn có thể đẩy bạn đến chỗ tự sát, vân vân. Cơn giận có hậu quả là làm cho bạn có nhiều kẻ thù.

Bạn có thể nghĩ: "Tất cả những điều này đúng thật, nhưng làm sao tôi có thể nhẫn nhục khi có quá nhiều đối tượng gây giận dữ?" Tác phẩm *Hành Bồ-tát hạnh* nói:

Làm sao tìm đủ da thuộc
Để lót khắp mặt đất?
Nhưng có được cái đế giày bằng da
Thì cũng như lót da toàn mặt đất.

Hãy xem thử bạn có thể hoàn toàn hàng phục kẻ thù hay không. Bạn sẽ thấy mình không bao giờ thiếu kẻ thù hay hàng phục cho hết tất cả kẻ thù trên mặt đất. Nhưng nếu hàng phục được cơn giận của mình thì bạn sẽ không còn một kẻ thù nào cả, và điều ấy cũng như đã hàng phục được tất cả kẻ thù.

Khi đã hoàn toàn hiểu lợi ích của nhẫn nhục và tai hại của giận dữ thì ta có còn để cho mình bị cơn giận tóm lấy hay không? Một vị Lạt-ma có lần cố can đệ tử đánh nhau với một tên trộm, nhưng người đệ tử vẫn tiếp tục đánh nhau. Vị thầy đặt ngón tay lên mũi đệ tử và nói: "Nhẫn nhục, nhẫn nhục" tức thì người đệ tử nhớ lại mình đã mất nhẫn nhục. Khi cơn giận đã làm công việc của nó rồi thì có ích gì để giả vờ nhẫn nhục.

Lúc đầu có thể khó thực hành nhẫn nhục; chỉ về sau, khi đã quen nhờ thiền định ta mới có được nhẫn nhục. Có những lý do tại sao không nên giận dữ với người nào làm hại mình. Chẳng hạn có người cầm roi đánh vào đầu bạn; hãy nghĩ như sau để đừng giận dữ: "Nếu giận cái khí cụ gây đau đớn thì đáng lẽ ta nên giận con roi, nhưng con roi tự nó không có năng lực, nó chỉ được sử dụng. Con người đánh ta cũng không có năng lực, vì bị vọng tưởng trong tâm trói buộc. Vậy không nên giận anh ta mà chỉ nên giận vọng tưởng. Tóm lại, chỉ có cách cư xử sai lầm của ta là yếu tố rõ rệt nhất khiến ta bị đánh bằng roi. Nhìn sâu hơn, thì nguyên nhân căn bản là ác nghiệp ta đã tạo, ví dụ trong quá khứ ta đã đánh người. Khi đấy là quả báo thuần thục của nghiệp đã làm, thì ta nên giận ai?

Tác phẩm *Bốn trăm bài kệ* nói:

Đấng Mâu-ni thấy được vọng tưởng,
Nhưng người có vọng tưởng không thấy.

Khi một bệnh nhân điên đánh y sĩ hoặc một người con trai điên đánh cha, thì y sĩ hay người cha không giận mà trái lại cố gắng để chữa khỏi bệnh điên. Những người làm hại bạn cũng thế, như đã bị điên vì vọng tưởng. Họ không phải là những tác nhân có tự do, ta không nên giận họ. Thay vì thế hãy cố gắng dùng vài phương tiện để trừ vọng tưởng cho họ. Nếu lửa làm bỏng tay bạn thì chính là lỗi tại bạn đã động vào lửa; không nên giận lửa. Vì hữu tình có bản chất là vọng tưởng cũng như bản chất của lửa là làm bỏng da, nên giận họ thì cũng sai lầm như giận lửa làm ta bị bỏng. Nếu bạn nghĩ: "Tôi giận vì chúng đã đánh tôi một cú bất ngờ." Thế thì cũng nên giận bầu trời khi thình lình nổi giông bão, nhưng điều ấy thật vô ích. Như vậy, thật sai lầm khi ta giận những người như thế. Khi bạn bị đánh, bị lăng nhục, vân vân, hậu quả là bạn bị đau khổ về thể xác hoặc tinh thần, thì đừng đáp lại sự sai quấy, vì điều ấy sẽ tạo nhân cho bạn tái sinh vào những đọa xứ. Ngược lại bạn nên áp dụng những biện pháp chữa trị cơn giận dữ của mình và hãy nhẫn nhục. Tác phẩm *Hành Bồ-tát hạnh* nói:

Hiện tại tôi không chịu nổi đau khổ;
Nhưng giận dữ lại là nhân địa ngục,
Thì tại sao không dứt trừ giận dữ?

Sự nhẫn nhục bằng cách bình thản trước những người tấn công (Nại oán hại nhẫn) là điều mà bạn đào luyện đối với những người thường làm hại mình, chứ không phải những người thường giúp mình. Vậy càng có nhiều người muốn hại bạn, thì bạn càng có cơ hội thực hiện hạnh nhẫn nhục. Bởi thế bạn phải nghĩ rằng những người này làm cho bạn tăng thêm hạnh nhẫn nhục. Atìsha thường được một người hề của vua Asangavyaya theo hầu, y là một người rất khó chịu. Khi người ta yêu cầu Atìsha bỏ người hầu ấy, ngài trả lời:

– Có anh ta thì hạnh nhẫn nhục của tôi mới có cơ hội phát triển toàn vẹn.

Tóm lại, hãy nghĩ: "Nếu những Thanh văn chuyên tự lợi mà còn không tức giận khi gặp những kẻ nghịch, huống gì tôi là người đã thề theo Đại thừa." Bạn cần phải học câu chuyện về tiên nhẫn nhục.[1]

Loại nhẫn thứ hai là *chấp nhận khổ đau* (kham thọ khổ nhẫn)

Không những ta cần có thái độ không bám víu hạnh phúc, mà còn nên xem đau khổ như một kiểu trang hoàng, và sử dụng đau khổ như một phương thuốc; như trong chương trước nói về các pháp luyện tâm. Mỗi khi bị đau khổ trong lúc tu khổ hạnh, hoặc bị đau ốm, hoặc bị kẻ thù quấy rối, hoặc gặp ác mộng – hãy chuyển tất cả thành những pháp giúp bạn tu tập. Hãy nghĩ rằng chúng sẽ làm tiêu bớt ác nghiệp, tăng trưởng tâm từ bi nơi ta, khiến ta nghĩ về những lỗi lầm của sinh tử vân vân để kham nhẫn chúng. Khi gặp đau khổ, hãy nghĩ như sau: "Nỗi khổ này sẽ thay

---

1. Một trong những tiền kiếp của Phật Thích Ca khi còn làm Bồ tát. Ngài làm một vị tiên nhân tu hạnh nhẫn nhục, bị một ông vua chặt hết tay chân trong một cơn ghen tức, nhưng Ngài vẫn giữ thái độ bình thản

thế cho nỗi khổ mà tôi đáng lẽ phải trải qua trong các đọa xứ". Điều này sẽ làm cho bạn sung sướng. Giả sử một người sắp bị hành hình nhưng sau đó chỉ bị chặt tay, anh ta sẽ cảm thấy sung sướng vì thoát chết. Cũng như muốn làm lắng dịu một cơn bệnh người ta có thể chịu đựng nỗi khổ khi bị chảy máu hay bị nhúng vào nước nóng. Thế nên khi bạn tu hành gặp khó khăn thì hãy nghĩ: "Tốt, điều này sẽ thay thế cho các nỗi khổ ở các đọa xứ". Và lúc ấy, hãy nhớ đến những lợi ích của đau khổ. Tác phẩm *Hành Bồ-tát hạnh* nói:

Đức tính của khổ đau là
Nó tẩy trừ kiêu mạn,
Nó làm ta phát tâm đại bi
Đối với những hữu tình trong sinh tử,
Làm ta tránh tội lỗi, và vui vì điều lành.

Lại nữa, bạn phải chấp nhận khổ đau, và tạo cho mình một trạng huống để có thể tăng trưởng những việc lành. Hãy làm những hạnh như ít muốn biết đủ. Khi thực hành những pháp khổ hạnh này hãy nghĩ như sau: "Vì đã xuất gia, tôi không nên mong đợi chỗ ở tốt, thực phẩm ngon, áo quần đẹp. Như vậy tôi hy vọng có thể luyện mình trong 4 việc thích hợp với bực thánh, như hài lòng với những vật kém phẩm chất về ăn, mặc, ở, bệnh." Nếu không làm vậy, bạn sẽ muốn ăn ngon, muốn giàu có, luôn tìm cách tăng gia của cải. Bạn sẽ không nghĩ gì về pháp, không vượt qua những thứ vô nghĩa của đời người.

Có lần một người buôn gỗ nghe bậc Đạo sư nói:

– Kho tàng chôn giấu đã tìm ra, nhưng nhiễm đầy độc tố. Chất độc ấy thực mạnh!"

Về sau anh ta tìm được kho tàng và đâm ra giàu có. Vua bắt phải khai nguyên nhân sự phát phú này, anh ta nói dối và bị hành quyết. Thương gia kêu lên:

– Quả thực nó nhiễm độc rất nhanh. Chất độc này quá mạnh!

Vua hỏi lý do, và thương gia đã kể câu chuyện.

Tài sản cũng là một chất độc. Nếu những người xuất gia ít muốn biết đủ, thì mọi sự sẽ tốt đẹp cho họ. Khi từ giã vùng Jadrael, đức Tsongkapa và đệ tử có rất ít của cải. Nhưng vì ít nhu cầu, họ hài lòng với những gì mình có, chuyện ăn mặc không làm hại cho sự tu tập của họ. Cũng thế bạn nên hài lòng với những gì mình sở hữu, vì những thứ ấy tương xứng với công đức của bạn. Hãy kham nhẫn khi gặp điều khó chịu như bị chỉ trích, vân vân. Hãy chấp nhận đau khổ trong các hoạt động bình thường như phải ngồi thẳng lưng, vân vân. Hãy chấp nhận những đau khổ vì bảo trì chánh pháp như cúng dường tam bảo, vân vân. Hãy chấp nhận đau khổ vì phải từ bỏ dục lạc, từ bỏ khoe khoang. Có sao hay vậy, dù bạn có thể xấu xí, áo quần tồi, vân vân. Hãy chấp nhận sự đau khổ vì thực hành giới hạnh cho đến khi mỏi mòn. Hãy chấp nhận đau khổ do việc lợi lạc hữu tình như khi tu nhẫn nhục, khi cứu người, vân vân. Hãy chấp nhận đau khổ của sự sống chật vật sau khi từ bỏ những phương tiện tăng gia tài sản bằng nghề buôn bán trồng trọt, vân vân.

Như vậy, sự nhẫn nhục bằng cách chấp nhận khổ đau là một đề tài rộng lớn.

Loại thứ ba là *Nhẫn để có được bảo đảm về pháp* (pháp nhẫn)

Lamrim Con đường Nhanh nói chi tiết về điểm này. Bạn được bảo đảm về pháp bằng cách: 1/ Thiền định về những điểm then chốt của giới; 2/ Tập thay đổi lối hành xử nhờ học và tụng kinh; 3/ Phân tích ý nghĩa những thiện đức của Tam bảo, ý nghĩa những mục tiêu giác ngộ của bạn, con đường đưa đến mục tiêu ấy, ý nghĩa của vô ngã và ý nghĩa của ba tạng giáo lý sâu rộng... Hoặc nếu nói về Lamrim thì bảo đảm về pháp là hiểu rõ ý nghĩa những danh từ trong Lamrim này chẳng hạn. Loại nhẫn nhục này giống như sự thấu đạt có được nhờ tranh luận.

Hình thức nhẫn nhục đầu tiên (nhẫn khi bị tấn công) thì chỉ luyện được khi bạn bị những đối thủ khiêu khích. Hai hình thức còn lại (kham thọ khổ nhẫn và pháp nhẫn) phải được thực hành luôn luôn. Bạn phải nhẫn nhục trong sự học pháp, chẳng hạn bất kể buổi học có kéo dài bao lâu, hãy lắng nghe với sự nhất tâm, suy tư ý nghĩa. Hãy thận trọng về cách hành xử khi bạn tham gia những buổi thảo luận: Hãy chịu đựng đói khát. Tâm bạn hãy chuyên nhất khi học bài hay tụng kinh. Hai loại nhẫn nhục sau cùng áp dụng khi bạn đi vào làng để làm lễ trong nhà người.

** Tinh tấn*

Tinh tấn có nghĩa là vui thích trong bất cứ thiện hành nào. Bản chất của tinh tấn là vui về điều thiện. Đó là cách tốt nhất để hành thiện đến chỗ viên mãn. *Trang nghiêm kinh* nói:

Tinh tấn là tốt nhất
Trong tất cả đức hạnh.
Nếu đào luyện tinh tấn
Về sau sẽ thành công.
Nhờ tinh tấn, ta đến
Những cảnh giới thù thắng,
Được cả hai thần thông
Thế tục và siêu thế,
Nhờ tinh tấn ta đạt
Những mục tiêu thế gian
Được thanh tịnh, giải thoát
Khỏi thân kiến sai lầm
Xem "ngã" là thân xác.
Nhờ tinh tấn ta sẽ
Đạt vô thượng bồ-đề.

Bản văn trên đây nói rằng tinh tấn là đức hạnh tốt nhất; mọi sự đều phát sinh từ đó kể cả quả Phật. Tác phẩm *Hành Bồ-tát hạnh* nói:

Mọi đức tính đều phát xuất từ tinh tấn.

Vậy bạn đừng cư xử như một con lừa ương ngạnh đứng dậm chân khi bạn phải tụng đọc, vân vân. Bạn phải khởi sự những hoạt động này một cách thích thú vì được làm thiện hành. Hãy tập quen với điều này từ từ; và tăng dần khi sự tinh tấn của bạn gia tăng.

Có ba loại lười biếng ngăn che sự tinh tấn.

– Lười biếng do thiếu hăng hái

Điều này có nghĩa bạn mất cơ hội hành thiện vì luôn luôn lần lữa. Bạn liên tục hẹn rày hẹn mai vì không nhiệt tâm trong công việc. Cách đối trị cần thiết là phải quán chết và vô thường, hoặc quán thân người khó được.

– Lười biếng do khao khát những tầm cầu xấu xa

Đây là sự tầm cầu thuộc thế tục, lăn xả vào chúng, và vào những ác hành vì bạn chưa biết chán. Điển hình của ác hành này là ham được cung kính, ham tụ hội, ham nói chuyện phù phiếm, ham canh tác, buôn bán, may dệt, vân vân. Những việc ấy không được gọi là tinh tấn mà gọi là chấp thủ. *Hành Bồ-tát hạnh* nói về cách điều trị như sau:

Nhân của hạnh phúc là diệu pháp,
Bạn lăn xả vào những nhân khổ

Và từ bỏ hạnh phúc tối thượng.
Tại sao vui trong sự tàn mạt?

Nói cách khác, sự tầm cầu sinh tử là chuyện không có thực chất mà chỉ gây đau khổ. Hãy nghĩ như thế thì bạn sẽ bỏ được hình thức lười biếng này.

– *Lười biếng vì chủ bại*

Đây là hình thức chủ bại thâm căn cố đế. Những điển hình của sự chủ bại này là những ý nghĩ như "Làm sao một người như tôi có thể đạt thành quả Phật? " hoặc: "Làm sao tôi có thể làm việc cho tất cả hữu tình?" hoặc "Làm sao một người như tôi lại có thể hy sinh thân thể tay chân?" Thay vì thế bạn hãy nghĩ: "Tôi sẽ kiên nhẫn dù có phải dành suốt cả đời để tập luyện chỉ một đề mục thiền quán như quán thân người khó được." Hoặc, hãy nghĩ: "Tôi có thể tinh tấn với những tầm cầu thế tục như kinh doanh buôn bán, có thể hết sức kiên nhẫn để được một lợi lộc nhỏ! Nếu có thể làm được những điều ấy, thì tôi cũng có thể tinh tấn siêng năng để đạt giác ngộ."

Hành Bồ-tát hạnh nói:

Đừng trì hoãn và nói:
"Làm sao tôi giác ngộ?"
Chư Phật luôn nói đúng,
Đã nói thật như sau:

Sâu bọ, ruồi nhặng, ong,
Nếu kiên trì có thể
Đạt Phật quả khó đạt!
Huống là người như tôi
Đã được sinh làm người,
Biết được điều lợi, hại.
Nếu tôi không từ bỏ
Những phận sự Bồ-tát
Thì sao không giác ngộ?

Nghĩa là hãy nghĩ: "Đấng Đạo sư chúng ta luôn nói thật, đã dạy rằng ngay cả ruồi cũng có thể thành phật. Tôi đã được sinh làm người không thiếu khả năng hiểu biết. Vậy thì sao tôi lại không thể giác ngộ? Đương nhiên là tôi có thể!"

Có khi bạn nghĩ: "Dĩ nhiên là được, nhưng tôi không thể thực hành những khổ hạnh như bố thí đầu, tay chân." *Hành Bồ-tát hạnh* nói:

Nói sợ bố thí tay chân
Là chưa phân tích nặng nhẹ.
... Đức Phật đấng cứu thế gian,
Lúc đầu thực hành bố thí
Bằng cách cho những dĩa rau.
Khi xem ngay cả thân mình
Không giá trị gì hơn đậu luộc,

Thì có thể hy sinh máu thịt...
Có gì khó khăn đâu?

Nghĩa là khởi đầu thiền quán ở mức độ thấp, nhưng về sau bạn sẽ xem việc bố thí đầu, tay chân, cũng như bố thí một dĩa rau. Khi đã đến trình độ ấy thì bạn sẽ vui mừng khi làm một sự hy sinh, không thấy gì khó.

Có thể bạn nghĩ: "Chư Phật có vô lượng đức tính, và những đức này rất khó thành tựu." Hãy quán tưởng mình chắc chắn có thể thành tựu nếu tập luyện, vì đạo lộ được sử dụng để thành tựu những đức tính ấy thật vô cùng sâu xa và rộng lớn.

Nhưng bạn cũng có thể cãi: "Sẽ rất khó cho tôi nếu phải vì tất cả chúng sinh mà đi xuống các đọa xứ chẳng hạn."

Hành Bồ-tát hạnh nói:

Vì từ bỏ tội lỗi,
Bạn sẽ không khổ đau.
Vì có được thiện xảo,
Bạn không thiếu may mắn.

Nói cách khác, bạn sẽ ở trong địa ngục vô gián vì tất cả hữu tình, nhưng vì đã từ bỏ ác nghiệp tội lỗi, nên bạn sẽ không đau khổ cũng không thiếu hạnh phúc, vì có câu: "Ta không thể gặp điều gì nếu đã không tạo nghiệp để gặp nó." Bởi thế bạn nên nghĩ rằng: "Ở địa ngục tôi sẽ không khổ, xuống địa ngục khi ấy cũng không khác gì lên tịnh độ."

Có 3 loại tinh tấn.

– Tinh tấn như áo giáp

Cúng dường Đạo sư nói:

Xin cho con hoàn toàn tinh tấn
Dù phải ở trong địa ngục vô gián
Trong vô lượng kiếp
Vì lợi ích cho mỗi hữu tình.
Xin tâm đại bi của con không lay chuyển,
Mong con nỗ lực đạt vô thượng bồ-đề.

Nói cách khác, hãy tập nghĩ: vì một hữu tình, ta có thể chịu đựng địa ngục vô gián hàng trăm ngàn kiếp. Trong mật tông, bạn phải đi vào mật điển với ý nghĩ: "Tôi sẽ chịu đựng được điều này, nhưng hữu tình vẫn còn ở trong sinh tử một thời gian dài". Ước mong của bạn là giải cứu tất cả hữu tình càng sớm càng tốt khỏi những đau khổ của họ, như một bà mẹ mong cứu con chết đuối.

Trong chương "Tinh tấn như áo giáp" này, bạn hãy luyện ý nghĩ rằng mình có thể vì chúng sinh mà đi xuống địa ngục vô gián. Hãy so sánh điều này với

Phạm vi Trung bình trong đó bạn phát sinh ý muốn thoát ly sinh tử. Bạn có thể nghĩ ở đây có sự mâu thuẫn, nhưng không. Bồ-tát cũng sợ bị sinh vào đọa xứ do năng lực của nghiệp và vọng tưởng. Nếu Bồ-tát bị đọa kiểu ấy, thì họ còn không cứu nổi chính mình, làm sao lợi lạc người khác. Bồ-tát luôn luôn luyện tâm bồ-đề và có được sự dũng cảm không sợ cho chính mình, nhưng sẵn sàng tái sinh do năng lực của đại bi và cầu nguyện. Họ sẽ không đau khổ khi tái sinh ở đấy, cũng không chút nào lo sợ. Sự luyện tập này được gọi là "tinh tấn như áo giáp": bạn đương đầu với những khó khăn vì muốn lợi ích cho hữu tình vào thời đại suy đồi, khi con người không còn thực hành những pháp ấy.

– Tinh tấn tích lũy thiện hành

Sự tinh tấn này là tích lũy công đức, thanh lọc bản thân, cúng dường, tinh tấn trong việc thực hành sáu ba-la-mật.

– Tinh tấn làm việc cho tất cả hữu tình

Một ví dụ về sự tinh tấn này là tinh tấn trong việc thực tập bốn cách thâu nhận đệ tử (bốn nhiếp pháp: bố thí, ái ngữ, lợi hành, đồng sự). Đấy là một sự tập luyện giống như "Giới nhiêu ích hữu tình."

Bạn có thể xem hai loại tinh tấn sau cùng, hai loại giới và nhẫn sau cùng là giống nhau, nhưng hãy để chúng tách rời: đừng lẫn lộn chúng mặc dù bạn thích thú, bạn thực hành, và mong mỏi từ bỏ những yếu tố ngược lại liên quan đến một căn bản duy nhất.

Chẳng hạn nếu bạn thiền quán một thời về giai đoạn phát sinh (liên hệ đến mật điển Tối thượng Du-già) kèm với sự phát sinh tâm bồ-đề, thì tức là bạn đang thực hành cả 6 pháp ba-la-mật.

(Khi ấy Pabongka Rinpoche chỉ giới thiệu hai ba-la-mật cuối cùng là thiền định và trí tuệ. Ngài nói rằng ngài sẽ bàn đến hai pháp này một cách chi tiết trong những phần giảng dạy kế tiếp).

Ngày thứ hai mươi mốt

Kyabje Papongka Rinpoche kể một chuyện ngắn để dẫn nhập. Ngài trích dẫn câu sau đây từ tác phẩm của Gyaltsab Rinpoche Jampa Goenpo:

Trước hết nhờ sự học
Mà tư tưởng bạn trở nên thiết thực,
Do sự thiết thực ấy bạn sẽ đạt đến
Trí đi sâu vào những việc thuần tịnh.

Rồi ngài kể ra những tiêu đề đã bàn, và ôn lại vắn tắt bốn mục bố thí, vân vân, trong tiêu đề "Cách luyện sáu ba-la-mật sau khi phát tâm bồ-đề."

a(ii) Đặc biệt về cách luyện hai ba-la-mật sau cùng

Có hai tiêu đề phụ: Luyện tập tinh yếu của tịnh chỉ; Cách đào luyện tuệ quán đặc biệt.

** Luyện tập tinh yếu của tịnh chỉ*

Có sáu mục nhỏ: 1) Đào luyện những điều kiện tiên quyết để đạt đến tịnh chỉ; 2) Cách thực thụ để đạt tâm tịnh chỉ; 3) Từ căn bản này, làm thế nào để đạt chín trạng thái tâm; 4) Cách đạt chín trạng thái tâm nhờ 6 năng lực; 5) Bốn loại tiến trình tâm; 6) Tịnh chỉ thực thụ.

Trong phần Phạm vi Trung bình, Kyabje Papongka đã không bàn đến tăng thượng định học và tuệ học mà ngài sẽ bàn trong chương này, tức hai pháp ba-la-mật cuối.

Định là một cái gì chúng ta có chung với người không phải Phật tử. Những hình thức thấp kém của định là những pháp tu các thiền thuộc sắc và vô sắc. Chúng ta có thể nhờ những pháp tu này để đạt giải thoát nếu có tâm từ bỏ kèm theo; và nếu tu tập kèm theo sự quy y, ta sẽ làm cho pháp tu ấy trở thành Phật pháp. Nếu không có tịnh chỉ, ta sẽ không phát triển được một thực chứng lớn lao nào từ các loại thiền quán về tánh không trong kinh điển hay những loại thực chứng trong mật tông về các giai đoạn phát sinh và thành tựu, vân vân. Nếu không có tâm tịnh chỉ thì không thể nào phát triển được những đức tính chỉ có được nhờ đắc các loại định nhất tâm thuộc kinh điển hay mật điển. Tâm tịnh chỉ giống như một bình chứa để bạn rót nước vào. Bởi thế thực vô cùng quan trọng để phát triển sự tịnh chỉ vững chắc trong những giai đoạn đầu tiên. Bạn phải phát triển tuệ đi sâu vào tánh không để chặt đứt gốc rễ sinh tử và đạt giải thoát; nhưng muốn làm điều này thì trước hết bạn phải đạt đến tịnh chỉ rất vững. Muốn thấy được vạn pháp như thực chất của chúng, thấy một cách rõ ràng, thì trước hết bạn phải có sự bền vững và kiên cố. Giả sử bạn đang nhìn một bức họa trên tường. Có hai điều kiện cần thiết để xua tan bóng tối che mờ bức họa: một ngọn đèn sáng, và không có những luồng gió làm cho ngọn đèn (dầu) ấy lung lay.

Cũng thế nếu bạn đã đạt đến tâm tịnh chỉ thì thực dễ dàng hơn nhiều để phát triển thực chứng qua pháp thiền về thân người khó được hoặc thiền quán về vô thường. Tác phẩm *Đèn soi nẻo Giác* của Atìsha nói về sự phát triển tịnh chỉ để có được thiên nhãn. Tuy nhiên, điều căn bản để hiểu tất cả điều này đã được Shantideva nói như sau:

Hãy biết rằng nhờ tuệ quán đặc biệt,
Sau khi đạt tịnh chỉ lớn,
Bạn sẽ phá hủy vọng tưởng.
Bởi vậy ngay từ đầu,
Hãy nỗ lực đạt tâm tịnh chỉ.

Như vậy bạn phải đạt tâm tịnh chỉ ngay từ đầu. Bạn không nhất thiết phải phát triển nó sau khi hoàn tất tâm bồ-đề, vì bạn có thể có được nó trước hoặc sau khi thành tựu tâm bồ-đề. Nếu thành tựu được tâm tịnh chỉ, bạn sẽ tiến bộ nhiều trong các pháp quán về bất cứ đề mục nào thuộc cả ba thừa.

Trước hết bạn phải đào luyện những điều kiện tiên quyết cho tâm tịnh chỉ, nếu không bạn sẽ không đạt được. *Đèn soi nẻo Giác* nói:

"Khi chân tay của tịnh chỉ đã tàn tạ, bạn sẽ không thành tựu được định nhất tâm, dù có thiền quán hàng ngàn năm đi nữa."

Điều này đưa đến:

– Đào luyện những điều kiện tiên quyết để đạt tâm tịnh chỉ

Có 6 điều kiện: Ở chỗ thích hợp, Ít muốn; Biết đủ; Từ bỏ những yêu cầu của xã hội; Giới thanh tịnh; Hoàn toàn từ bỏ những tư tưởng tham dục.

. Ở chỗ thích hợp

Nơi chốn mà bạn tu tập có 5 yếu tố. Tác phẩm *Trang nghiêm kinh* mô tả loại trú xứ cần thiết như sau:

Có hiền trí tu tập
Được lương thực thù thắng;
Một chỗ ở tốt lành;
Một chỗ không ô nhiễm;
Thiện tri thức gần kề;

Và có những điều kiện
Vừa ý một hành giả.

Nếu không hài lòng với nơi mình ở thì bạn cứ mãi xuống phố. Bạn lại cần được cung cấp đầy đủ đúng pháp, nếu không, bạn có thể được những phẩm vật do tà mạng, hoặc do tội lỗi. Theo các bậc thầy, loại lương thực ấy rất nguy hiểm. Bởi thế cần lương thực dễ kiếm, không bị ô nhiễm do tội lỗi, gọi là "lương thực thù thắng."

Trú xứ mà bạn ở phải là một nơi thiêng liêng mà trong quá khứ những bậc thánh đã cư trú. Khi người mới tu học được cư trú một nơi như vậy, thì với họ, trú xứ tự nó đã là một ơn ích. Nếu không thể tìm một nơi như vậy, thì hãy cư trú nơi không có người phạm giới hoặc người phá tăng đã cư trú.

Trú xứ còn phải là đất lành không có thú dữ, trộm cướp, hay chúng sinh xấu ác, phải có những người sẵn sàng bố thí. Nếu không, bạn có thể tưởng mình sẽ được yên ổn, mà cuối cùng lại gặt lấy sầu muộn.

(Kyabje Pabongka Rinpoche kể chuyện về một tu sĩ trong quá khứ để chứng minh điều này.)

Nơi mà bạn sắp ở có thể là nhà của những phi nhân, vậy điều cốt yếu là phải dùng vài biện pháp ôn hòa để hàng phục thay vì xua đuổi chúng.

"Một nơi không ô nhiễm" là trú xứ ở đấy bạn không bị những cơn nóng lạnh, và có nước uống tốt lành.

Bằng hữu cũng thế, phải là những người bạn giúp cho ta về tri kiến và hành động. Hai hạng người này chỉ là một. Điều này dĩ nhiên không có nghĩa rằng chỉ nên có hai người bạn, hoặc phải sống một mình. Nó chỉ có nghĩa rằng những người ấy và mình phải hợp nhau về tư tưởng. Những người mới tu sống một mình không bầu bạn rất nguy hiểm. Cần phải có ít nhất ba người bạn, và nếu là bạn đạo thì càng nên có nhiều hơn. Tuy nhiên, dù có bao nhiêu bạn đi nữa, họ phải là những người mà ta kính trọng, không xem ngang hàng, vì ta có thể đâm ra bất cẩn một cách tai hại.

Người ta cũng nói "Âm thanh quấy nhiễu định". Nghĩa là trú xứ phải xa tiếng người ban ngày, hay tiếng chó sủa, nước chảy về đêm.

Bậc tôn sư tôi nói, bạn phải là người có thể tự lập: nhờ học hỏi, thiền định bạn đã bỏ được những điều không chính xác trong ý nghĩa những gì bạn phải quán. Một người như vậy đã được trang bị để đạt được sự toại ý. Nhưng điều này cũng có nghĩa là bạn đã làm tất cả những chuẩn bị cần thiết – như đã thọ quán đảnh, giáo lý, kinh sách, vân vân. Việc chính yếu bây giờ là phải thiện xảo trong sự tu tập. Ngày nay người ta dường như buộc lòng phải cần đến bói toán, vân vân, vì không biết phải làm gì để tự trang bị cho mình trong khi khởi tu thực sự. Không nên hành động kiểu ấy, mà phải làm những chuẩn bị chính đáng cho sự thực hành pháp.

. Ít muốn

Ít muốn có nghĩa là không ham có nhiều y phục tốt, thực phẩm ngon, vân vân.

. Biết đủ

Là hài lòng với thực phẩm và y phục tồi nhất. Bạn sẽ ham khoái lạc giác quan nếu không biết thiểu dục tri túc. Bạn sẽ không triển khai được định nhất tâm vì bị chia trí bởi nhu cầu bảo vệ tài sản, vân vân.

. Giới thanh tịnh

Giới tướng là căn bản của tất cả thiện đức. Sự dẹp trừ những tán loạn nội tâm vi tế tùy thuộc vào sự từ bỏ những tán loạn thô ở ngoài. Giới chế ngự và làm an tịnh những ác hành về thân và lời, nhờ nó bạn ra khỏi sự trói buộc của những thô chấp về danh tướng.

. Từ bỏ những yêu cầu của xã hội

Có nghĩa là hạn chế thì giờ bạn dùng vào những hoạt động và chuyện vãn vô ích. Bạn phải rất ít dính dấp đến những hoạt động vô nghĩa thì mới khỏi bị chúng chia trí. Sự tu tập định là điều quan trọng hơn nhiều, nên nếu ít muốn, biết đủ thì tự nhiên bạn sẽ ít liên hệ đến những chuyện ấy. Muốn được nhất tâm trong sự tu tập, bạn phải từ bỏ xem thiên văn, lý số, học y dược, và đi vào làng xóm để làm lễ cho gia chủ (ứng phú), vì đấy là những yêu cầu của xã hội.

Điều này không những áp dụng cho người sơ học như chúng ta mà thôi, nó có thể tai hại ngay cả đối với những người thánh thiện. Butoen Rinpoche và Lama Dampa được ân sủng của vua Pehar, vua thường tặng họ bút sắt để viết. Họ dùng hàng ngàn cây bút như thế, và tương truyền trong đời ấy họ đã không đắc quả thù thắng vì mải mê xem thiên văn. Nhưng Togme Sangpo, một bậc pháp vương tử chân chính, thì vẫn kiên cố thiền quán về tâm từ và tâm bi, nên mưu kế của Pehar không thành công đối với Ngài.

Đức Tsongkapa viết 18 pho sách nhưng không pho nào nói về y dược; không phải vì Ngài không biết, mà vì Ngài thấy nó có thể phương hại đến việc tu hành. Trong một năm, Ngài nghiên cứu cơ cấu của những huyệt đạo trong cơ thể, làm mòn những ngón tay ngài và hai ba tấm đá bảng. Nhưng ngay cả việc này cũng là nhượng bộ những yêu cầu của xã hội; nó không giúp gì cho sự tu hành của Ngài.

Nếu nỗ lực vào những việc như thế, thì chẳng những bạn có thêm một khả năng vô ích, mà còn không thể tập luyện những khả năng đưa đến hậu quả tái sinh lên thượng giới hay đạt được sự thù thắng quyết định. Bạn sẽ không thành tựu được điều gì có ý nghĩa sâu xa, và giống như người tham luyến cây mía mà không rút tỉa được chất ngọt nào. Những học thuật thấp kém ấy không lợi ích, thì bận tâm điêu luyện nó làm gì?

Có người nói: "Bây giờ tuổi già của bạn chưa rõ rệt lắm, nhưng tình trạng của bạn thật đáng thương khi bạn chạy theo dục lạc giác quan. Đấy cũng là lý do kẻ ăn xin Sùrata khi tìm được viên ngọc ước đã đem cho vua Ba-tư-nặc mà nói: "Này đại vương, trong toàn quốc này, vua là người thiếu thốn nhất cái tính biết đủ. Bởi thế tốt nhất tôi nên tặng Ngài viên ngọc này."

Pabongka Rinpoche còn kể chuyện về Geshe Baen Gunggyal sửa lại tấm thảm.

. Hoàn toàn từ bỏ những tư tưởng tham dục

Khi có những tư tưởng tham dục, hãy chuyển hướng bằng cách nghĩ đến vô thường và những lỗi lầm của tham dục.

Khi đã hoàn tất những điều kiện trên, bạn chỉ cần sáu tháng để đạt tịnh chỉ.

– Cách thực thụ để đạt tâm tịnh chỉ

Phân biệt Cực đoan và Trung đạo của Di-lặc nói:

Từ bỏ năm hố sâu,
Đào luyện tám điều chỉnh,
Sẽ làm bạn đạt được.
Năm hố là: lười biếng,
Quên lời chỉ giáo;
Trạo cử và hôn trầm;
Không sửa đổi, và chỉnh lại.

Nói cách khác, bạn phải đào luyện tám điều đối lại năm hố sâu. Không lời chỉ giáo nào về cách đạt đến tịnh chỉ tốt hơn là chỉ giáo được tìm thấy trong cổ thư – những tác phẩm của Di-lặc, những khảo cứu của Vô Trước về những địa vị khác nhau, những bản văn về trung đạo và những tầng thiền định, vân vân. Ta phải tìm những chỉ giáo như vậy để quán niệm. Thay vì làm thế ta có thể xem trọng một chỉ giáo khẩu truyền của một vị thầy không phù hợp với pháp trình bày trong cổ thư, hoặc ta có thể xem trọng vài bùa chú linh tinh. Việc ấy cũng như đi tìm một cái gì tại một nơi ta không thể gặp nó. Nhưng nếu theo kỹ chương nói về tịnh chỉ của Tsongkapa trong quyển *Những giai đoạn lớn của đạo lộ* thì ta sẽ không bị nguy cơ này.

Vậy nếu không tham chiếu luận thư cổ, bạn có thể tin tưởng lời nói của một thầy nào đó, xem là "chỉ giáo". Nếu thế thì dù có bỏ cả đời còn lại để tu trong hang núi, việc thiền định của bạn cũng hỏng vì sự hôn trầm vi tế. Quá nhiều người đã sai về bí quyết đạt đến tâm tịnh chỉ bằng cách chỉ hướng chú ý vào tâm mà thôi. Họ đã hụt mất cơ hội lớn. Đặt nỗ lực vào chỉ giáo sai thì chỉ làm cho đời người của mình trống rỗng. Nhiều học giả nổi tiếng của Tây Tạng đã lầm về tri kiến, làm sao để thiền quán về nó, vân vân. Những người biết phân biệt nên nhìn kỹ những truyền thống của những học giả ấy rồi sẽ hiểu được sự thật là thế. Hãy chứng kiến sự kiện rằng, cách Tsongkapa đề cập tri kiến, thiền quán, và những phận sự bao hàm trong đó, đều phù hợp với những tác phẩm của những hiền trí và học giả Ấn Độ. Hơn nữa, chính đức Văn-thù đã giải tỏa những hoài nghi của Tsongkapa. Bởi thế chúng ta nên y cứ vào những chỉ giáo của ngài vì những chỉ giáo ấy được thiết lập có thẩm quyền của kinh điển hoàn toàn vô cấu. Nhưng nếu bạn dán hy vọng vào một chỉ giáo không phù hợp với kinh điển, một chỉ giáo đề cập những điều không có trong kinh, thì bạn có nguy cơ chứng được những điều chưa ai nghe tới. Điều này cũng áp dụng cho những giai đoạn phát sinh và thành tựu trong các mật điển. Hơn nữa, bạn không thể nào thành tựu định chứng tầm thường nhất nếu không có chỉ giáo này, đề cập cách đạt đến tâm tịnh chỉ. Nguồn gốc chỉ giáo này là những luận giải bàn về những phương pháp ra khỏi năm hố sâu (cạm bẫy) bằng cách đào luyện tám sự điều chỉnh.

. Cạm bẫy thứ nhất: Lười biếng

Có bốn cách chữa trị: *Lòng tin* do thấy những đức tính của tịnh chỉ; Sự *khát khao* có được tịnh chỉ; *Kiên trì tinh tấn* trong việc tầm cầu tịnh chỉ; Tìm *quả báo* của tịnh chỉ – tâm nhu nhuyến.

Lại phải để ý: tịnh chỉ có thể áp dụng cho bất cứ đối tượng thiền định nào.

Đức tin do thấy những đức tính của tịnh chỉ là như sau. Hố sâu lười biếng là không có ước muốn sâu xa nào đối với sự nhất tâm, không mong muốn có khả năng đi vào thiền tịnh chỉ. Cứu cánh chân thực của tịnh chỉ này là tâm nhu nhuyến (mềm mại) trong thiền định. Muốn có được niềm tin vào tịnh chỉ để hăng hái tu tập, bạn phải nghĩ đến những lợi ích của nó. *Hành Bồ-tát hạnh* nói:

Bạn có thể nỗ lực lâu dài,
Tụng đọc và đủ thứ khổ hạnh,
Mà tâm bị chia trí vào những việc khác,
Thì thực hoàn toàn vô nghĩa.

Nói cách khác, hãy nghĩ về tác hại mà một tâm tán loạn có thể gây ra. Nếu phát triển được tịnh chỉ, bạn có thể tập trung chú ý vào một việc có công đức. Nhờ sự kiên cố ấy mà bạn sẽ đạt được những thần thông thuộc thế gian. Giấc ngủ của bạn sẽ thành một sự nhập định, vọng tưởng giảm đáng kể. Quan trọng hơn, bạn sẽ dễ dàng triển khai thực chứng vào đạo lộ, từ sự thờ thầy cho đến cuối cùng là các giai đoạn phát sinh và thành tựu.

Hãy nghĩ về những điều tốt lành ấy. Tất cả đều là hậu quả của sự có niềm tin do thấy công đức của tịnh chỉ. Với niềm tin ấy bạn có thể thành tựu ước muốn và kiên trì tầm cầu tịnh chỉ, bạn sẽ mong có được sự nhu nhuyến trong thiền định. Đây là cách mà bốn phương thuốc này lần lượt làm nhân quả cho nhau.

. Cạm bẫy thứ hai: Quên chỉ giáo

Đây là điều chúng ta gọi là không nhớ đề mục thiền; nó rất tai hại cho sự thực hành tâm tịnh chỉ. *Trái tim của trung đạo* nói:

Hãy buộc chặt con voi hoang tâm ý
Vào cái cọc của sự quán tưởng,
Dùng sợi dây "niệm",
Lấy móc tuệ để làm thuần nó.

Bạn phải cột con voi tâm vào cái cột quán tưởng, phép quán mà bạn sử dụng. Bạn cần một cái gì để buộc tâm vào – nghĩa là, pháp quán dùng để phát sinh tịnh chỉ. Đề mục thiền có thể là bất cứ hiện tượng nào được quán, hay một pháp đặc biệt nào. Ngoại đạo dùng đá và những mảnh gỗ để quán. Những người theo đạo Bon quán mẫu tự A. Như vậy những người khởi sự đạt tâm tịnh chỉ sử dụng nhiều phương tiện khác nhau, nhưng đây chỉ là những đối tượng trong tâm – những người ấy không thực tập bằng cách dùng mắt để nhìn những đối tượng quán. Có những người có nhìn bằng mắt những đối tượng quán, nhưng pháp thiền này không bằng hai pháp đã đề cập, vì tịnh chỉ cần phải đạt bằng tâm chứ không phải bằng con mắt. Dù sao, những phương tiện này cũng ngăn chặn được một số vấn đề, như năm hố sâu nói trên. Có lần một người từ Ấn sang đây (Tây Tạng) dùng một cái sừng bò làm đối tượng quán. Ông ta không sử dụng các loại đối tượng thuần tâm linh khác để đạt chín tầng thiền chứng, nhưng vẫn đạt tâm tịnh chỉ. Điều này chứng tỏ bạn có thể đạt tâm tịnh chỉ với bất cứ đối tượng quán nào mà bạn dùng.

Tuy nhiên, khi tu tập để đạt tịnh chỉ, ta thường quán tưởng hình tượng Phật phù hợp với truyền thống khẩu quyết bắt nguồn từ Tsongkapa. Một mặt, pháp quán tưởng này giúp bạn tích lũy công đức và thanh lọc chướng ngại. Mặt khác, nó làm cho bạn quen với pháp thiền quán về chư thiền thiên trong các mật điển. Thật lợi lạc vô cùng nếu ta luôn luôn nhớ Phật, vân vân.

Từ bậc thầy của bạn được quán ở trên đỉnh đầu, nổi lên đức Đạo sư Thích-ca Mâu-ni. Ngài đến an vị trước mặt bạn, ngang chỗ trống giữa đôi chân mày. Ngài cao chừng một gang tay. Bạn cũng có thể quán tưởng Ngài an vị ngang với tầm rốn của bạn. Hoặc, hãy quán tưởng bạn biến thành Thích-ca Mâu-ni.

Có người thích tưởng tượng những vô sắc làm đối tượng quán, hơn là quán một cái gì thuộc vật lý. Bởi thế Panchen Lama Lozang Choekyi Gyaeltsaen khởi đầu một truyền thống trong giáo lý Ngài về Đại Thủ Ấn của Hoàng Mạo phái phù hợp với tư tưởng của Tsongkapa trong *Những giai đoạn giữa của đạo lộ*. Trong truyền thống này, bạn đạt tịnh chỉ nhờ tập trung vào chính cái tâm mình; và những người nói trên có thể thích sử dụng pháp này. Nó còn có tương đương của nó trong các tông phái khác, những phái chủ trương theo dõi sự vận hành có ý thức của tâm. Cũng có thể đạt tịnh chỉ bằng cách quán hình ảnh một vị thiên, như trong giai đoạn phát sinh, hoặc quán mẫu tự A hay một lằn thẳng đứng, như trong giai đoạn thành tựu. Còn có nhiều pháp quán để đạt tịnh chỉ khác, bằng cách biến mãn đối tượng ra cùng khắp, sử dụng một cái "mánh" nào đó, một hoạt động nào đó, hoặc quán một vọng tưởng đã được tịnh hóa. Trong thực hành, hãy sử dụng bất cứ phương pháp nào bạn thấy dễ nhất cho mình để quán tưởng cho đến khi đạt tâm tịnh chỉ. Đừng thay bằng một pháp quán nào khác. Bạn không được quán cả bốn đối tượng tả trong kinh (thân, cảm thọ, tâm và các pháp). Bạn phải dán tâm vào một đối tượng duy nhất, và đối tượng ấy phải làm bạn cảm thấy thoải mái dễ chịu. Bồ-tát Mã Minh nói:

Hãy kiên cố trong sự quán tưởng:
Luôn luôn dùng một đối tượng quán ấy.
Nếu quán nhiều đối tượng liên tiếp,
Tâm bạn sẽ bị kích động bởi vọng tưởng.

Nói cách khác, hãy dán tâm vào một pháp quán duy nhất khi bạn thiền. Bạn sẽ không đạt tịnh chỉ nếu cứ đổi đối tượng quán. Khi cọ hai thanh gỗ vào nhau để lấy lửa, mà cứ đổi thanh khác thì không bao giờ có lửa. Hơn nữa, bạn phải thiền liên tục để đạt tâm tịnh chỉ, trừ khi ăn ngủ bài tiết, cũng như bạn phải luôn cọ hai thanh gỗ cho đến khi có lửa. Hãy làm việc ấy cho đến khi hoàn tất tâm tịnh chỉ – trong sáu tháng, một năm hay hơn nữa. Bạn sẽ không đạt tâm tịnh chỉ nếu bạn đâm chán và khởi sự tu kiểu gì khác, hoặc nếu bạn nghỉ xả hơi vài ngày, vân vân.

Bạn được chỉ giáo phải thuộc lòng những đường nét của một bức tranh hay tượng Phật dùng làm đề tài quán, để bạn có thể dễ dàng tưởng tượng ra hình ấy trong tâm khi đi vào thiền định, và nhớ lại những sắc thái của tượng Phật ấy trong tâm nhãn. Bạn đã khởi sự sử dụng đề tài thiền, khi có thể tưởng tượng phần nào đề mục quán của bạn với hình ảnh thô (thô tướng) mà bạn có được do thấy bằng mắt thịt. "Quên chỉ giáo" là khi bạn không còn nhớ được hình ảnh này. Đây là hố thứ hai.

Cách chữa trị là sự điều chỉnh thứ năm trong tám pháp – đó là niệm. Niệm cường liệt là cần thiết để duy trì sự tương tục của đề mục thiền quán, hơi giống một chuỗi tràng. Niệm của một người có thể mạnh hay yếu, làm cho người ấy dễ dàng hay khó khăn đạt đến tâm tịnh chỉ. Vô Trước nói như sau về niệm:

– Niệm là gì? Đó là một pháp có nhiệm vụ làm cho tâm không quên một vật mà nó đã quen thuộc.

Nói cách khác, niệm cần thiết phải có ba đức tính. Nó phải phân biệt được đối tượng – nghĩa là trước đấy bạn đã nhìn đối tượng để thiền quán, mắt bạn đã quen thuộc với những đặc điểm của nó. Sau đó khi bạn hướng tâm về những đặc điểm ấy, thì niệm phải có cái đức tính duy trì – nghĩa là bạn không quên những đặc điểm ấy, và nó hiện lại một cách sống động cũng như khi đói bạn nhớ đồ ăn một cách sống động. Cuối cùng, niệm có một đức nữa là nhiệm vụ nó thực hiện được – ấy là, tâm không còn đi lạc, không phân tán khỏi đối tượng nó hướng đến.

Nếu ba pháp này có mặt, thì bạn sẽ có thể quán tưởng hình dạng của Phật trong tâm nhãn. Đừng chia trí – hãy duy trì sự dán chặt vào đối tượng quán. Bạn phải tưởng tượng, không làm gì khác.

. Cạm bẫy thứ ba: Trạo cử và hôn trầm

Bạn sẽ rơi vào cái cạm bẫy thứ ba – trạo cử và hôn trầm trong giai đoạn thực sự thiền quán, khi nhớ lại đối tượng quán. Nếu bạn không phân biệt được giữa hôn trầm như đám mù trong tâm, với trạo cử, thì điều ấy cũng giống như không nhận ra kẻ thù sắp giết mình.

Đám mù trong tâm có thể là bất thiện hay trung tính. Nó che mờ ý thức, làm cho thân tâm nặng nề như khi buồn ngủ. Nó là một cái nhân cho sự hôn trầm và không bao giờ là thiện.

Có hai loại hôn trầm: Tế và Thô. Khi bạn nhớ lại đề mục quán, hình ảnh có thể vững vàng nhưng không rõ. Đấy là hôn trầm thô. Hôn trầm tế là như sau: bạn chưa bị mất những đường nét đã nhớ được về đối tượng quán, bạn lại còn có sự vững vàng và rõ ràng của hình ảnh, nhưng năng lực của sự duy trì nơi bạn đã yếu, và vẻ rõ rệt của hình ảnh không mãnh liệt. Sự hôn trầm tế nhị là chướng ngại chính cho thiền định. "Không mãnh liệt" nghĩa là gì? Nghĩa là hình ảnh có rõ rệt, nhưng tâm đã trở nên hơi lỏng lẻo. Và lúc ấy mặc dù hình ảnh quán là hoàn toàn vững chắc, sự lỏng lẻo này đã làm nhân cho hôn trầm vi tế. Nếu hình ảnh có sự rõ ràng, thì tâm bén nhạy, tươi mát, sinh động, và vẫn để trên đối tượng quán.

Sự kiện đối tượng quán vừa rõ ràng vừa vững chắc nhưng sự rõ ràng ấy có thể mãnh liệt hoặc không mãnh liệt là như sau. Giả sử bạn đang cầm trong hai tay chuỗi tràng và bình bát. Bạn có thể cầm tay này chặt tay kia lỏng. Hoặc thông thường, chúng ta có thể luôn luôn tin tưởng vào một bậc thầy, nhưng niềm tin này có khi rất mãnh liệt, khi không. Thỉnh thoảng chúng ta có thể phát sinh lòng tin mãnh liệt hơn nơi bậc thầy; cái cách chúng ta duy trì niềm tin khi ấy sẽ mạnh hơn trước. Đấy là sự khác nhau giữa hai tình trạng; điều này sẽ được thấy rõ dưới ánh sáng của kinh nghiệm thiền, không thể nói được nên lời.

Để ý: sự sáng sủa rõ ràng không do nơi đối tượng. Có sự rõ ràng hay không cốt yếu là một nhiệm vụ của ý thức chủ quan. Khi không có sự rõ rệt, thì nó như một tấm màn đã bị kéo lên che khuất hình ảnh.

Sự hôn trầm vi tế và định nhất tâm, cả hai đều có thể vừa có sự sáng sủa và vững chãi; nhưng thật khó mà phân biệt giữa định nhất tâm và hôn trầm vi tế. Ngay cả gió có thể đã ngưng vào ra lỗ mũi của bạn, và tâm bạn có thể an trú suốt cả ngày, nhưng kỳ thực bạn chỉ có xây dựng sự hôn trầm vi tế. Nhiều học giả Tây Tạng ngày trước đã hiểu lầm trạng thái này và ca tụng nó là "sự nghỉ ngơi sâu xa nhất trong thiền định thâm sâu." Họ đã không hiểu được điểm then chốt này trong thiền quán. Nếu bạn lầm hôn trầm vi tế là thiền định, thì thiền định của bạn còn không làm nhân đưa đến tái sinh vào các cõi sắc và vô sắc, và ngay trong đời này bạn cũng sẽ tăng sự đãng trí. Vì tuệ của bạn trở nên không rõ ràng, sự thực hành này không khá gì hơn việc thiền quán thật nhiều về một phép quán trong đó bạn quán tưởng mình là một súc sinh!

Tác phẩm *Toát yếu về thắng pháp* nói như sau về trạo cử:

"Trạo cử là gì? Là một khía cạnh tâm bị kích động, một hình thức bám víu bị lạc hướng vì những dấu hiệu đẹp đẽ. Nó có nhiệm vụ làm gián đoạn tâm tịnh chỉ."

Những đối tượng đẹp – những đối tượng mà bạn tham ái – làm cho tâm hết tập trung. Đây là "những dấu hiệu đẹp đẽ" (tịnh tướng) được nói đến. Giả sử ban ngày bạn xem một buổi ca vũ nhạc và ban đêm bạn nhớ lại quang cảnh ấy một cách sống động: đây là một điển hình về việc nhớ lại một đối tượng lôi cuốn tham ái nơi bạn.

Có sự khác nhau lớn lao giữa thiếu tập trung và trạo cử. Bạn có thể trở nên thiếu tập trung vì một đối tượng khó chịu, ví dụ kẻ thù của bạn. Vào một lúc như vậy, bạn trải qua sự buồn bực nội tâm. Hoặc trong khi thiền định về tâm tịnh chỉ bạn có thể trở nên thiếu tập trung vì một thiện pháp như bố thí, giới, vân vân. Đây có thể là những hình thức thiếu tập trung, nhưng không phải là trạo cử. Tuy nhiên cả hai việc, thiếu tập trung và trạo cử, đều có thể gián đoạn tâm tịnh chỉ của bạn. Vậy tại sao chỉ có trạo cử được xem là pháp gián đoạn tâm tịnh chỉ? Vì sự thiếu tập trung thì nhẹ hơn và không kéo dài khi đối tượng của nó là thù nghịch, hoặc khi sự chú ý của bạn hướng về một thiện pháp. Và theo hệ phái này thì sự thiếu tập trung càng lớn khi đối tượng bạn ham thích lôi kéo bạn ra khỏi tịnh chỉ. Sự thiếu tập trung này càng dễ phát triển hơn những hình thức trạo cử khác.

Ở đây chỉ bàn về trạo cử. Nhưng hãy để ý: khi thiền quán để đạt tịnh chỉ, tâm bạn sẽ bị gián đoạn bởi hai loại thiếu tập trung: thiếu tập trung do những đối tượng lạc hoặc khổ; và thiếu tập trung khi nhớ lại một thiện pháp, như bố thí, lễ bái... Vậy cần phải chấm dứt những hình thức tán loạn này bất cứ lúc nào nó xảy đến.

Chúng ta có thể mất dấu đề mục quán đến nỗi nó không còn là đối tượng trong tâm. Chẳng hạn trong khi đang quán tưởng hình dạng một vị thần, có lúc ta quên lãng. Sự trạo cử thô này chỉ là mất dấu đối tượng quán.

Trạo cử vi tế là như sau: Tâm không mất dấu đối tượng quán, nhưng có một cái gì có vẻ dễ chịu khởi lên trong tâm, ở dưới lằn mức của ý thức nhận biết. Hình thái trạo cử này ví như nước chảy dưới một lớp băng, khác với trạo cử thô.

Mặc dầu phương thuốc đối trị cả hai trạng thái này không phải là tinh tấn, song tinh tấn vẫn là một thành phần của phương thuốc, giống như quân đội có những lính trinh sát. Bạn phải đào luyện tinh tấn – cách thứ sáu trong tám cách điều chỉnh – để tìm xem bạn có trạo cử hay hôn trầm nào không.

Nếu bạn áp dụng tinh tấn một cách liên tục, nó sẽ trở thành một chướng ngại cho trạng thái thiền định, nhưng nếu không áp dụng tinh tấn thì bạn có thể phát triển vài lỗi lầm nghiêm trọng ngoài tầm kiểm soát của bạn, như bị kẻ trộm lấy hết tài sản mang đi. Tác phẩm *Đại thủ ấn* của phái Hoàng Mạo nói: "Hãy tắt sự tinh tấn đúng lúc". Nói cách khác, hãy kiểm soát sự tinh tấn của bạn, chỉ thỉnh thoảng áp dụng tinh tấn, để xem tâm mình có trạo cử hay hôn trầm nào không. *Hành Bồ-tát hạnh* nói:

Thỉnh thoảng hãy quán sát
Trạng thái của thân tâm.
Bản chất của tinh tấn
Là tên lính đi tuần.

Điều này cũng giống như cầm một tách trà trong tay: vừa cầm nó cho vững vừa xem nó có nghiêng đổ không. Cũng tương tự, bạn dùng niệm để duy trì thiền quán, giữ vững hình ảnh quán, và duy trì sự quán tưởng ấy bằng cách sử dụng tinh tấn để canh chừng trạo cử hôn trầm. Nhân tiện cũng cần nói thêm, tinh tấn là một đồng minh của trí tuệ.

. Cạm bẫy thứ tư: Không điều chỉnh (xả)

Khi tâm trạo cử hoặc hôn trầm, thì sự "không điều chỉnh" trở thành một cạm bẫy, và cạm bẫy này có cách đối trị riêng. Khi nhờ tinh tấn ta khám phá trong tâm có trạo cử hoặc hôn trầm thô hoặc tế thì phải áp dụng thuốc chữa ngay không ngần ngại. Cách thứ bảy trong tám điều chỉnh – sự tái điều chỉnh – chính là phương pháp đối trị sự điều chỉnh thứ tám – xả (còn gọi là không điều chỉnh hay phó mặc). Sự điều chỉnh cần phải được áp dụng để đối trị sự phó mặc hay xả. Hai pháp này cũng như hai trinh sát thù nghịch: vừa trông thấy tên kia, tên này liền cản lại.

Làm sao để áp dụng pháp đối trị này? Hôn trầm vi tế là một trạng thái tâm ý lụn bại. Cả hai, sự lụn bại và hôn trầm đều có hậu quả giống nhau. Khi có hôn trầm vi tế bạn thấy rõ nét và vững chãi hình ảnh quán, nhưng tính chất sự duy trì hình ảnh đã rớt mất, và bởi thế sự rõ ràng không còn mãnh liệt như trước. Khi có sự hôn trầm này thì không cần gián đoạn pháp quán vì chỉ cần bám riết lấy hình ảnh là đủ. Nhưng khi bám riết quá nhiều, bạn lại đâm ra trạo cử, và thế là lại phải buông ra. Đức Thế Tôn dạy:

"Nếu dây đàn quá căng, hãy nới dây; hãy siết hay nới dây đàn theo nhu cầu nhưng phải bảo đảm nó đừng quá chùng, thì cuối cùng âm thanh tiếng đàn sẽ thánh thót."

Bạn nên làm như vậy: nới lỏng một chút khi bạn cảm thấy mình sắp trạo cử và siết lại một chút khi cảm thấy sẽ hôn trầm nếu bạn nới thêm nữa. Chỉ có kinh nghiệm mới vạch ra được lằn ranh giữa hai điều này. Nếu bạn không dùng tinh tấn để phân tách một cách thông minh, thì thật vô cùng khó khăn để thọc ngón tay vào. Bậc thầy Chandragomin nói:

Nỗ lực thì rơi vào trạo cử;
Bỏ nỗ lực thì sinh hôn trầm.
"Nếu tịnh chỉ khó đạt đến thế,
Thì tôi bận tâm làm gì:
Nó chỉ quấy rầy tâm tôi."

Làm việc ấy có thể là chuyện nhọc tâm, nhưng trong tất cả kẻ thù, kẻ ở ngay trong nhà là khó nhận ra nhất, và bởi thế cũng là kẻ nguy hiểm nhất. Cũng vậy, loại hôn trầm này dễ làm hại tâm tịnh chỉ của bạn nhất; do vậy cần phải có sự lên dây đàn vừa phải.

Vậy, mặc dù tâm bạn đã lên dây vừa phải, đôi khi đối tượng quán của bạn lại mất tính rõ rệt mãnh liệt. Khi điều ấy xảy ra, thì sự nắm giữ đã tuột mất và hình ảnh không còn rõ như trước. Nếu tình trạng ấy tiếp tục thì hôn trầm thô đã trở về. *Trái tim của trung đạo* nói:

Khi quán những đối tượng cao cả
Làm bạn buồn sầu, thì hãy thư dãn...

Lỗi là tâm bạn đang ở trong một gút mắc lớn; bởi thế bạn nên trầm tư một lát, không nghĩ tới pháp quán. Nếu vấn đề khi ấy vẫn không biến mất và khi trở lại với sự quán tưởng, tâm bạn vẫn buồn nản, thì có cách nào làm nó phấn chấn lên chăng? Có thể làm tâm bạn tươi tỉnh lên bằng cách nghĩ thật khó có được tái sinh thân người thuận lợi, hoặc quán những thiện đức của Ba ngôi báu, hoặc những ích lợi của sự thờ kính bậc thầy, những lợi lạc của bồ-đề tâm, vân vân. Những điều này sẽ làm tâm bạn phấn chấn. Bạn cũng có thể tưởng tượng những tia sáng chiếu lên mình bạn, hoặc thiền quán về những thiện pháp như bố thí. Những thiền quán này sẽ nâng tâm bạn đến một cảnh giới cao, khi ấy có thể duy trì sự quán tưởng.

Có thể trong quá khứ tâm ta chưa từng quen thuộc với những kỹ thuật này nên khó có được lợi lạc ngay tức khắc. Nhưng khi đã quen thuộc thì những phép quán như thân người khó được cũng giống như tia nước lạnh rưới lên mặt khiến ta tỉnh lại.

Nếu hôn trầm vẫn không tan hãy sử dụng một biện pháp mạnh hơn: quán tưởng tâm mình thành ánh sáng trắng ở tim. Khi đọc âm *phat*, tâm ấy thoát ra phía đỉnh đầu và đi sâu vào không gian, hòa lẫn. Làm nhiều lần như vậy.

Nếu vẫn không hết hôn trầm, thì hãy chấm dứt thời thiền. Mây mù trong tâm đã khiến bạn phát sinh hôn trầm nên bạn cần vài phương tiện để đánh tan sự ảm đạm, hôn trầm, chếnh choáng ấy: ngồi chỗ mát, tản bộ nơi cao ráo khoáng đạt, rửa mặt, vân vân. Khi thấy tâm sáng suốt trở lại sẽ tiếp tục thiền quán.

Sự trạo cử vi tế là khi bạn không mất dấu đề mục thiền, nhưng tâm lại phân tán. Điều này xảy ra do tâm quá dán chặt; vậy hãy nới lỏng sự bám lấy hình ảnh. Nếu tâm vẫn phân tán, thì đấy là một hình thức trạo cử thô. Nó phát sinh vì tâm trạng vui mừng, vậy không nên tăng thêm hoan hỉ. Quá vui là điều tai hại, như vua Tịnh Phạn không thể đắc quả Dự Lưu vì ông quá mừng gặp Phật trở về. Trong tình trạng ấy, không nên gián đoạn thời thiền. *Trái tim Trung đạo* nói:

Hãy làm tâm hết trạo cử
Bằng cách nghĩ đến vô thường.

Nghĩa là lúc ấy nên quán những điều làm cho tâm buồn khổ, mệt mỏi, từ bỏ, như quán về chết, vô thường, những khổ trong sinh tử và các đọa xứ.

Khi có vọng tưởng, nên quán hơi thở vào thở ra, theo dõi từng hơi và đếm trong tâm số lần thở ra và vào, nếu tán loạn thì bắt đầu đếm từ "một" trở lại. Khi có thể đếm tới hai mươi mốt hơi vô-ra mà tâm không phân tán, thế là đã đạt tiêu chuẩn về trạng thái tâm đầu tiên.

Hành giả vĩ đại Puentsog Gyatso ở Yerpa có một cháu trai làm người hầu cho vị nhiếp chính Sangyae Gyatso. Người hầu này đã chịu chung một số phận ghê gớm cùng với vị nhiếp chính bị Lhazang Khan hãm hại. Bởi thế ngài không có tâm hồn nào để thiền quán. Ngài bèn đếm hơi thở, và nhờ thế có thể trở lại với pháp quán.

Nếu đếm hơi thở cũng không hết trạo cử, thì hãy ngưng thời thiền. Sau đó bạn hãy thiền từng thời ngắn, trước khi thiền hãy lập nguyện kiên quyết. Nếu bạn kéo dài những thời thiền, thì đôi khi chỉ cần trông thấy chiếc tọa cụ cũng đủ làm cho bạn chóng mặt buồn nôn. Điều quan trọng nhất là hãy gián đoạn thời thiền đúng lúc: hãy dừng lại khi bạn còn thấy thiền định là một lạc thú. Cũng như khi hai người chia tay đúng lúc, thì về sau họ sẽ sung sướng được gặp lại nhau. Bạn nên ngưng thời thiền trong khi hình ảnh quán còn rõ, nhưng nếu không rõ cũng ngưng. Ta nên định mức thời gian chấm dứt thời thiền sao cho ta còn cảm thấy muốn ngồi thêm, thì ta sẽ muốn thiền trở lại với tất cả nhiệt tình. Nếu bạn dừng trong khi hình ảnh vẫn không rõ rệt, mà sự thiếu rõ rệt vẫn tiếp tục khi thiền quán trở lại, thì bạn chỉ có nước ngủ gục nếu cố kéo dài thêm và về sau tình trạng ấy còn tệ hơn. Có câu chuyện như sau. Lozang Namgyael một hành giả vĩ đại đang chỉ giáo truyền khẩu về các tác phẩm phái Kadampas. Ngài đọc: "Vào thời suy đồi này, thì đúng là lúc để điều phục dòng tâm thức của chính mình, chứ không phải tâm người khác." Ngài bỗng khóc òa và phải chấm dứt buổi giảng. Trong hai ngày kế tiếp ngài không thể giảng dạy gì được mỗi khi ngài đọc tới câu ấy[1].

Mặc dù ta hi vọng đối tượng quán lưu lại trong tâm lâu dài, hiện tại nó không an trú. Bởi thế hãy làm những thời thiền quán ngắn. Nếu sau một thời gian bạn vẫn còn hôn trầm hay trạo cử thì phải làm những thời thiền rất ngắn, có thể đến mười tám thời mỗi ngày. Những thời thiền này phải có chất lượng hảo hạng. Khi làm thế, hình ảnh sẽ tự động ở lại trong tâm. Chỉ khi ấy bạn mới nên kéo dài thời thiền.

. Cạm bẫy thứ năm: Sự tái điều chỉnh

Khi bạn đã chấm dứt hôn trầm trạo cử mà vẫn cứ điều chỉnh thêm, thì sự tái điều chỉnh trở thành một cạm bẫy, mặc dù kỳ thực nó là một phương thuốc đối trị. Trong trường hợp ấy hãy đào luyện xả, nghĩa là không điều chỉnh gì nữa hết.

Chưa đạt đến tâm trạng xả (thứ tám) này, thì bạn vẫn qua lại giữa trạo cử và hôn trầm. Ở giai đoạn

1. Trạng thái xuống tinh thần này là do thiền quán quá độ. Để tránh điều này xảy ra, đừng bao giờ làm gì quá trớn.

này bạn có thể đã an tịnh cả trạo cử lẫn hôn trầm, tuy nhiên vẫn còn phải tra tầm xem chúng còn hiện diện hay không. Nhưng nếu vì quá hăng hái bạn áp dụng phương pháp chữa trị thì trạng thái *xả* sẽ bị gián đoạn. Bởi thế tái điều chỉnh là một cạm bẫy. Đừng nỗ lực trong sự tinh tấn; tốt nhất là buông lỏng và đào luyện sự điều chỉnh bằng "xả". Mọi người đều bảo ở điểm này bạn nên buông lỏng vì trước đấy đã quá căng. Cuối tâm trạng thứ tám bạn không còn bị rơi vào hôn trầm hay trạo cử nữa, khi ấy chỉ cần tinh tấn vừa phải. Nhưng khi chưa đạt đến điểm này thì lại là vấn đề khác, và sự buông lỏng ở đây không phải là sự buông lỏng nói trong phần bàn về niệm và về nới lỏng cường độ mãnh liệt của sự duy trì hình ảnh quán. Những hành giả Tây Tạng trong quá khứ không nhận ra thời điểm đúng để nới lỏng, nên họ tự cho mình đang "thiền định sâu xa và thư dãn sâu xa". Lỗi của họ là nới lỏng niệm quá sớm; đó là một cái bẫy mà họ đã rơi vào. Vì sao? Vì nó sẽ mang bạn đi xa khỏi trạng thái nhất tâm giúp bạn đạt đến sự ổn định hình ảnh quán một cách nhanh chóng và rũ bỏ hôn trầm vi tế.

Đấy cũng là cách theo đuổi các pháp quán khác, từ giai đoạn thành tựu trở xuống.

Bây giờ tôi sẽ bàn cách theo đuổi pháp tu này. Hãy hoàn tất những chuẩn bị cho sự tu tập tịnh chỉ, như ở chỗ thích hợp có năm đặc tính. Rồi ngồi trên một tọa cụ thoải mái theo thế ngồi của Phật Tỳ-lô với bảy sắc thái. Quán trên đỉnh đầu hình ảnh bậc thầy mình và từ bậc thầy ấy tách ra một hình ảnh đức Thích-ca Mâu-ni. Hình ảnh này ngồi giữa hư không, ngang tầm rốn. Lúc đầu hình ảnh không rõ lắm, nhưng chưa cần làm cho rõ. Có thể bạn chỉ thấy xuất hiện một viên tròn lung linh vàng nhạt hay chỉ một phần của Ngài, như đầu hoặc tay chân, vân vân. Đừng để hình ảnh ấy tuột khỏi tâm mà hãy giữ chặt nó đừng để tâm phân tán. Chỉ một việc nuôi dưỡng niệm ấy cũng đủ để ngăn hôn trầm hay trạo cử. Đấy là lý do bạn cần giữ trong tim lời chỉ giáo tối thượng này của các hành giả vĩ đại. Hơn nữa, hôn trầm được cắt đứt nhờ siết chặt sự nắm giữ hình ảnh. Trạo cử được cắt đứt nhờ không phân tán. Khi bạn thiền theo cách ấy và đã đạt được một mức độ an định, thì bạn lại rất dễ rơi vào hôn trầm, bởi thế hãy bám siết sự rõ rệt của hình ảnh. Khi bạn đạt đến một mức độ rõ rệt đáng kể, thì mối nguy lại là trạo cử. Hãy dùng những biện pháp cần thiết để đối trị trạo cử, và tìm lại sự rõ rệt của hình ảnh quán.

Bạn có thể giả vờ đang tu tập, mà kỳ thực không tu gì cả nếu không biết cần phải làm gì để đạt tâm tịnh chỉ. Bạn nhất định phải đạt tịnh chỉ với hai sắc thái: sự rõ rệt và khá an trú của tâm ảnh, và sự duy trì chặt chẽ hình ảnh ấy.

Như trong phần nói chi tiết về tịnh chỉ trên đây, đề mục thiền được duy trì nhờ "niệm" không để mất hình ảnh. Ở giai đoạn ấy bạn có thể rơi vào hôn trầm hay trạo cử. Vừa lúc khám phá tâm đang hôn trầm hay trạo cử nhờ tinh tấn canh chừng, bạn hãy áp dụng ngay pháp đối trị thích hợp để chấm dứt nó. Sau khi chấm dứt thì đừng áp dụng pháp đối trị nào nữa, mà cứ việc nhất tâm trên hình ảnh quán, đồng thời duy trì sự rõ ràng sáng suốt nhất.

Hãy để ý: Theo pháp *Đại thủ ấn* (Mahàmudra) thì đối tượng tập trung và cái tâm quán sát đối tượng ấy cần được xem như một. Một mục đồng cần phải coi chừng hai chuyện: con vật nào đã bị bỏ quên lại trên núi, con nào không quên. Khi bạn phát sinh vọng tưởng cũng thế, có hai cách để cắt đứt chúng. Hoặc bạn nhìn thẳng vào bản chất ý tưởng ấy và để nó tự động chấm dứt, hoặc có thể áp dụng một phương pháp để dứt trừ và hướng sự chú ý của bạn đến trí sáng suốt. Muốn biết nhiều chi tiết hơn về điều này bạn có thể đọc tác phẩm *Đại thủ ấn* của phái Hoàng Mạo. Những người mong muốn đạt tâm tịnh chỉ bằng cách sử dụng tâm để làm đối tượng tập trung[1] cần phải biết những điều này.

– Từ căn bản này, làm thế nào để đạt chín trạng thái tâm

Nếu muốn thiền, bạn phải tự mình kinh nghiệm chín trạng thái tâm. Trước hết phải biết chín trạng thái ấy là gì. Đấy là: 1) Sự tập trung gượng ép; 2) Sự

1. Thay vì dùng một sắc pháp như quán kasina - *DG*

tập trung hơi liên tục; 3) Sự tập trung có cách hở; 4) Hoàn toàn tập trung; 5) Trở nên có kỷ luật; 6) Trở nên an tịnh; 7) Trở nên rất an tịnh; 8) Trở nên nhất tâm; 9) Định an chỉ.

. Sự tập trung gượng ép

Điều này thành tựu được nhờ học với một bậc thầy chuyên dạy về quán tưởng. Tuy nhiên ở giai đoạn này bạn chỉ có gợi lên hình ảnh quán chưa an trú, và bạn cũng không thể làm cho nó an trú. Nhờ phân biệt, bạn có thể biết mình đang rơi vào tình trạng thiếu tập trung hay trạo cử. Bạn có cảm giác vọng tưởng của mình gia tăng, kỳ thực nó vẫn vậy nhưng nhờ bạn đã phát sinh tuệ giác thấy được những vọng tưởng và làm quen với chúng.

. Sự tập trung hơi liên tục

Khi thiền định theo cách ấy, sẽ đến lúc bạn có thể gợi lên hình ảnh và còn làm cho nó kéo dài một lúc – chẳng hạn thời gian cần thiết để niệm một chuỗi *Om Mani Padme Hum* mà không bị phân tán. Ở điểm này vọng tưởng có khi dừng lại, có khi phát triển. Đây là tuệ quán thấy được thế nào là không vọng tưởng. Trạng thái này có được nhờ năng lực quán.

Cả hai trạng thái tâm đầu tiên này có rất nhiều hôn trầm và trạo cử, và hình ảnh không an trú lâu. Vào lúc này bạn đang có một sự tập trung gượng ép, và thời gian tán tâm kéo dài lâu hơn thời gian tập trung vào đối tượng quán.

. Sự tập trung có cách hở

Trạng thái này cũng như mặc áo vá. Mặc dù hình ảnh vẫn kéo dài, tâm trở nên phân tán khỏi đề mục quán. Nhưng bạn liền ý thức điều ấy và "vá lại sự tập trung" trên đề mục. Thời gian tán tâm ở giai đoạn này ngắn hơn hai giai đoạn trên; niệm lực phát triển mạnh hơn.

. Hoàn toàn tập trung

Bạn đã phát triển niệm cường liệt và có thể hoàn toàn tập trung trên đối tượng quán. Từ đây trở đi, bạn không thể nào mất dấu đề mục, bởi thế trạng thái này mãnh liệt hơn ba trạng thái trước rất nhiều. Nhưng đồng thời bạn lại rơi vào những hình thái mạnh nhất của hôn trầm và trạo cử, và phải áp dụng cách đối trị.

Cả hai trạng thái ba và bốn đều đạt được nhờ niệm lực. Nhưng từ đây trở đi, niệm như một người đã đạt đến tột đỉnh uy quyền, vì năng lực của niệm đã toàn vẹn.

. Trở nên có kỷ luật

Ở trạng thái thứ tư, tâm bị thắt gút quá nhiều bên trong. Bây giờ ở trạng thái thứ năm, mối nguy lớn nhất là hôn trầm vi tế. Bởi thế bạn phải phát sinh tỉnh giác mãnh liệt. Khi có tỉnh giác canh chừng, bạn tưởng là dấu hiệu của trạng thái định nhất tâm, nên tâm bạn phấn chấn.

Sự khác nhau giữa trạng thái bốn và năm là: chỉ trạng thái bốn mới có hôn trầm và trạo cử thô.

. Trở nên an tịnh

Ở trạng thái thứ năm, tâm được nâng lên hơi quá mức, nên mối nguy ở giai đoạn thứ sáu này là trạo cử vi tế. Khi nó xảy đến, bạn phải phát sinh một hình thức tỉnh giác mạnh hơn để khám phá nó. Bạn phân tích mối hại của trạo cử vi tế và muốn ngăn ngừa nó xảy ra thêm.

Khác nhau giữa trạng thái thứ sáu và trạng thái thứ năm là, ở trạng thái thứ sáu, hôn trầm vi tế không phải là mối nguy chính yếu. Hành giả đạt được trạng thái thứ năm và thứ sáu nhờ năng lực tỉnh giác. Ở trạng thái này năng lực tỉnh giác đã đến chỗ toàn hảo.

. Trở nên rất an tịnh

Ở trạng thái thứ bảy rất khó mà phát sinh hôn trầm trạo cử vì năng lực tỉnh giác đã đạt đến cao độ. Bây giờ bạn phát huy năng lực tinh tấn vì muốn từ bỏ hôn trầm trạo cử sau khi thấy rõ tai hại của chúng.

Khác nhau giữa trạng thái thứ sáu và thứ bảy là: trong trạng thái thứ sáu, bạn phải rất thận trọng đừng để rơi vào hôn trầm trạo cử vi tế, nhưng ở trạng thái thứ bảy thì không. Ở trạng thái này không còn mối nguy của hôn trầm trạo cử, nhưng bạn vẫn phải nỗ lực về kỹ thuật để từ bỏ chúng. Trong các trạng thái thứ năm và thứ sáu, bạn đã cẩn thận đề phòng trạo cử. Bây giờ ở trạng thái thứ bảy này, bạn tinh cần và có thể chấm dứt ngay trạo cử hoặc hôn trầm bất cứ lúc nào chúng ló ra, bởi thế chúng không thể ngăn ngại bạn lâu.

Năm trạng thái từ ba đến bảy trên đây phần lớn là định nhất tâm bị gián đoạn bởi trạo cử và hôn trầm. Ở những trạng thái này, tiến trình của tâm là tiến trình nhất tâm có gián đoạn.

. Trở nên nhất tâm

Trước tiên bạn dùng phương pháp đối trị niệm. Mặc dù điều này cần một ít nỗ lực, sau đó bạn có thể theo đuổi toàn thời thiền quán không bị chút hôn trầm trạo cử nào. Sau đây là một hình ảnh để chứng minh cái gì xảy đến vào những trạng thái tâm về sau. Lúc đầu kẻ thù của bạn mạnh. Sau đó sức mạnh của kẻ thù sút giảm, rồi mất hẳn. Năng lực hôn trầm trạo cử nơi bạn cũng như vậy. Ở trạng thái thứ tám bạn không cần nỗ lực trong việc áp dụng tỉnh giác canh chừng. Sau khi cố gắng một chút lúc đầu ở trạng thái thứ tám, toàn thời thiền quán không bị gián đoạn vì hôn trầm trạo cử, bởi thế tiến trình tâm lúc ấy là hoàn toàn tập trung.

Trạng thái thứ bảy và thứ tám được hoàn tất nhờ năng lực tinh tấn.

. Định an chỉ

Bây giờ sự tập trung không còn cần nỗ lực. Bạn tự nhiên đạt đến sự không nỗ lực này nhờ đào luyện sự quen thuộc với trạng thái thứ tám. Bạn không cần một phí sức nào để lướt vào định nhất tâm, cũng như một người vừa đọc một đoạn văn đã thuộc lòng. Trạng thái này tương đương với sự tịnh chỉ nhất tâm ở cõi Dục. Trạng thái thứ chín được thành tựu hoàn toàn nhờ năng lực thói quen.

Trong trạng thái đầu, tuệ làm cho bạn quen thuộc với tâm phân biệt (hay vọng tưởng).

Trong trạng thái tâm thứ hai, bạn thấy được phần nào sự thể sẽ ra sao khi vọng tưởng tạm thời nghỉ mệt.

Trong trạng thái thứ ba, dường như những vọng tưởng tự chúng đã kiệt quệ hết hơi sức.

Tóm lại, trong hai trạng thái đầu, hình ảnh quán tưởng chỉ an trú một lúc ngắn. Trong trạng thái thứ hai và thứ ba, sự phân tán của bạn chỉ kéo dài một lúc. Khác nhau giữa trạng thái thứ ba và thứ tư là bạn có thể hay không thể mất dấu đề mục. Ở trạng thái thứ tư, bạn phát sinh hôn trầm thô, còn ở trạng thái thứ năm thì không. Nhưng ở trạng thái này, bạn phải coi chừng hôn trầm vi tế, mà không cần coi chừng ở trạng thái thứ sáu. Mặc dù ở trạng thái thứ sáu bạn có phát sinh trạo cử vi tế, nhưng ít hơn trước đấy. Và ở trạng thái này, bạn phải đặc biệt cẩn thận đề phòng trạo cử, nhưng không cần làm thế ở trạng thái thứ bảy. Bạn còn có trạo cử hôn trầm ở trạng thái thứ bảy, nhưng không còn ở trạng thái thứ tám. Ở trạng thái thứ tám, bạn còn cần nỗ lực nhưng không cần ở trạng thái thứ chín.

Ngày thứ hai mươi hai

Pabongka Dorje Chang kể một chuyện ngắn để chúng tôi khởi động lực.

Chandrakìrti nói:

Con ngỗng chúa dang đôi cánh trắng,
Một cánh tương đối, một cánh chân như;
Bay đầu đàn ngỗng,
Được gió Phước đẩy mạnh,
Băng qua hồ Thiện đức,
Đến bờ Chiến thắng vô thượng.

Có nghĩa là, với hai loại bồ-đề tâm tương đối và tuyệt đối, cùng với hai thứ tích lũy, bạn sẽ đạt đến tầm mức chư Phật. Bạn phải học cách thế nào để thực hiện điều này.

Khi ấy ngài ôn lại những tiêu đề trên về: cách luyện tâm tịnh chỉ – đào luyện năm hay sáu điều kiện tiên quyết; năm cạm bẫy và cách đối trị, tám sự điều chỉnh; và với những điều ấy làm căn bản, cách đạt đến chín trạng thái tâm.

– Cách đạt chín trạng thái tâm nhờ 6 năng lực

Trạng thái thứ nhất đạt được nhờ năng lực của sự học hỏi, thứ hai nhờ năng lực của thiền quán. Thứ ba và bốn nhờ năng lực của niệm; thứ năm và sáu nhờ năng lực của tỉnh giác; thứ bảy và tám nhờ năng lực tinh tấn; thứ chín nhờ năng lực thói quen. Tôi đã bàn chi tiết điều này trong chương trên nói về mỗi trạng thái tâm riêng biệt trong đó.

– Bốn loại tiến trình tâm

Hai trạng thái tâm đầu tiên là những loại tập trung gượng ép. Năm trạng thái kế tiếp là loại tập trung có gián đoạn. Loại thứ tám, chín là hình thức tập trung tự nhiên không cần nỗ lực. Mỗi loại tiến trình tâm này được phân biệt bằng những sắc thái sau:

Hai trạng thái đầu chỉ có hôn trầm và trạo cử là chính yếu, không có chút nào tịnh chỉ. Chúng còn không đáng được gọi là tịnh chỉ có gián đoạn hay không gián đoạn. Ở giai đoạn này bạn phải tinh tấn buộc mình đi vào những trạng thái tịnh chỉ .

Bạn không cần phải dùng tỉnh giác để tự buộc mình đi vào năm trạng thái tâm kế tiếp. Tịnh chỉ của bạn cũng tuần tự trở nên vững chãi hơn. Vậy trạng thái tâm ở đây là một trạng thái tập trung gián đoạn, vì tâm bị gián đoạn bởi hôn trầm và trạo cử.

Trong trạng thái thứ tám bạn áp dụng một ít nỗ lực làm phương pháp đối trị ở đầu thời khóa thiền; thời gian còn lại không bị gián đoạn bởi hôn trầm hay trạo cử.

Ở trạng thái thứ chín bạn không cần nỗ lực để gợi lên pháp quán, vì sự tập trung xảy đến một cách tự nhiên.

– Tịnh chỉ thực thụ

Khi đạt trạng thái thứ chín, định tâm chuyên nhất của bạn hoàn toàn thoát khỏi hôn trầm và trạo cử vi tế. Bạn có thể an trú trong trạng thái ấy một cách dễ dàng không cần dụng công, trong những thời gian dài. Tuy nhiên trạng thái ấy không phải là tịnh chỉ thực thụ, nó chỉ tương tợ như là tịnh chỉ. Muốn đạt đến tịnh chỉ thực thụ, bạn phải thiền định một cách chuyên nhất nhiều lần để đạt đến sự quen thuộc với nó. Khi ấy bạn cũng phải đạt được định xuất thần đặc biệt xảy đến cùng với sự mềm mại (nhu nhuyến) của thân tâm.

Tâm nhu nhuyến phát sinh trước, nhưng hỉ lạc của thân nhu nhuyến lại phát sinh trước hỉ lạc của tâm nhu nhuyến. Những luồng khí lực độc hại trong thân thể đã được dẹp yên, bạn cảm thấy thoải mái, mặc dù có một thứ áp lực nơi sọ tương tự cảm giác một bàn tay nóng sờ lên cái đầu mới cạo. Khi đạt đến điều này, là bạn đã làm cho an tịnh những trạng thái tâm độc hại làm chướng ngại sự thi hành một đức hạnh nào bạn muốn. Bạn đã phát sinh tâm nhu nhuyến. Rồi bạn phát triển thân nhu nhuyến như là hậu quả của tâm nhu nhuyến, và những luồng khí lực bây giờ khéo thích ứng và tuần hành khắp châu thân.

Thân thể bây giờ không còn những trạng thái độc hại, không cảm thấy sự bất tiện nào khi thực hành những thiện hạnh. Nó có thể được sử dụng bất cứ cách nào bạn muốn. Thân thể mềm mại và nhẹ như bông; bạn cảm giác một hỉ lạc lớn lao do thân nhu nhuyến ấy, và thân có những lạc thọ vật lý tuyệt trần. Từ đó, mỗi khi đi vào tịnh chỉ, bạn có cảm giác thân thể tan vào đối tượng quán, đối với bạn không có gì khác hiện ra, ngay cả thân thể, vân vân. Đây là kinh nghiệm về trạng thái xuất thần của tâm nhu nhuyến, và tâm khi ấy tràn ngập hỉ lạc đến độ hầu như không thể nào tiếp tục ở trong thiền quán. Trạng thái bị hỉ lạc tràn ngập này sẽ lắng xuống, và khi ấy bạn cảm thấy giảm bớt hỉ lạc phần nào. Khi ở trong trạng thái này, là bạn đã đạt đến loại nhu nhuyến bất động có tương đương của nó là tâm tịnh chỉ luôn duy trì pháp quán. Đồng thời bạn cũng đạt tịnh chỉ tương ưng với cận hành định của sơ thiền. Mức cận hành này được gọi là "bất buộc" vì đấy là đạo lộ phải trải qua, nếu không, bạn không thể đạt các loại thiền chứng thế gian và xuất thế gian.

Từ điểm này bạn có thể đạt một loạt những định chứng tiếp theo – quả thế bạn có thể thành tựu cả tám thiền chứng thuộc sắc và vô sắc giới. Tuy nhiên điều này khá vô ích, bởi thế chúng ta không triển khai những định chứng sau này. Ngoại đạo từ bỏ những vọng tưởng rõ rệt tương ưng với những định chứng sắc giới lên cho đến Vô sở hữu xứ thuộc Vô sắc. Và khi đạt đến định tâm tương ưng với Hữu đảnh (Sắc cứu cánh) thì họ cho đấy là giải thoát; nhưng điều này tuyệt nhiên không giải thoát họ khỏi sinh tử luân hồi. Như quyển *Ca tụng những gì đáng ca tụng* nói:

Những người này, bị mù lòa bởi vô minh
Không theo pháp của ngài.
Họ có thể đạt đến cõi Hữu đảnh
Nhưng rồi vẫn rơi vào đau khổ
– Họ chỉ có đạt Hữu khổ.

Một kinh nói:

Người thế tục rất tập trung thiền định,
Nhưng chưa bỏ được ngã chấp,
Nên mặc dù thật nhọc công
Với sự nhất tâm quán tưởng,
Vọng tưởng vẫn trở lại tàn hại chúng.

Có ví dụ sau đây. Một hành giả sau nhiều gian nan, đã trú nhiều năm trong định an chỉ thuộc cảnh giới Sắc cứu cánh (Hữu đảnh). Chuột gặm hết mớ tóc dài của ông ta. Khi để ý đến điều này, ông nổi cáu! Thế là ông liền mất các thiền chứng và rơi vào đọa xứ.

Khi đạt tâm tịnh chỉ thù thắng, bạn có được sự sáng suốt đến độ có thể đếm những cực vi trong bức tường. Mỗi khi một trong mười tướng xuất hiện trước mắt – năm đối tượng giác quan (sắc thanh hương vị xúc), ba độc, đàn ông, đàn bà – bạn sẽ nhớ đến những lỗi lầm của chúng và phát sinh nhàm chán. Bạn sẽ ít vọng tưởng hơn trước, những vọng tưởng đã có sẽ phai mờ. Bạn sẽ phát triển những thiện đức như nghĩ mình nên phối hợp tịnh chỉ với giấc ngủ, vì sự vững chãi của hình ảnh quá mãnh liệt.

Ngày nay có những người tìm tri kiến trong các giáo lý về Đại thủ ấn và Dzogchen bằng cách tham chiếu những bản kinh văn giản lược thay vì y cứ những cổ thư vĩ đại. Những người như thế sẽ thấy khó mà đạt được cái gì thực có giá trị được bàn trong cổ thư như tâm tịnh chỉ. Nhưng tịnh chỉ là pháp mà chúng ta cùng có chung với ngoại đạo. Theo bản kinh gốc về Đại thủ ấn, thì sự theo dõi vận hành của tâm chỉ có làm cho bạn quen thuộc với sự thật tương đối về tâm. Bởi thế bạn có thể nghĩ rằng pháp thiền theo cách ấy là tốt, song kỳ thực đấy chỉ như lầm tưởng đồng với vàng. Bạn chỉ có nước lang thang không mục đích trên những đường tà. Bạn có thể tăng thêm hôn trầm của tâm mà lầm cho là thiền định, nhưng cái thiền định ấy còn không thể đưa đẩy bạn lên được những tái sinh cao thuộc cõi sắc và vô sắc. Bạn chỉ có tạo nhân cho tái sinh làm một con thú chẳng hạn. Hiền giả Sakya nói:

Người mù khiến cho thiền Đại thủ ấn
Trở thành nhân tái sinh làm thú vật.
Người nào khá hơn thì sẽ rơi vào
Thứ định Thanh văn ngưng dòng thức;
Hoặc tái sinh vào các cõi Vô sắc.

Bạn có thể phân tích bản chất của tâm là không màu sắc hình dạng, nhưng không kèm theo một căn bản nào trong ba căn bản của đạo lộ; hoặc bạn có thể quen thuộc với chỉ giáo: "Đừng truy tầm quá khứ, đừng tìm kiếm vị lai" (nghĩa là, chỉ an trú trong hiện tại khi bạn thiền). Những pháp thiền định nô lệ ấy chỉ khiến cho đời người trở thành trống rỗng vô vị; không đưa bạn đến những cấp bực cao của đạo lộ. Nhưng kèm với bồ-đề tâm, từ bỏ, chánh kiến và quy y, thì sự tu tập như thế trở thành pháp Đại thừa đưa đến giải thoát, trở thành pháp Phật. Bạn phải đi vào con đường không lầm lỗi này. Nếu không, một mình sự thực chứng bản chất của tâm – là trong sáng, trống rỗng không bám víu, vân vân – mà thôi, thì không thể tấn công vào thành trì ngã chấp. Nhiều nhất là những thiền định kiểu ấy sẽ đạt được những hiệu quả giống như những kiểu dụng công mà ngoại đạo đã đạt được. Vậy đừng xem những con đường thấp kém ấy là tốt lành. Bạn phải biết phân biệt chánh đạo và những con đường chỉ có vẻ là chân chánh.

** Cách đào luyện tuệ quán đặc biệt*

Có ba tiêu đề phụ: Xác định tính phi hữu của bản ngã (nhân vô ngã); Xác định tính phi hữu của các hiện tượng (pháp vô ngã); Cách triển khai tuệ quán đặc biệt.

– Xác định tính phi hữu của bản ngã

Có hai tiêu đề: Làm thế nào để nhập định như không gian; Khi tâm không nhập định, làm thế nào để giữ thái độ xem vạn pháp như huyễn.

. Làm thế nào nhập định như Không gian

Có bốn điểm then chốt cần xác định: Cái gì cần bác bỏ; Toàn bộ những khả tính; Ngã và Uẩn không phải là một; Ngã và Uẩn không thực sự là khác.

Sau khi thành tựu tâm tịnh chỉ vững chắc, chúng ta không theo những pháp thiền đi sâu vào tâm an tịnh có tướng sắc giới và vô sắc giới thuộc các đạo lộ thế gian. Những thiền này chỉ đàn áp những vọng tưởng rõ rệt. Điều chúng ta khao khát là giải thoát, bởi thế chúng ta phải triển khai loại tuệ quán siêu thế là tuệ quán đặc biệt phân tích ý nghĩa vô ngã. Điều này sẽ giúp ta nhổ tận gốc rễ sinh tử luân hồi. Muốn phát sinh tuệ giác ấy, ta phải có phương pháp đề phòng những tệ hại của sinh tử luân hồi mà không cần thiền định đặc biệt về các cảnh giới thù thắng, như được nói trong tác phẩm *Ca tụng những gì đáng ca tụng:*

Mặc dù những người theo pháp Phật
Không thực sự đạt những cõi thiền,
Họ ngăn được sự tái sinh trong sinh tử
Làm cho Ma vương thất vọng đứng nhìn.

Chúng ta phải xác định ý nghĩa sâu xa của tánh không. Nếu không thực chứng tánh không thì không thể giải thoát, khi ấy những công việc khác của người tu hành vẫn còn liên hệ đến chấp thủ, vẫn trong vòng đối đãi nhị nguyên.

Nếu chỉ phối hợp được phần nào phương tiện và tuệ giác, bạn sẽ như con chim chỉ có một cánh, không thể du hành đến quốc độ của đấng Chiến thắng. Phương tiện là tâm bồ-đề; tuệ giác là thực chứng tánh không. Bạn không thể luyện cái này mà thiếu cái kia. Đức Tsongkapa nói:

Nếu không có được trí tuệ
Hiểu rõ cách vạn pháp tồn tại,
Thì không thể nhổ tận gốc sinh tử
Dù đã quen với Từ bỏ và Tâm bồ-đề.

Vậy hãy nỗ lực đạt phương tiện
Thực chứng lý duyên sinh của các pháp.

Mặc dù có khuynh hướng tin ở tánh không, có thể bạn còn vài hoài nghi. Người ta nói tánh không sẽ xé tan tành sự chấp thủ bản ngã nơi bạn: nó như một cơn mưa đá tàn hại mùa màng. Tác phẩm *Bốn trăm bài kệ* nói:

Ngay những người ít công đức
Cũng không hoài nghi về pháp này.
Ngay cả những người còn hoài nghi
Cũng phá tan tành hiện hữu.

Pháp thực hành này cũng cần những chuẩn bị tiên quyết: muốn phát sinh chánh kiến trong dòng tâm thức, cần những nguyên nhân và điều kiện như sau. Bạn phải tận tụy với một bậc thầy thánh thiện hiểu đúng những điểm then chốt trong kinh điển, và được ông chỉ giáo về tánh không; phải tích lũy công đức và thanh lọc chướng ngại; phải khẩn cầu bậc thầy và xem ông không khác gì thần hộ mạng của mình. Nếu không có đầy đủ những điều kiện ấy, bạn sẽ không thể đạt một thực chứng nào cả.

Có bốn trường phái ở Ấn trình bày khác nhau về Tánh không, trước tiên là những nhà Trung quán. Đấy là những luận sư duy nhất giải thích rằng ý nghĩa của duyên khởi là tánh Không, trong khi ý nghĩa của tánh không là duyên khởi.

Đức Đạo sư đầy từ mẫn của chúng ta dạy nhiều trình độ khác nhau cho những đệ tử có căn cơ từ thấp lên cao. Bởi thế, trước hết Ngài dạy con người là trống rỗng, không thực chất, không có sự tồn tại độc lập. Ngài giảng điều này để đệ tử khỏi chấp thủ vào một bản ngã cá biệt. Với những đệ tử thông minh hơn, Ngài phân tích giữa các pháp thực có và không thực có. Với những người khá hơn, Ngài dạy rằng các pháp không thực sự hiện hữu nhưng có thể được thiết lập bởi bản chất của chúng. Với những người còn khá hơn thế nữa, thì Ngài dạy tất cả các pháp tự bản chất là không hiện hữu. Cách sau cùng này là nhất, và là tư tưởng tối hậu của đức Thế Tôn về vấn đề này.

Như đức Đạo sư của chúng ta đã nói:

Một vị tăng danh tiếng sáng chói
Sinh ra ở miền nam nước Bhaita
Mang tên là "Rồng",
Sẽ phá hủy các chấp không chấp có.

Ở đây Long Thọ đã được huyền ký là vị sư vô song giảng giải đúng tư tưởng của đấng Chiến thắng về cách từ bỏ hai cực đoan chấp có chấp không. Bởi thế chúng ta phải tìm học tri kiến này bằng cách theo bước chân ngài. Có nhiều tri kiến chỉ do người ta bốc đồng sáng chế ra cũng được công bố là sâu sắc, nhưng tri kiến tối hậu thì phù hợp với những tư tưởng của Long Thọ, và điều chắc chắn là, thay đổi những tư tưởng này tức là trình bày sai lạc tư tưởng của đấng Chiến thắng. Và điều này không phải chỉ có dân Tây Tạng ngu ngốc mới làm. Ngay cả những học giả Ấn vĩ đại như Bhàvaviveka và học giả Tây Tạng Jonangpa cũng lầm lẫn về những điểm then chốt trong tri kiến này. Lại có những người theo Long Thọ nhưng không hiểu ý ngài. Còn có những kẻ không những không theo Long Thọ mà còn cố bài bác. Tuy nhiên những người này và thừa kế của họ giảng dạy những quan điểm do họ sáng chế, và điều này không thuộc vào hệ thống của Long Thọ. Chandrakìrti nói:

Những con đường khác với Long Thọ
Ở ngoài hệ thống, không đạt an tịnh.
Chỉ làm giảm giá trị tục đế và chân đế.
Giảm giá hai đế thì không đạt giải thoát.

Vậy, không có hai cửa ngõ dẫn đến an tịnh giải thoát, người nào không theo hệ thống này thì không thể nào đạt đến đấy. Atìsha nói:

Ai đã đạt ngộ chân không?
Chính là Nguyệt Xứng (Chandrakìrti),
Đức Như Lai đã huyền ký như vậy.
Vị ấy thấy được chân như của các pháp;
Và là đệ tử của Long Thọ.
Qua hệ phái chỉ giáo của ngài
Ta sẽ thấy được chân như của các pháp.

Nguyệt Xứng (Chandrakìrti) là đại đệ tử của Long Thọ. Nhiều bậc thầy Tây Tạng thuộc nhiều tông phái đã theo ngài trong kỳ truyền pháp đầu tiên tại Tây Tạng. Tư tưởng của những bậc thầy này còn ở trong phạm vi tư tưởng phái Trung quán (Pràsangikas) nhưng bậc thầy Chandrakìrti đã dạy giáo lý nhiều cách để phù hợp trình độ các đệ tử, nên về sau, nhiều tín đồ không hiểu ý nghĩa chân thực của các bậc thầy này, và dần dần rơi vào lầm lạc. Có ít người có thẩm quyền định đoạt hình thức tối hậu của tri kiến, và đức Tsongkapa, hiện thân của Văn-thù, đã không tin tưởng những gì mà các người Tây Tạng này nói về tri kiến ấy. Bởi thế ngài định lên đường sang thánh địa Ấn để gặp bậc thầy Nàgabodhi, hành giả vĩ đại Maitripa, vân vân. Lhodrag Namkha Gyaeltsaen xin ngài bỏ dự định này. Với Namkha Gyaeltsaen làm trung gian (ngồi đồng), Tsongkapa hỏi Kim Cương Thủ (Vajrapani) những câu hỏi về tri kiến. Giáo lý của Kim Cương Thủ được ghi chép dưới dạng vấn đáp nhan đề là *Chuỗi cam lồ tối thượng* để trị bệnh. Giáo lý này khiến Tsongkapa càng hoài nghi thêm về những tri kiến được trình bày trong các sách hiện hành lúc bấy giờ. Ngài vẫn hoàn toàn bất mãn. Bởi thế ngài khẩn cầu bậc thầy mà ngài xem không khác gì đức Văn-thù; ngài nỗ lực tích lũy công đức và thanh lọc bản thân, và thực hành nhiều đề tài thiền quán. Ngài tu hành một cách miên mật, và về sau đã thấy được linh kiến về đức Văn-thù.

Nói chung có ba loại linh kiến. Một loại là thấy ảo ảnh của một vị thần: điều này được kinh nghiệm khi những luồng khí lực đi vào các huyệt đạo. Một loại linh kiến khác là khi vị thần hiện ra trong tâm thức, loại này được kinh nghiệm trong lúc nhập định. Loại cuối cùng là người ta thực sự thấy vị thần bằng cảm quan có ý thức, có thể nói là trực tiếp đối diện. Tsongkapa có loại linh kiến sau cùng này về đức Văn-thù, và có thể gặp đức Văn-thù như trò gặp thầy. Những câu trả lời của đức Văn-thù cho những câu hỏi của Tsongkapa đặt ra liên quan đến những điểm khó trong tri kiến thật quá sâu xa. Mỗi khi Tsongkapa không hiểu điều gì, ngài thường thảo luận với Rendawa, tuy nhiên ngài vẫn không giải tỏa được những hoài nghi. Đức Văn-thù tuyên bố Tsongkapa nên dùng giáo lý này như khởi điểm và trong tương lai hãy nỗ lực tra cứu các cổ thư, rồi sẽ nhận thức được tri kiến sâu xa không cong quẹo. Việc xảy ra như thế.

Về sau, nhờ tích lũy công đức và thanh lọc chướng ngại, ngài có linh kiến về Buddhapàlita; bởi thế ngài đọc luận giải của vị này, nhan đề *Sự tầm cầu Phật quả*, và khởi sự triển khai tri kiến tuyệt đối của Trung quán (Prasangika) trong dòng tâm thức. Vào giai đoạn này trong đời, ngài đã có linh kiến về nhiều học giả và hành giả Ấn Độ, nhưng ngài ít lưu ý đến họ. Đức Văn-thù bảo Tsongkapa – lúc ấy người trung gian ngồi đồng cho vị thần nhập vào là một vị lama tu chứng khá cao, có lẽ là ngài Umapa – rằng “ông nên chú ý đến những linh kiến ấy, vì sẽ rất lợi lạc cho người khác và cho chính ông nếu căn cứ vào những kiệt tác của họ."

Khi đức Tsongkapa trực ngộ được tri kiến không bị méo mó của phái Trung quán, đức tin của ngài vào đức Phật đấng Đạo sư càng dâng cao, và ngài đã làm một bài thơ ca tụng lý duyên khởi mà đức Phật đã giảng dạy. Tác phẩm này nhan đề *Ca tụng lý duyên sinh* hay *Tinh túy vắn tắt của tài hùng biện*. Choglae Namgyael ở Badong nghe một người hành khất hát bài này lúc đang đi chiêm bái. Lúc đầu Namgyael tưởng đây là tác phẩm của Long Thọ hay Nguyệt Xứng, nhưng ở phần cuối ông lại nghe nói tác giả bài thơ đã căn cứ vào tác phẩm của hai vị này. Ông hỏi người hành khất, và được trả lời chính đức Tsongkapa vĩ đại đã viết ra. Namgyael phát sinh lòng tin kiên cố nơi Tsongkapa và khởi hành đi tìm gặp, nhưng khám phá ra ngài đã từ trần. Ngài đã đi đến các cõi tịnh vì lợi lạc của những hữu tình khác. Namgyael cầu xin được gặp ngài, và tung lên hư không những đồng tiền vàng và bạc. Chúng đáp xuống đất tu viện Ganden. Những việc lạ này được tìm thấy trong tiểu sử của đức Tsongkapa.

Vậy trước tác của Tsongkapa thuyết minh ý nghĩa những giáo lý sâu xa này, và gỡ rối cho những tư tưởng của các bậc thầy khác về giáo lý. Tuy nhiên ngài không xem một bản kinh luận là thứ thiệt chỉ vì nó xuất xứ từ thánh địa Ấn. Ngài không sử dụng phần chính của những trước tác có thể đáp ứng tiêu chuẩn ngài để bảo đảm sự chính xác của tri kiến. Thay vì thế ngài đã thỉnh tôn ý của đức Văn-thù, vị thần bảo hộ ngài. Đức Văn-thù cho biết Nguyệt Xứng là một vị Bồ-tát dũng cảm có địa vị cao, đến từ cõi Phật với ý định hoằng dương giáo lý của đức hộ pháp Long Thọ về tri kiến sâu xa, và những trước tác của vị này là không lầm lỗi. Bởi thế đức Tsongkapa xem lời đức Văn-thù và những trước tác của Chandrakìrti là chính xác.

Những trước tác của Tsongkapa liên hệ đến tri kiến đề ra trong kinh điển thực khó cho chúng ta hiểu hay chứng trong lúc học tập quán tưởng, vì chúng quá sâu xa. Tuy nhiên, nếu học hỏi nhiều lần một cách chi tiết, ta sẽ triển khai được tuệ quán vào tánh không. Những luận khác không sâu xa bằng, và ta sẽ thấu đạt được nhiều điều từ tác phẩm của ngài hơn từ bất cứ tác phẩm nào khác.

.. Điểm then chốt thứ nhất: Xác định cái gì cần bác bỏ

Tôi sẽ giảng đề tài này một cách vắn tắt căn cứ trên tác phẩm Tsongkapa. Ngài đề cập trước hết làm thế nào để xác quyết nhân vô ngã. *Bốn trăm bài kệ* của Aryadeva (Thánh Thiên) nói:

Trước hết, bỏ quan điểm phi công đức;
Kế tiếp bác bỏ bản ngã;
Cuối cùng, tri kiến duy nhất bác tất cả.
Người nào biết như vậy là thiện xảo.

Điều này phù hợp với những chỉ giáo liên hệ đến thứ tự nên theo trong pháp hành này. Trong Phạm vi Nhỏ và Trung bình, bạn phải bác những kiến chấp như cho rằng không có nhân quả, vân vân. Kế tiếp, bạn phải bác nhân ngã[1], và cuối cùng bác pháp ngã[2].

Không có gì khác nhau giữa tính phi hữu của ngã (nhân vô ngã) hay phi hữu của pháp (pháp vô ngã). Tuy nhiên, trước hết tôi sẽ giảng về vô ngã trong tương quan với một vật đặc biệt là chủ thể hay con người. Xác định loại vô ngã này dễ hơn. Ngoài ra lại có một số lý luận về tánh không cần được xác định: những luận cứ dựa trên hỗ tương lệ thuộc (duyên khởi), luận cứ xem những thành phần của một chiếc xe theo bảy cách, vân vân[3]. Luận cứ dễ hiểu nhất cho người sơ học là ngã không phải một cũng không phải khác với năm uẩn. Ở điểm này, Tsongkapa và môn đệ bàn đến bốn điểm then chốt cho luận chứng ấy.

Điểm then chốt đầu tiên là xác định cái gì phải bị bác bỏ. Trong quyển *Hành Bồ-tát hạnh*, chúng ta đọc:

Khi bạn không chạm đúng tướng,

Sẽ không nắm được rằng nó không thực.

---

1. Cho rằng chủ thể là có tự tính- *DG*

2. Cho rằng đối tượng là thực có tự tính- DG).

3. Ám chỉ luận lý gồm bảy phần của Chandrakìrti

Nói cách khác, nếu bạn không thể chỉ rõ "ngã" là gì – cái vật phải bị bác bỏ cho là phi hữu – thì bạn sẽ không nhận ra cái "không ngã" – không còn gì lưu lại sau tiến trình bác bỏ. Như khi bắn tên phải nhắm mục tiêu, bắt trộm phải nhận ra kẻ trộm, cũng thế ta cần phải nhận ra cái ngã rồi mới bác bỏ được. Nhưng ngã kỳ thực là một cái gì không thực hữu, không thể biệt lập với những cái khác với nó. Luận *Bốn trăm bài kệ* của Chandrakìrti nói:

"Ngã không thể là hậu quả của một pháp nào khác có nhiệm vụ tạo ra nó. Vô ngã là sự phi hữu của một cái ngã như vậy."

Như vậy ngã được giả thiết là một cái gì tự nó biệt lập, không là hậu quả của những điều kiện khác. Nó phải là một thực thể tự tồn, vì không lệ thuộc vào bất cứ gì khác; cũng không là hậu quả của một cái gì khác.

Bạn có thể sử dụng những lời này trong cuộc tranh luận để bắt bí đối phương, nhưng nếu chưa xác chứng được điều ấy bằng kinh nghiệm thì bạn vẫn chưa nhận diện ra đối tượng của sự bác bỏ. Ví dụ, bạn sẽ không nhận ra kẻ trộm chỉ nhờ những sự mô tả như "kẻ trộm là một con người" hay "kẻ ấy mặc áo trắng." Bạn sẽ không hiểu được đối tượng này qua sự mô tả của người nào khác hoặc qua những hình ảnh trong tâm do danh từ gợi lên. Bạn phải nhận ra đối tượng của sự bác bỏ nhờ những kinh nghiệm tâm linh cá nhân sống động và thực thụ, qua một tiến trình phân tích. Nếu chưa xác định đối tượng sự bác bỏ thì bạn có nguy cơ rơi vào cái bẫy là phản chứng lý duyên sinh của các pháp, mặc dù có sử dụng nhiều luận cứ để chứng minh chúng thiếu thực hữu. Ví dụ, quy ước về cái bình là hoàn toàn quen thuộc với bạn. Bạn có thể nói, "cái miệng bình không phải là bình. Đáy bình không phải bình", vân vân, loại trừ từng phần của bình và cuối cùng thiền quán một cách nô lệ về tánh không mà chỉ do vì không thể tìm cái bình ở đâu được nữa. Nhưng với kiểu ấy bạn vẫn thiếu sự rõ ràng để bác bỏ đối tượng cần bác bỏ trên cơ sở của chính cái không ấy, và bạn chỉ có phá hủy cái giả danh về bình, và rơi vào trống không toàn diện. Tánh không này do bạn tưởng tượng, là không nhằm chỗ.

Khi tìm kiếm cái đối tượng cần bác bỏ, ta phải tra tầm cái cách ta chấp thủ theo bản năng vào một cái "tôi" được xem là thực có tự tính. Khi chúng ta tra tầm cách "cái tôi" xuất hiện trong tâm theo bản năng, cách tâm bám lấy "cái tôi," ta khám phá rằng ta nghĩ, "Cái tôi này không chỉ là một cái gì tâm ta gán lên năm uẩn – nó được thiết lập cùng với năm uẩn". Như vậy sự chấp thủ vào cái tôi theo bản năng (câu sanh ngã chấp) được tìm thấy ngay cả trong dòng tâm thức của những con kiến, trong tận cùng tâm khảm, ngay cả trong chiêm bao của chúng.

Nói chung có ba cách chấp thủ cái tôi dựa trên con người (nhân ngã). Đó là:

(1) Thứ chấp ngã của những người đã triển khai tri kiến về tánh không, và cho cái "tôi" chỉ là khái niệm, giả danh. Họ chủ trương sự vật không thực hữu, song vẫn có kiểu chấp ngã như thế.

(2) Cái cách những người thường – tâm thức chưa bị ảnh hưởng các lý thuyết – chấp thủ cái tôi. Cách chấp ngã này được thấy nơi những người bất chấp cái tôi ấy thực có tự tính hay không.

(3) Hình thức chấp ngã của những người cho ngã là thực hữu, có tự tính.

Loại chấp thủ thứ hai trên đây thừa nhận cái tôi giả lập (tục đế). Chủ đề của nó chỉ là loại cái tôi này, một cái hiện hữu theo quy ước. Cũng đúng khi nói rằng nhân quả vận hành trên cái tôi giả lập này.

Loại chấp ngã thứ ba là một ý thức sai lầm cần được phá hủy có phương pháp. Chính khía cạnh cái tôi này là đối tượng để bác bỏ bằng nhiều luận cứ. Khi bạn bị lầm lạc để cái ngã thò ra theo bản năng, tỉ dụ khi nghĩ, "tôi đã ăn xong", thế là bạn đang chấp ngã.

Tâm thức, khi không có thái độ phê phán, thường thỏa mãn với một cái tôi chỉ có tính cách quy ước. Những hoạt động như đi hay ngồi – như nói tôi đang đi, tôi đang ngồi – chỉ là những nhãn hiệu. Đấy là cách chúng ta đặt cho những hoạt động của mình, theo hệ thống Trung quán. Một phần của cách cái "ngã câu sanh" (cái tôi theo bản năng) ló ra cho bạn chính là ý tưởng cho rằng có một cái tôi như thế. Tuy nhiên, "ngã câu sanh" ấy không trình ra một cách nào rõ rệt để khỏi lầm lẫn với đối tượng khác xuất hiện cùng lúc. Bạn phải biết phân biệt giữa hai điều: cách xuất hiện của cái tôi được cho là có tự tính, và của cái tôi giả lập.

Hình thức chấp ngã theo bản năng (câu sanh ngã chấp) là một cái gì chúng ta luôn có trong dòng tâm thức, ngay cả khi mộng mị. Khi chưa gặp hoàn cảnh, thì ta vẫn còn mờ mịt về cách xuất hiện của nó. Nhưng khi gặp cảnh vui hay buồn mãnh liệt, như khi được ca tụng hay bị chỉ trích, ta thấy nó hiện rõ. Giả sử bạn nổi giận khi bị người nào buộc tội mình ăn trộm. Lòng căm tức nổi lên, bạn nghĩ: "Tôi không có tội". Rồi bạn nói: "Tôi không còn nhịn được nữa!" Bạn không thể bài bác sự buộc tội ngay, thay vì thế, bạn mất tự chủ. Điều ấy đương nhiên chỉ tăng cường lý do để bị buộc tội ăn trộm. Sở dĩ bạn cứ nói "tôi không có tội" vì bạn không ngừng cảm nghĩ về "tôi, tôi." Cái tôi vươn lên một cách sống động từ cốt lõi trái tim bạn, với tất cả vẻ sáng chói của nó. Chính đây là cách mà đối tượng cần bác bỏ sẽ trình diện cho bạn. Mỗi khi tư duy này xuất hiện trong bất cứ hoàn cảnh nào – vui, buồn, mừng, sợ – và mỗi khi sự chấp thủ theo bản năng (câu sanh ngã chấp) phát sinh mạnh mẽ, thì bạn phải quán xét ngay tại chỗ cái cách nó xuất đầu lộ diện.

Ví như hai người đang đi cạnh nhau trên cùng một con đường, người này liếc mắt quan sát người kia. Cũng thế, trong khi tâm bạn tiếp tục hoạt động theo bản năng, và khi đối tượng cần bác bỏ (ngã chấp câu sanh) xuất đầu lộ diện, bạn phải dùng một phần nhỏ của tâm để xem xét cách xuất hiện của nó. Nếu cái tâm xem xét ấy quá mạnh, thì bạn sẽ tuột mất không nắm được cái "tôi" bản năng, và phần này trở nên không rõ rệt. Bởi thế, điều cốt yếu là phải xem xét cái tôi một cách thiện xảo.

Trong tiến trình này, khi bạn đang nhìn xem cái tôi theo bản năng đó xuất hiện cách nào, nó có thể ló ra theo nhiều cách. Đôi khi "cái tôi" có thể là một cái gì gán cho thân thể, đôi khi gán cho tâm ý. Đây không phải cách thực thụ cái tôi ló ra cho sự chấp ngã theo bản năng. Thân và tâm, những cơ sở của sự gán ghép, cũng như con người – hiện tượng được gán – tất cả đều hòa thành một toàn bộ rộng rãi. Cái tôi hiển nhiên có vẻ như một cái gì còn hơn là một ý nghĩ gán trên toàn bộ này. Thay vì thế, nó xuất hiện như một cái gì tự tồn, biệt lập. Nếu cái tôi dường như là vậy, thì bạn phải thấy đúng cái cách nó xuất hiện. Khi nhận ra được nó, thì rất dễ bác bỏ.

Điểm then chốt này rất tế nhị, đôi khi lỗi là tại bạn đã đưa nó đi quá xa, đôi khi lỗi là không đủ xa. Nếu bạn không nhận diện đối tượng phải bác bỏ thì nó luôn luôn thò đầu ra; nhưng khi bạn cố nhận diện nó, nó lại ẩn nấp trong toàn bộ thân tâm, và bạn không thể tìm ra nó. Nếu bạn phải đi lên đến mép một mỏm đá cao chẳng hạn, trong khi sợ hãi bạn có cảm giác: "Tôi có thể rớt xuống," hoặc "thân thể tôi có thể rớt xuống" hay "tâm tôi có thể rớt xuống." Thân và tâm là hai cái bất khả phân như nước với sữa. Cái tôi hiển nhiên, cái vật có thể rớt xuống vực kia, sẽ nổi lên trên đỉnh của thân và tâm. Đây là điều thường xảy ra. Khi bạn cưỡi ngựa phi nước đại, bạn không cốt chỉ thân hay tâm con ngựa khi bạn nói "ngựa." Ngựa chỉ là một cái tên gán cho toàn bộ thân và tâm. Bạn hiểu "ngựa" là vật hiển nhiên được danh từ "ngựa" bao hàm. Khi bạn nói đến Sera hay Drepung, bạn không phân biệt những tòa nhà phía ngoài như điện thờ, và những tu sĩ ở trong tu viện. Căn bản của sự đặt tên ấy là tập thể gồm những khung cảnh vật lý của tu viện cùng với những gì nó chứa bên trong. Vươn lên trên tập thể này là cái vật thể bao quát, hiển nhiên, được gồm trong danh từ Drepung hay Sera. Đây cũng là điều thường xảy ra. Khi bạn nói về một học giả, căn bản của sự đặt tên ấy chỉ là toàn bộ thân và tâm của ông ta. Nhưng còn có một cái gì hiển nhiên và hoàn toàn biệt lập với bất cứ gì khác, trình ra trước bạn.

Tóm lại, bất cứ một pháp nào cũng sẽ được gọi là "cái này" hay "cái kia." "Cái này" hay "cái kia" hoàn toàn lấn lên căn bản của sự gán đặt và trình ra như thể nó hiện hữu biệt lập. Đây là đối tượng tối hậu của sự bác bỏ bằng luận lý. Nó đã được mô tả là "vật mà bạn hướng sự chấp thủ của mình đến vì cho là thực hữu", "đối tượng của sự bác bỏ, được cho là thật có vì người ta không nhận thức được nó chỉ có vẻ là thực có". Khi bạn chỉ nhận ra một phần đối tượng bác bỏ và sử dụng một cách nô lệ nhiều luận cứ đưa ra trong cổ thư Trung quán, thì sự phân tích của bạn chỉ là qua trung gian những tâm ảnh có được do người khác nói lại là "được thiết lập như một cái gì thực hữu riêng biệt." Mọi sự khi ấy chỉ là danh từ. Bạn sẽ không tấn công được sự chấp thủ vào thực hữu. Nếu bạn không để cho đối tượng để bác bỏ tự thò đầu ra, mà chỉ khởi động ý tưởng về "tôi" để làm đối tượng bác bỏ được sử dụng trong phân tích, thì bạn chỉ đạt đến một hình thức lý thuyết về tri kiến này.

Tóm lại, thượng tọa Lozang Choekyi Gyaeltsaen nói:

"Cái cách mà hiện tại mọi sự trải bày trước mắt những phàm phu chúng ta thì chỉ là cách mà đối tượng phải bác bỏ bằng luận lý thường xuất hiện cho chúng ta. Tất cả tâm trong dòng tâm thức của phàm phu đều bị nhiễm bởi vô minh; vì thế mà bất cứ vật gì xuất hiện trước chúng ta đều có vẻ như thật."

Nghĩa là, hiện tại, trước mắt những phàm phu chúng ta, mọi sự mọi vật – cái ngã, các uẩn, núi Tu Di, nhà cửa, vân vân – trưng bày ra theo kiểu là một hòa hợp giữa tướng của tục đế và thực tại[1]. Bởi thế

1. Hay chân đế - *DG*

chúng ta không có cách nào để phân chia vạn vật ra thành "những cái dường như thực hữu" và "những cái không có vẻ gì thực hữu". Mọi sự đều có vẻ có thật; và bởi thế cái cách mọi sự để lại dấu ấn trên tâm thức, đối với chúng ta dường như đều lẫn lộn với đối tượng cần bác bỏ. Như vậy, cái cách sự vật xuất hiện trước chúng ta cũng là cách mà đối tượng bác bỏ xuất hiện, hay nếu bạn muốn, đó cũng là cách mà những vật được cho là thực hữu, xuất hiện. Hãy chấm dứt ở đấy, vì thật vô ích để đi tìm đối tượng của sự bác bỏ ở chỗ khác. Jangkya Roelpai nói:

Một số người có tâm sáng suốt hơn
Bám lấy những khẩu hiệu như
"Tự hữu" và "được lập là thực có",
Lại duy trì những giả tướng hiển nhiên.
Họ dường như đi tìm để bác bỏ
Một vật gì trên đầu có sừng!
"Chân không" không phải nổi bật rõ rệt
Như cái mặt một phụ nữ bỏ khăn che.
Nếu bạn nói nhiều quá
Mà không đánh trúng chỗ cần bác bỏ,
Thì người phụ nữ ấy sẽ chạy trốn mất![1]

Nói cách khác, đây là mối nguy hiểm lớn. Bởi vậy điều cốt yếu là phải tra tầm toàn triệt với một

1. Ám chỉ "chân không."

tâm phân biệt rất vi tế. Hãy làm việc này kèm theo những điều kiện bên ngoài thích hợp – như chỉ giáo của bậc thầy – và điều kiện bên trong thích hợp – như đã tích lũy công đức và thanh lọc bản thân. Nếu bạn có thể nhận diện đúng cái đối tượng để bác bỏ, thì những luận cứ – như mệnh đề luận lý liên hệ đến duyên khởi pháp – sẽ làm sụp đổ ngọn núi chấp hữu của bạn. Tiêu chuẩn để biết đã nhận diện đúng đối tượng này là bạn trực ngộ chân không một cách không khó khăn gì cả.

Jangkya Roelpai Dorje nói:

Bạn không cần phải đi tìm:
Hỡi hành giả, Nó ở ngay nơi bạn.

Nói cách khác, bạn không cần phải tìm đâu cho xa để thấy được chân không; vì nó cùng ở với bạn, con người tìm kiếm. Vậy, hãy thiền quán liên tục hàng tháng, hàng năm, về sự nhận diện cái vật cần bác bỏ!

.. Điểm then chốt thứ hai: Xác định toàn bộ những khả tính

Như chúng ta vừa nghe trên đây, một tâm ảnh đúng phát sinh từ kinh nghiệm trực tiếp về đối tượng để bác bỏ có thể xuất hiện rõ rệt trước tâm nhãn. Nếu một cái tôi – vật được chấp thủ theo bản năng – quả thực có tự tính, thì nó hoặc là một với năm uẩn, hoặc khác với năm uẩn. Không có khả tính thứ ba nào ngoài hai khả tính này. Thông thường, nếu một pháp (hay hiện tượng) hiện hữu, thì nó nhất thiết phải thuộc số ít hoặc số nhiều. Thông thường đây là toàn bộ những khả tính; và nếu một vật là thực hữu, thì nó phải thực sự số ít hoặc thực sự số nhiều. Chắc chắn điều này bao gồm tất cả các trường hợp; bởi thế nó cũng áp dụng cho một "cái tôi", mà chỉ có thể là một với các uẩn, hay khác với các uẩn.

Điểm then chốt này phải đưa bạn đến sự xác quyết rằng, "Nếu nó không phải là trường hợp nào trong hai trường hợp ấy, thì nó không thể hiện hữu." Bạn phải thiền định về điểm then chốt này không chỉ trong một hai ngày, mà cho đến khi bạn đạt đến lòng tin không lay chuyển.

.. Điểm then chốt thứ ba: xác định Ngã và Uẩn không phải là một

Bây giờ bạn phải minh xác: giả như đối tượng cần bác bỏ có hiện hữu, thì nó hiện hữu cách nào. Sở dĩ người ta có thể lập rằng ngã và uẩn là một, chính vì chúng không xuất hiện trong tâm tách rời nhau; chúng hoàn toàn bất khả phân, vì chúng chỉ là một. Những lý lẽ ấy giới hạn chúng vào một thực thể duy nhất rõ rệt. Tuy nhiên cái cách chúng xuất hiện lại không phù hợp với cách chúng (giả thiết là) hiện hữu – điều này sẽ chứng minh chúng là giả ngay cả trên bình diện tương đối. Nhưng làm sao chuyện ấy có thể xảy ra khi một vật đã được lập là thực có: cách nó xuất hiện đáng lẽ phải tương ứng với cách nó hiện hữu. Kết quả là, thực phi lý nếu đặt ra một cái ngã. Nói rằng "các uẩn của ngã" thì không khác gì nói "uẩn của uẩn" hay "ngã của ngã". Sẽ là điều vô lý nếu phân biệt "ngã" với "các uẩn của ngã". Tác phẩm *Gốc rễ Trí tuệ* của Long Thọ nói:

Khi bạn cho rằng
Cái ngã được đặt ra không thể hiện hữu
Nếu không có các uẩn mà nó bị nhiễm,
Thì các uẩn này khi ấy chính là cái ngã,
Và ngã mà bạn nói đó sẽ thành phi hữu.

Nói cách khác, lỗi trong lập luận này là ngã sẽ thành phi hữu, vì nó được giả thiết là cái vật bị nhiễm các uẩn, và là một cái gì khác với năm uẩn – những vật mà ngã nhiễm phải. Dường như điều này chưa đủ, *Hành trung đạo* còn nói thêm:

Đừng lập luận rằng cái nhận ô nhiễm
Và cái vật làm nó ô nhiễm chỉ là một.

Nói cách khác, một lý luận như vậy là phi lý, vì cái nhận ô nhiễm và vật làm nó ô nhiễm thành một. Thân xác và cái thực thể nhập xác trở thành một; tay chân và sinh vật có tay chân ấy thành một. Hơn nữa, nếu ngã và uẩn là một, thì như trong *Hành trung đạo* nói:

Nếu các uẩn là ngã, thì kết quả là
Uẩn số nhiều nên ngã cũng phải nhiều.
Nói khác đi, nếu uẩn có năm,
Thì cái ngã cũng phải có năm.

Một kết quả phi lý khác nữa là, vì chỉ có một ngã, một không thể chứa đến năm (uẩn) – nên uẩn cũng phải là một. Khi cái ngã được giả thiết là năm uẩn, thì có sự phi lý là, sẽ vô nghĩa để nói đến sự trú trong thai mẹ. Lại nữa, vì tôi và năm uẩn được xem tự bản chất chỉ là một, và thân xác được hỏa táng sau khi chết, ra tro, thì hóa ra cái tôi cũng đồng thời bị hỏa táng ra tro hay sao. Và hơn nữa, khi cái tôi đi đến tái sinh kế tiếp, thì thân xác cuối cùng của nó sẽ được thụ thai vào lúc nhập thai (trong một bào thai hay trứng, chẳng hạn). Hoặc, vì thân thể ấy sẽ không được nhập thai như thế, thì cái tôi cũng sẽ không nhập thai trong tái sinh kế tiếp. Không thể có chuyện một cái ngã như vậy tái sinh vào cõi Vô sắc. Cái ngã sẽ là vật chất. Nếu tôi và tâm là một, thì cái "tôi" không thể nào cảm thấy lạnh hay đói, vì tâm không bị lạnh hay đói. Hậu quả phi lý là người ta không thể nói "tôi lạnh" hay "tôi đói" khi bị nóng lạnh, đói khát, vân vân. Nếu cả thân và tâm đều là tôi, thì sẽ không lý nghĩa gì để phân biệt giữa "thân tôi" và "tâm tôi". Hơn nữa, nếu ngã và uẩn được lập là một, thì chỗ ở của chúng, thời gian và mọi sự về chúng phải giống nhau. Như thế, như trong *Gốc rễ trí tuệ* nói:

Nếu các uẩn là ngã,
Thế là một vật sinh ra rồi bị phá hủy.

Nói cách khác, vì các uẩn có sinh diệt nên ngã cũng sinh diệt. Như thế, cũng như sắc uẩn có những sự gián đoạn trong quá khứ và vị lai và do vậy có sinh diệt, cái ngã cũng mất tương tục tính, và hậu quả vô lý là ngã cũng sinh diệt.

Nếu cái tôi tái sinh trong những đời khác và các uẩn của mỗi tái sinh quá khứ hay vị lai tự bản chất chỉ là một, thì cái tôi của những tái sinh quá khứ và cái tôi của tái sinh hiện tại sẽ hoặc là một hoặc là khác. Nếu là một, thì đáng ra trong đời hiện tại người ta phải bị câm và ngu ngốc như trong đời quá khứ khi làm súc sinh. Một hậu quả khác nữa là súc sinh ấy trong đời quá khứ cũng phải được cái hạnh phúc của một con người. Nhưng nếu cái tôi là tự nhiên tách biệt với những tái sinh quá khứ vị lai của một người, thì, như *Hành trung đạo* nói:

Vì những tướng ấy khác hẳn nhau
Như Di-lặc khác Ưu ba cúc đa,
Nên không cùng một tương tục duy nhất:
Tự bản chất, chúng tách rời nhau.
Không đúng để bao gồm chúng
Trong một thực thể duy nhất.

Nói cách khác, hậu quả phi lý là luận cứ này không thể giải thích năng lực thần thông của một người có thể nhớ lại nhiều đời quá khứ của một chúng sinh, vì những đời này sẽ phải tách biệt nhau và không tương quan gì nhau như Maitreya và Upagupta, những vị có dòng tâm thức khác nhau. *Gốc rễ trí tuệ* nói:

Nếu cái tôi quá khứ là khác,
Thì nó cũng sẽ trở thành phi hữu.
Lại nữa,
Nó không chết, mà sẽ tái sinh.
Rồi kết quả là,
Vì tách rời với những đời khác,
Nghiệp cũng tự động biến mất;
Người ta sẽ đơn độc chịu đựng
Cái nghiệp do kẻ khác làm, vân vân.

Nghĩa là, sự biến mất của nghiệp đã làm là một lỗi trong luận cứ này. Bạn có thể tự hỏi: "Phải chăng cái ngã của một đời sau sẽ không chịu những nghiệp báo của cái ngã đời quá khứ? Nếu thế thì có sự phi lý xảy ra là, một con người có tự tính riêng sẽ chịu những hậu quả của nghiệp do một người khác – cũng có tự tính riêng – tích lũy. Điều này cũng bằng như gặp một quả báo mà nghiệp đã không gây ra, vân vân.

Bạn đã xác định rằng ngã và uẩn không thực sự là một, khi bạn tin chắc rằng: "Ngã và năm uẩn đương nhiên không phải là một vật, mà là một cái gì có tự tính riêng."

.. *Điểm then chốt thứ tư: Xác định Ngã và Uẩn không thực sự là khác*

Khi đã chắc chắn ngã, uẩn không phải một, bạn sẽ nghĩ: "Bây giờ chỉ còn nước xem ngã và uẩn tự bản chất là riêng biệt." Nếu ngã và uẩn được chứng minh là có tự tính riêng biệt, thì như *Gốc rễ trí tuệ* nói:

Chúng ta không thể chấp nhận rằng ngã
Là khác với các uẩn mà nó nhiễm.
Nếu ngã khác uẩn
Thì sẽ có thể thấy được ngã
Mà không cần có uẩn nào,
Không ai thấy một cái ngã như vậy.

Nói cách khác, khi bạn loại trừ dê và cừu trong một toán gồm dê, cừu và bò, thì bạn có thể chỉ con vật còn lại mà nói: "Đấy là con bò!" Tương tự, bạn cũng phải có thể nhận diện một cái khác với năm uẩn gọi là "tôi" còn lại sau khi loại trừ từng uẩn một trong năm uẩn sắc thọ tưởng hành thức. Nhưng sự thật là bạn không nhận ra được một cái như vậy.

Gốc rễ trí tuệ nói:

Nếu ngã khác với các uẩn
Thì sẽ không có đặc tính của các uẩn.

Nghĩa là ngã sẽ không có tính sinh, diệt... những đặc tính của pháp hữu vi. Lại nữa mặc dù các uẩn có sinh, già, chết, mà ngã sẽ không sinh già chết, vân vân. Bất cứ gì động tới các uẩn cũng sẽ không làm tổn hại ngã. Những việc này và nhiều ví dụ khác nữa ngược lại với kinh nghiệm thông thường. Còn nhiều mâu thuẫn khác nữa. Người ta sẽ vẫn còn cái ý thức về một cái tôi khi không còn cơ sở là các uẩn. Nghiệp đã làm sẽ biến mất; lại còn điều phi lý tiếp theo như đã nói, là ta sẽ gặp một điều mà mình đã không tạo nghiệp về nó, vân vân.

Tiến trình xác định này – ngã và các uẩn không thực sự khác nhau – là cốt để cho bạn tin chắc rằng "Ngã và uẩn nhất định không có tự tính riêng biệt."

Vậy, trong lúc nhớ lại cách xuất hiện của đối tượng mà bạn xác định là phải bị bác bỏ, thì hãy xem xét nó theo các luận cứ trên đây – rằng nó không phải một cũng không phải khác với các uẩn. Loại xác tín bạn có được – hoàn toàn bác bỏ cả hai trường hợp trên – được minh họa như sau. Giả sử chỉ có một con đường mòn giữa hai thung lũng, và bạn đã mất một con bò. Chỉ nói một lời "Không có bò trong thung lũng này", sẽ không làm bạn thỏa mãn, bạn sẽ tìm con bò ở khắp cả hai thung lũng. Tim bạn đặt nơi cái vật bạn tìm kiếm, nhưng nếu bạn không tìm được, thì tự nhiên dù không muốn, trong tâm bạn cũng nảy sinh một ý nghĩ là con bò chưa từng có.

Cái tôi là chủ tể của sự bám víu của bạn vào một cái ngã do bản năng. Nhưng bạn đã thành tựu được tri kiến Trung quán khi bạn cảm thấy "Cái tôi không là một vật gì chắc thực để có thể thấy bằng mắt chẳng hạn, hay cầm bằng tay", hoặc khi cách cái tôi ấy xuất hiện trở nên hoàn toàn trống rỗng, và bạn có được sự xác quyết sống động rằng nó không thực hữu. Ở điểm này, người lợi căn, do rất quen thuộc với vấn đề, cảm thấy họ đã tìm ra được một cái gì quý báu. Người độn căn sẽ sợ hãi vì bỗng dưng họ thấy mất đi một vật yêu quý nhất đời. Tuy nhiên điều này cũng không sao. Một lần, khi đức Tsongkapa đang cho một khóa giảng về tri kiến này ở am thất Sera Choeding, Sherab Senge ngộ được tri kiến và đâm ra hãi sợ, tóm lấy cái ve áo tu của mình. Đức Tsongkapa hiểu được chuyện gì đã xảy ra, và điều ấy làm ngài sung sướng. Ngài nói:

– Anh chàng ở Nartang kia đã khám phá ra chân lý tương đối trong ve áo của y!

Lại có câu chuyện về Ngulchu Togme Sangpo, khi ngài cho một bài giảng về tri kiến này, một số đệ tử của Ngài đâm ra hoảng sợ.

Khi cái tôi trở nên hoàn toàn trống rỗng, bạn có thể có ý nghĩ "Đây là tánh không! Tôi đã ngộ được nó!" Trong trường hợp ấy, hoặc là một sự phủ định có hàm ý sâu xa hơn, hoặc một xác định thẳng thừng đang đến trong tâm, bạn không nên nhầm lẫn. Nếu thay vì vậy, bạn chắc chắn rằng cái tôi – đối tượng của sự bác bỏ – không hiện hữu, sự hiểu của bạn phải có hai sắc thái. Nó phải không bị lay chuyển trong niềm xác tín rằng đối tượng bác bỏ tự bản chất là phi hữu; còn về cái xuất hiện cho bạn vào lúc ấy, phải có một sự trống rỗng hoàn toàn do phủ nhận mọi lập luận chấp thực có đối tượng ấy. Hãy giữ lại niềm xác tín này đừng quên, và luôn luôn theo đuổi nó. Nếu sự duy trì niềm xác tín này nơi bạn bắt đầu suy yếu hay không rõ rệt, bạn có thể cần hoặc không cần phải xuất định; nhưng hãy trở lại với sự phân tích nhờ các điểm then chốt như bạn đã làm trước đây. Khi tìm lại được sự xác tín, hãy tăng cường tính mãnh liệt của nó. Rồi nhập vào tịnh chỉ trong khi duy trì tính sống động ấy.

Trong khi bạn đang ở trong tịnh chỉ ấy, một sự trống rỗng hoàn toàn hiện ra cho bạn, giống như hư không. Tánh không này chỉ là không của sự thiết lập cho là thực hữu cái đối tượng để bác bỏ. Đây là cách bạn theo dõi định tịnh chỉ.

Ở điểm này cái tôi theo quy ước (tục đế) không hiện ra cho bạn, và bạn không thể tìm thấy nó bằng cách xóa sạch tiến trình bác bỏ đối tượng cái ngã. Nhưng đừng sợ bạn đã rơi vào cái bẫy ngoan không; đi tìm cái tôi theo quy ước thì thật là điều không cần thiết và khá vô ích.

. Khi không nhập định, làm thế nào để giữ thái độ xem VẠN PHÁP như huyễn

Sau khi xuất khỏi thiền chứng này, xét những gì còn lại sau khi bác bỏ, thì dường như chỉ còn lại cái giả danh là tôi. Đây chỉ là cái "tôi" theo quy ước. Hãy luôn luôn nhớ sự chắc chắn rằng cái này là cái tích lũy thiện và bất thiện nghiệp như thể trong một ảo ảnh, và trên cái loại "tôi" thông tục này sẽ chín những quả báo của hắc hay bạch nghiệp. Một ví dụ: mặc dù cảnh voi ngựa hiện ra cho nhà phù thủy, ông ta vẫn chắc chắn trong tâm rằng chúng không thực có. Nhưng, trong khi hoàn toàn chắc chắn chúng chỉ là giả, ông vẫn thấy những voi ngựa ấy làm những hoạt động đến đi một cách rõ ràng không chối cãi. Như trong trường hợp chúng ta, cái tôi – một cái chỉ có nhãn hiệu, không tự nhiên hiện hữu – vẫn tích lũy nghiệp và kinh quá những vui khổ mặc dù nó không thực hữu. Như vậy bạn thấy có thể chấp nhận sự thực không thể chối cãi là, cái tôi làm những hành vi trong tương quan duyên khởi; và mặc dù có hiển hiện song nó vẫn trống rỗng. Mặc dù trống rỗng, nó vẫn hiện ra như một ảo giác. Hãy tập luyện cách nghĩ tưởng như thế.

Khi mới tìm kiếm tri kiến này, chúng ta thấy thật khó mà chấp nhận tánh không trong tâm nhãn vì ta đã quá quen chấp thủ vào thực hữu; nhưng về sau ta lại khó mà chấp nhận các tướng của sự vật (vì ta đã rơi vào cái bẫy ngoan không).

Như Long Thọ nói:

Tất cả pháp hữu vi bản chất trống rỗng;
Nhưng đức Như Lai đấng vô tỉ đã dạy
Luật duyên khởi của các pháp hữu vi.

Nói cách khác, tánh không dùng làm lý do cho tính duyên khởi của mọi sự vật; tánh không của sự vật bao hàm ý nghĩa chúng có thể hiện ra các tướng. Với lý duyên khởi, sự hỗ tương lệ thuộc của mọi sự phải bao hàm ý nghĩa mọi sự là trống rỗng.

Luận lý hình thức bao gồm sự hỗ tương duyên sinh có tầm quan trọng lớn. Ví dụ: khi ta dẫn sự hỗ tương lệ thuộc làm bằng chứng để chứng minh rằng một chồi cây chẳng hạn không thực hữu, thì bằng chứng ấy phải bác cái cách người ta chấp thủ đối tượng theo bản năng – ở đây là chồi cây – như thể nó có thực, chứ không chỉ là một cái tên gán cho nó. Sự bác bỏ như thế tiến hành như sau. Nếu chồi cây tự bản chất là thực hữu, thì đáng lẽ nó không phải là kết quả của những cái khác như nhân[1] và duyên[2], nó cũng không là một cái gì được dán nhãn hiệu lên đó. Nó phải là một cái biệt lập tự tồn. Nhưng sự thật không phải vậy. Chồi lớn lên nhờ một loạt nhân và duyên – hạt giống, nước, phân, hơi ấm, ẩm, vân vân.

1. Vd hột giống - *DG*

2. Vd phân, nước, đất - *DG*

Điều này chứng tỏ nó lệ thuộc vào những thứ khác và là hậu quả của cái khác: đây là điều ta có thể chính mình quan sát thực sự. Như vậy chồi cây là một ví dụ về duyên khởi. Những lý luận và chứng cứ như thế liên hệ đến duyên khởi sẽ bác bỏ cực đoan cho rằng mọi sự là có tự tính và biệt lập với cái khác. Sự bác bỏ này được nói lên để trừ cực đoan chấp hữu – cho rằng mọi sự thực có như tướng nó xuất hiện. Như vậy, duyên khởi bao hàm tánh không.

Nếu hạt giống là có tự tính của nó, thì không có nguyên nhân hay hoàn cảnh (duyên) nào có thể thay đổi nó được: bản chất của hạt giống nhất thiết không thay đổi. Nhưng vì nó không có tự tính, nên khi đã vượt qua giai đoạn chồi, cuối cùng nó sẽ lớn thành một cây nhỏ, và sẽ còn trải qua nhiều giai đoạn trung gian.

Duyên khởi có thể giải thích tất cả mọi giai đoạn của cái cây, và điều này có thể áp dụng thực tiễn vào trường hợp con người và súc vật. Điều này sẽ đưa đến sự xác tín rằng duyên khởi loại trừ cực đoan chấp không hay chấp đoạn diệt.

Bởi thế mà nói tánh không cũng bao hàm duyên khởi. Những tư tưởng về vấn đề này có thể tìm thấy trong kinh *Anavatapta thỉnh vấn*:

Bất cứ cái gì do duyên sinh ra
Thì không phải là có sinh;

Nó không có bản chất của sự sinh.
Ta nói bất cứ gì hậu quả của duyên
Là trống rỗng.
Hiểu tánh không như thế là chính xác.

Trong *Gốc rễ trí tuệ* nói:

Nếu không có tướng nào hiện hữu
Mà không do duyên sinh,
Thì cũng không có tướng nào hiện hữu
Mà không trống rỗng.
Trong Hành Trung đạo:

(Nói với một đối thủ:)

Vì bất cứ gì có nguồn gốc
Đều thuộc vào pháp hữu vi,
Quan điểm ngươi không được cứu xét kỹ.
Như vậy những luận cứ này
Liên hệ đến duyên khởi
Sẽ cắt đứt mạng lưới tà kiến.

Như Tsongkapa nói:

Thấy duyên khởi và tánh không
Cả hai đi liền, không loại trừ nhau,
Cái thấy duyên khởi ấy không lầm lạc

Và phá tan mọi chấp thủ.
Ở điểm này hoàn tất phân tích tri kiến.
Bạn loại trừ cực đoan chấp hữu;
Bạn loại trừ cực đoan chấp không.
Nếu bạn hiểu bằng cách nào
Tánh không trình ra nhân quả,
Thì tri kiến chấp thủ các cực đoan
Sẽ không ảnh hưởng đến bạn.

Nếu có vài xác quyết rằng tánh không và duyên khởi không mâu thuẫn mà bao hàm lẫn nhau, thì bạn sẽ hiểu những điều thực tế như duyên khởi và nhân quả. Bạn càng thấy giá trị của tánh không và duyên khởi nhiều hơn; bạn sẽ có lòng bi mẫn, tâm bồ-đề, sẽ thực hành mọi lời khuyên, và tu tập một pháp tu không thiếu phương tiện và trí tuệ. Có người không làm vậy, lại xem nhân quả như chuyện dành cho người sơ học, và chỉ rút ra vài chỉ giáo đặc biệt cho đệ tử làm theo. Những giáo lý không đặt nặng nhân quả như thế thì không khác gì chủ nghĩa khoái lạc của Thuận thế ngoại đạo.

** Tính phi hữu của các pháp hữu vi vô vi*

. Tính phi hữu của sắc pháp

Bạn phải sẵn sàng áp dụng cho các hiện tượng khác sự xác định mà bạn đã có được về nhân vô ngã

– con người không hiện hữu biệt lập, không có tự tính riêng. Một kinh nói:

Hãy áp dụng cùng một cách suy nghĩ ấy
Đối với mọi sự
Như thái độ bạn đã có đối với ngã.

Aryadeva nói trong *Bốn trăm bài kệ:*

Sự thấy đúng đối với một pháp
Cũng là cái thấy đúng với tất cả mọi sự.
Tánh không đã đúng với một pháp
Cũng đúng cho tất cả pháp.

Vậy trước hết chúng ta xác định các sắc pháp không tự nhiên hiện hữu.

Cái tâm nằm trong dòng tâm thức của phàm phu chúng ta đã bị nhiễm vô minh, nên mỗi khi các sắc pháp vân vân xuất hiện trước mắt, ta thấy chúng trông như thật có tự tính. Cái cách các pháp xuất hiện cũng là cách mà ngã – đối tượng cần bác bỏ – xuất hiện cho ta, và ta phải bác bỏ những tướng giống như thật ấy.

Mọi hiện tượng (pháp) đều là những điển hình của duyên khởi, nghĩa là chỉ một nhãn hiệu được gán cho một vật, vật này là một hợp thể dùng làm căn bản để gán nhãn hiệu lên đấy. Lấy ví dụ cái bình. Đối với tâm thức phàm phu chưa đạt đến tri kiến tánh không, thì cái bình không có vẻ gì chỉ là một pháp giả danh, trái lại, cái tên bình và hiện tượng "bình" – vật được gán tên – hòa lẫn vào nhau một cách chặt chẽ đến nỗi cái bình có vẻ như một cái gì hiển nhiên thực có tự tính (bản chất). Đây là cách xuất hiện của đối tượng cần bác bỏ. Nó có thể xuất hiện như thế, nhưng khi theo đuổi luận cứ cho rằng cái giả danh bình tách rời với hiện tượng bình, thì ta sẽ thấy rằng cái bình, mà bản năng xem là thực hữu, không thể được xem là một với cái giả danh bình. Hơn nữa, khi áp dụng tiến trình loại bỏ trong cái được gọi là bình, thì những gì còn lại không có tướng gì là bình để ta có thể chỉ ra. Thay vì thế, cái bình theo thông tục xuất hiện theo giả danh gán cho nó – nghĩa là toàn bộ miệng bình, bụng, đáy, vân vân. Vậy bạn giả thiết rằng bình chỉ hiện hữu theo tục đế, vì nó không thể lập như một cái gì thực hữu tách rời với giả danh.

Vậy, nói chung, nếu một vật hiện hữu, nó phải hiện hữu hoặc đơn chiếc hoặc số nhiều. Cũng thế, nếu được lập là thật pháp, thì nó phải thật theo kiểu số ít hoặc số nhiều; nếu không thuộc số nào trong đó cả thì nó không thể là thực hữu. Vì lý do ấy, bình, vân vân, không thể được lập là thực hữu.

Tóm lại, từ cái bình suy ra, tất cả các sắc pháp đều phải nương vào giả danh, chúng không tồn tại như một cái gì thực hữu tự bản chất. *Bốn trăm bài kệ* nói:

Những pháp ấy thiếu sự tự lập
Bởi thế bản ngã không thực hữu.

Một cái bình thông thường là một pháp đơn độc, nhưng không đơn độc tự bản chất, vì nó phải lệ thuộc nhiều yếu tố cấu tạo nên nó. Lại nữa, cái bình và cái cột có thể rời nhau, nhưng cả hai chỉ giả lập là rời nhau. Sự giả lập ấy sụp đổ khi người ta gom chúng lại thành một đôi. Chúng chỉ được giả thiết là tách biệt nhau, song về phần chúng, bình và cột không được lập là những vật tách biệt. Nếu chúng được lập là những pháp riêng rẽ thì mỗi cái phải có khả năng tự tách riêng của chính nó. Điều này có hậu quả phi lý rằng mỗi cái không phải là một cá thể riêng biệt. Do đó, mặc dù bình và cột riêng nhau, mà cái bình không phải là một cá thể đơn độc, nó chỉ được gán cho cái giả danh là "một" hay "tách rời". Nó không có những đặc tính của một cái tự hữu nội tại. Tác phẩm *Gốc rễ trí tuệ* nói:

Tính "khác" là do có những cái khác:
Khác mà không có cái gì khác
Sẽ không phải là sự khác.
Nếu một cái gì là "khác"
Mà không có cái khác
Thì nó sẽ thành "khác" trên chính nó.

– Tính phi hữu của tâm pháp

Cái vật ta gọi là “tâm” là sự thông minh sáng suốt, một hiện tượng vận hành tương quan với một đối tượng nào đó. Tuy nhiên, có một dọc rất dài những tâm vương và tâm sở, tất cả cùng kinh nghiệm cái cốt tủy và những nét đặc thù của đối tượng chúng. Một “tâm” chỉ là tên gọi dán lên một cái gì cần dán tên, trong trường hợp này là toàn bộ những sát na quá khứ và vị lai. Như vậy một tâm không phải là cái gì có tự tính biệt lập. Tuy nhiên, đây không phải là cách nó xuất hiện cho chúng ta; với chúng ta nó có vẻ như một cái gì hoàn toàn độc lập tự hữu, có tự do để xử lý đối tượng của nó. Nó được xem như một cái gì được khám phá tách biệt với đối tượng. Đây là cách thức mà tâm, đối tượng cần bác bỏ, trình diện cho chúng ta. Nếu cái tâm này được lập là hiện hữu theo cách nó xuất hiện – lấy điển hình là tâm trong dòng tâm thức của bạn – thì nhất thiết nó phải được lập là một hay khác với những sát na tâm quá khứ vị lai. Nếu nó là khác, thì cái gì còn lại sau khi loại trừ những tâm buổi sáng và tâm buổi chiều sẽ là tâm “của bạn”. Tuy nhiên, tiến trình loại bỏ này không thể được, do đó tâm bạn không thể lập là thực sự khác với tâm quá khứ hay vị lai.

Nếu tâm buổi sáng và tâm buổi chiều của bạn là một, thì không đúng, vì tâm buổi sáng khác, buổi chiều khác, vân vân. Bởi thế, không thể nói là tâm của bạn là một hay khác với những thành phần (thời gian) của nó. Bạn phải làm việc theo đường hướng ấy để có được xác tín rằng tâm không thực hữu.

Nếu ba phương diện của tâm (đối tượng, tâm và sự bận tâm đến đối tượng) được lập là một, thì sẽ có hậu quả phi lý là năng tác sở tác là một. Nếu chúng được lập là khác, thì ta phải chấp nhận rằng có thể có một người biết mà không có cái gì để bị biết; hoặc có thể có hành vi biết mà không có người biết nào cả. Do những phi lý này và khác nên ba phương diện của tâm không thể lập là khác nhau.

Một "tâm" hay "trí thông minh" là một cái gì được xây dựng trên một giả lập mà chỉ là một loạt những sự vật hỗ tương lệ thuộc như những sát na quá khứ và vị lai, những thành phần của tâm. Một "tâm" là một cái gì được đặt tên bởi một nhận thức theo tục đế. Chúng ta có thể làm tất cả mọi hoạt động thuộc sinh tử và Niết-bàn trong phạm vi thứ tâm này.

– *"Bất tương ưng hành" không thực hữu*

Ta hãy xét yếu tố thời gian. Một năm được lập theo nghĩa nó xuất hiện chỉ như một loạt 12 tháng. Tuy nhiên bạn phải xác định cho chính mình rằng cái cách đối tượng cần bác bỏ xuất hiện cho bạn là ngược lại với điều này. Năm và giả danh của nó – 12 tháng – không thể lập như là một, có tự tính, vì nếu thế thì năm hoặc thành 12 năm, hoặc chỉ là một tháng. Chúng có thể lập là khác do bản chất, nhưng nếu ta loại trừ 12 tháng ra thì không còn gì để có thể nhận diện là một "năm" và như vậy "năm" chỉ là một nhãn hiệu gán đặt cho một khái niệm giả danh – 12 tháng

– do nhận thức. Nó chỉ là một cái gì chỉ có trên ngôn từ, quyết định không thực hữu.

** Tính phi hữu của vô vi pháp*

Vô vi pháp là hai loại diệt (trạch diệt và phi trạch diệt), hư không, sự trống rỗng, vân vân. Những pháp này không do nhân và duyên mà sinh ra, nên gọi là "vô vi".[1]

Lấy ví dụ hư không. Đối tượng bác bỏ không phải chỉ bao hàm khái niệm theo quy ước rằng "không gian" là cái vắng mặt của chướng ngại hay xúc tiếp, nghĩa là một sự phủ định không hàm ẩn gì thêm. Nếu hư không là một cái có thể được lập như là một với các phương bắc nam đông tây của nó, thì khi ấy phương đông và tây của không gian sẽ giống nhau. Nếu thế thì khi bình minh lên trên bầu trời Đông thắng thần châu, nó cũng sẽ lên ở Tây ngưu hóa châu. Nếu hư không và các phương hướng của nó là khác, thì tổng số và các phần của nó sẽ là những vật khác nhau không có tương quan. Như thế thì phải còn lại một cái gì được nhận diện là không gian sau khi loại bỏ các thành phần của nó – bốn phương chính, bốn phương trung gian và trên dưới. Nếu không vậy, thì không gian không thực hữu.

1. Trạch diệt chỉ được chứng khi ở trong định an chỉ và ở địa vị kiến đạo. Phi trạch diệt là khi một cái gì không xảy ra hay một vật không sinh chỉ vì những nhân và duyên cần thiết không hiện hữu.

Có người cho rằng tánh không là cái có thực. Điều này rất sai. Một kinh nói:

"Thà có sự "chấp hữu" to lớn như núi Tu Di; còn hơn cho "tánh không" là có thực, vì rất sai lầm."

Nói cách khác, chấp không là không đúng. Ngay cả tánh không cũng được chia làm nhiều thành phần dùng làm cơ sở cho giả danh ấy. Có nhiều thành phần của tánh không, và tánh không bao gồm toàn diện những cơ sở của những cái không đặc thù lớn nhỏ. Nhờ phân tích bạn sẽ biết những thành phần ấy có thể lập là một hay khác với tánh không; hay một vật như bình – cơ sở của một cái không đặc thù – có biệt lập với tánh không của nó hay không. Kinh nói:

Nếu đã có nhận thức đúng về thân xác,
Thì sao có thể nhận thức sai
Về chân như của thân xác?

** Cách triển khai tuệ quán đặc biệt*

Mặc dù có thể bạn đã đạt đến tịnh chỉ hoàn toàn nhờ những phương pháp bao hàm chín trạng thái của định nhất tâm đã đề cập ở phần trước, và tâm tịnh chỉ của bạn chưa thối giảm, bạn cũng vẫn chưa đạt đến tuệ quán đặc biệt mà chỉ mới đạt được tâm nhu nhuyến. Lấy ví dụ tính vô ngã. Ngoài tâm tịnh chỉ bạn còn phải thực hành sự phân tích gồm bốn điểm như đã bàn; và khi làm vậy, bạn phải triển khai một niềm xác tín sống động rằng cái tôi quyết định không có tự tính, mặc dù đấy là cách ta chấp thủ theo bản năng vào một cái ngã ở trên năm uẩn. Nếu bạn đã triển khai được niềm tin ấy, hãy tập trung vào đấy và duy trì nó không quên. Hãy tỉnh giác đề phòng hôn trầm trạo cử, và nhập vào tịnh chỉ nhất tâm. Nếu năng lực của sự duy trì tịnh chỉ bị suy giảm, niềm xác tín bớt rõ ràng, thì hãy làm lại sự phân tích gồm bốn điểm như trên, vân vân. Khi bạn đã lấy lại niềm xác tín, hãy khởi sự thiền quán nhất tâm trên sự xác tín này. Đây là cách bạn phải tìm sự sáng sủa trong tánh không. Khi có được sự sáng sủa, hãy lập lại sự phân tích gồm bốn điểm và những hình thức phân tích khác (không bàn ở đây) trong khi đang ở trong trạng thái thiền tập trung. Điều này được dụ như một con cá lướt qua một cái hồ trong lặng không bị gió xao động. Ở đây bạn phải tập quen qua một thời gian dài, sử dụng vừa tịnh chỉ vừa tuệ quán. Như đã nói trên, bạn sẽ đạt chín trạng thái tâm, sau đó, nhờ phân tích, bạn sẽ đi đến một hình thức đặc biệt của sự mềm mại trong thiền quán còn lớn hơn sự mềm mại bạn đã có được khi đạt tâm tịnh chỉ. Thiền phân tích tự nhiên không cần nỗ lực sẽ theo sau thiền tập trung. Khi đạt đến trình độ này là bạn có được tuệ quán đặc biệt trực chỉ vào chân không. Bấy giờ tâm tịnh chỉ của bạn đã phối hợp với tuệ quán đặc biệt.

Ngày thứ hai mươi ba

Kyabje Pabongka Rinpoche kể một mẩu chuyện để giúp chúng tôi khởi động lực. Ngài trích dẫn Tsongkapa, vua pháp vĩ đại:

Khi hiểu đúng những điểm này
Về ba nòng cốt của đạo lộ,
Thì hãy độc cư và phát triển
Sức mạnh của tinh tấn;
Bạn sẽ sớm hoàn tất hi vọng vĩnh cửu

Ngài nhắc lại các tiêu đề đã bàn rồi tiếp tục:

a(iii) Làm thế nào để tu tập Kim Cang thừa

Như tôi đã nói, khi đã đạt vài kinh nghiệm của sự từ bỏ qua Phạm vi Nhỏ và Trung bình, bấy giờ bạn nên cố mà kinh nghiệm về tâm bồ-đề qua Phạm vi Lớn. Nếu thành công, thì hãy nỗ lực đạt đến sự xác tín về tánh không, sau đó bạn phải đi vào các mật điển. Nhưng nếu khởi sự thực hành mật tông mà không có những chuẩn bị như thế, thì việc tu tập sẽ không trở thành phương tiện cho bạn đạt giải thoát, hay dẫn đến vô thượng bồ-đề. Có nguy cơ lớn là mật tông sẽ vô ích đối với bạn, và cũng nguy hiểm như việc một đứa bé cưỡi một con ngựa bất kham. Nếu đạt tuệ giác về ba nòng cốt của đạo lộ rồi mới đi vào các mật điển, thì chắc chắn bạn sẽ có lợi vì sự nhanh chóng phi thường của nó.

Mật giáo còn hi hữu hơn cả chư Phật. Nhờ con đường này mà bạn có thể đạt cảnh giới hợp nhất của bậc Vô học trong một đời ngắn ngủi vào thời đại suy đồi. Bởi thế đương nhiên là bạn nên tu luyện trong đạo lộ này. Nhưng thật không đầy đủ nếu chỉ thọ vài pháp tiểu quán đảnh về Hayagrìva, Kim cương thủ, vân vân, chỉ để tránh khỏi nghịch cảnh. Bạn phải thọ cả bốn pháp quán đảnh một cách thích đáng và thuần tịnh – đó là vào mandala của một thần bảo hộ như Heruka, Yamàntaka hay Guyasamàja, từ một bậc thầy mật tông (kim cang sư) đủ tư cách. Bốn pháp quán đảnh này chắc chắn sẽ gieo trong bạn hột giống của bốn thân Phật về sau. Và điều thật có ý nghĩa là phải giữ những giới đã thọ khi quán đảnh như là giữ tròng con mắt, và thực hành những gì đã học trong các bài giảng sâu xa về hai giai đoạn. Khi ấy sự tu tập của bạn sẽ bao quát toàn bộ giáo lý.

Toàn đạo lộ kinh giáo và mật giáo phải được hiểu trọn vẹn để biết rõ từng bước trên con đường.

Đạo lộ khởi đầu bằng sự kính thờ một bậc thầy, lên tột đỉnh là sự hợp nhất của bậc Vô học. Tuy nhiên, khi có nhiều đệ tử chưa được khai đạo vào các mật điển, thì theo tục lệ, người ta chỉ bàn sơ qua những tiêu đề về cách tu tập Kim Cang thừa.

b) Luyện bốn nhiếp sự để làm thuần tâm đệ tử

Trang nghiêm kinh của Maitreya nói:

Bốn nhiếp sự là:
Bố thí, để chúng sẽ thọ giáo;
Ái ngữ, để chúng sẽ theo ta;
Lợi hành, làm ích lợi chúng;
Và hãy thực hành những gì ta giảng.[1]

Khi chư Bồ-tát muốn làm lợi ích hữu tình, họ sử dụng bốn cách để làm thuần dòng tâm thức của chúng. Bạn cũng phải làm lợi ích hữu tình bằng bốn cách ấy.

b(i) Cách thứ nhất

Những người thông thường dễ bị lôi cuốn bằng những quà cáp vật chất; bởi thế muốn đưa họ vào các giai đoạn của đạo lộ, trước hết bạn nên tặng họ những

1. Điều thứ tư trong bốn nhiếp sự này hơi khác với những gì Phật tử Việt thường học: "đồng sự" là cùng làm một việc với người để dễ giáo hóa họ. Ba nhiếp sự trước không có gì khác

món quà. Hành vi ấy làm họ hài lòng và sẽ muốn gia nhập vào vòng của bạn.

b(ii) Cách thứ hai

Nói lời dễ nghe với những người đã đến với bạn. Cách nói chuyện của bạn phải đúng phép lịch sự và quan trọng hơn nữa, bạn phải nói cho họ nghe về pháp sao cho thích hợp trình độ và ước muốn của họ.

b(iii) Cách thứ ba

Làm lợi cho các đệ tử của bạn bằng cách dạy cho họ con đường diệu pháp hợp khả năng để họ có thể tu hành theo các giai đoạn của đạo lộ.

b(iv) Cách thứ tư

Thực hành những gì bạn đã giảng dạy cho họ.

Tôi sẽ kết thúc phần trình bày ở đây. Bây giờ tôi sẽ bàn đến những tiêu đề tôi đã để dành lại mấy ngày trước.

IVB2.3.2.2 Phát tâm bồ-đề qua Nghi thức thọ giới (tiếp theo ngày thứ hai mươi)

Có hai tiêu đề:

(IVB2.3.2.2a) Làm thế nào để có được giới chưa thọ;

(IVB2.3.2.2b) Làm thế nào giữ cho tâm bồ-đề không thối chuyển.

a) Làm thế nào để có được giới chưa thọ

Mặc dù ta gọi đây là "phát tâm bồ-đề qua nghi thức thọ giới," song bạn chỉ nhận được những giới này nếu bạn đã phát bồ-đề tâm, dù sơ sài cách mấy. Chỉ lặp lại những nghi thức thọ giới mà không có một cảm giác nào là điều vô ích. Tuy nhiên việc thọ giới không có ý thức cũng tiêm nhiễm vào trong bạn một bản năng về tâm bồ-đề. Nhưng bạn phải xem trọng việc thọ giới. Những người nào mai đây sẽ cố gắng thực hiện các pháp quán và thọ giới một cách chân thành, sẽ thọ giới bồ-đề tâm với những bậc thầy có nhiều năng lực. Tâm bồ-đề mà họ phát sẽ càng ngày càng mạnh và rất kiên cố.

Có ba loại nghi thức thọ giới bồ-đề tâm. Cách ngắn thì không có phần dẫn nhập. Cách trung bình vừa có dẫn nhập vừa có phần chính, nhưng cả hai phần đều làm trong cùng một ngày. Cách dài nhất có một ngày để riêng dành cho phần chuẩn bị và một ngày nữa dành cho phần chính. Chúng ta sẽ theo cách cuối cùng này.

Theo lệ, người ta phải dạy phần chung của Lamrim một cách đầy đủ trước khi truyền bồ-đề tâm giới, khi sự truyền giới này tiếp theo một lễ quán đảnh, giảng pháp hay chỉ giáo khẩu truyền, nhưng chưa giảng Lamrim. Nhưng ở đây tôi đã giảng rộng rãi về Lamrim nên không cần nói gì thêm nữa. Bởi thế ta có thể bỏ phần dẫn nhập dài dòng. Người hướng dẫn lễ trao bồ-đề tâm giới phải làm theo những cách trên đây, tùy theo lễ thọ giới có liên kết với một thời giảng Lamrim hay không.

(*Khi ấy ngài bàn chi tiết cách sắp đặt đồ cúng trong nghi lễ chuẩn bị hôm sau. Ngài cũng giảng vắn tắt cách làm một số mandala cúng dường, khẩn cầu sau khi dâng mandala, và khởi động lực trong khi chuẩn bị. Rồi ngài tiếp.*)

Các bạn phải dành thật nhiều thì giờ tối nay và ngày mai để ôn lại các pháp quán tưởng để làm trong buổi lễ. Mai chúng ta sẽ thỉnh các bậc thầy chúng ta, chư Phật và Bồ-tát chứng giám sự phát bồ-đề tâm của chúng ta. Bởi thế chúng ta cần quét sạch nhà và bày đồ cúng. Thật không phải cách nếu ta mời một ông vua đến một căn chòi dơ dáy bụi bặm. Vậy sau thời chuẩn bị này, quý vị phải quét dọn sạch sẽ, nhưng nhớ đừng làm tổn hại những côn trùng, vân vân. Rưới nước thơm để bớt bụi, và rắc hoa trên bục. Bạn cũng nên trang hoàng pháp tòa của bậc thầy bằng hoa và những thứ quý báu. Có lần Atìsha bảo rằng người Tây Tạng cúng phẩm vật tồi nên tâm bồ-đề họ không phát được. Vậy hãy dâng cúng đàng hoàng. Mặc dù người ta bảo nên bỏ ra một phần sáu gia tài để cúng, bạn hãy bày đồ cúng cách nào để người khác phải ngạc nhiên là được.

Bạn phải xây dựng sự tích lũy công đức, tịnh trừ nghiệp chướng, vân vân, làm sao để ngày mai trong buổi lễ chính, bạn sẽ phát được tâm bồ-đề. Người ta bảo sáng mai bạn nên tụng kinh Tạng như kinh Hoa Nghiêm, vân vân.[1]

Với thời gian ta có được, chúng ta không thể làm chuyện này, nhưng những vị nào tụng nhanh có thể tụng *Bát-nhã Bát thiên tụng* hay kinh *Hiền kiếp*. Khởi đầu lễ chính chúng ta nên làm một lễ dâng cúng nước và bánh lúa mạch cho ngạ quỷ và cúng đèn bánh cho phi nhân.

Người thế tục thiết lễ ăn mừng những biến cố trọng đại trong đời này; họ làm ồn náo lên vào dịp tân niên – mà chỉ có nghĩa là những hạt cát thời gian đã chảy bớt đi một ít. Vậy thì tại sao chúng ta lại không đáng mừng? Chúng ta sắp phát tâm bồ-đề, vào đạo lộ Đại thừa, và trở thành một người con của chư Phật. Hãy mặc những y phục hạng nhất của bạn ngày mai. Những vị xuất gia nên dùng cả khăn quàng thêu lẫn khăn quàng thường của họ. Hãy tắm rửa, mặc y phục sạch, và mỗi người hãy đem cái gì theo làm lễ cúng dường, tỏ dấu mình đã thọ giới bồ-đề tâm. Đây là một điều mà bạn sẽ tìm thấy trong lịch sử cuộc đời Phật. Khi đi qua đây, đừng xem chỗ này là một cái gì tầm thường. Hãy quán nó như một cung điện với bốn

1. Kinh Tạng gồm 108 tập dày; Hoa Nghiêm gồm sáu tập dày. Vì một người không sao đọc cho hết, nên người ta chia ra mỗi người đọc lớn một phần của bộ kinh và tất cả đồng thời tụng, như thế toàn bộ kinh có thể tụng xong trong buổi sáng.

cổng thành, có Tứ thiên vương đứng bốn góc cùng với hàng trăm ngàn tùy tùng canh gác. Những vị này lại được vây quanh bởi chư thiên hộ trì giới; họ cũng đến để thọ giới. Có những bích họa trên bốn vách tường cung điện trình bày những hạnh Bồ-tát mà đấng Đạo sư chúng ta đã làm khi Ngài còn đang trên đường tu tập. Hãy quán những việc như thế (trong bức bích họa) bây giờ đang thực sự xảy ra; hãy vui mừng và cầu nguyện khi bạn trông thấy được những cảnh tượng ấy.

Trong khóa lễ thứ hai ngày mai, sau khi bậc thầy an tọa, bạn phải tích tập công đức và thanh lọc nghiệp chướng vì những hành vi này sẽ làm căn bản cho sự phát bồ-đề tâm. Chúng ta sẽ thọ nghi lễ chuẩn bị dài. Hãy nghiêm túc quán tưởng, tích lũy công đức và thanh lọc nghiệp chướng. Hãy tưởng tượng bậc thầy chính là đức Thế Tôn Thích-ca Mâu-ni. Mỗi người phải tưởng tượng một cách rõ ràng phép quán theo lời mô tả của bậc thầy.

Nói chung, hình thức phát nguyện của bồ-đề tâm chỉ là sự mong mỏi đạt thành Phật quả để lợi lạc hữu tình. Hình thức dấn thân của bồ-đề tâm (lập bồ-đề hạnh) là ước muốn làm những phận sự tiếp theo sau sự phát tâm bồ-đề. Phát tâm bồ-đề ví như người muốn đi Ấn Độ, lập bồ-đề hạnh là như người đã thực sự khởi hành. Có hai cách cử hành lễ thọ Bồ-đề tâm giới. Một cách là thọ hai phần ấy riêng biệt; điều này theo tác phẩm Bồ-tát địa của Vô Trước. Cách thứ hai là hai phần thọ cùng lúc, theo tác phẩm Hành Bồ-tát hạnh của Shantideva. Bạn muốn theo cách nào cũng được, nhưng có người cho rằng một cách là theo hệ thống Trung quán còn cách kia theo hệ thống Duy thức. Tuy nhiên về cách đề cập sự phát bồ-đề tâm thì hai hệ thống này không trái nhau. Theo truyền thống của tôi, thì sau khi bạn đã thọ giới theo hình thức lập bồ-đề nguyện, bạn không thể huấn luyện về những phận sự của Bồ-tát, mà bạn chỉ có thể phát tâm bồ-đề. Khi bạn theo hình thức lập bồ-đề hạnh, thì theo truyền thống, bạn có thể làm cùng lúc cả hai việc. Ngày mai tôi sẽ cho cả hai hình thức thọ bồ-đề tâm, là bồ-đề nguyện và bồ-đề hạnh.

Khi ấy chúng tôi dâng một mandala và tụng bài nguyện Lamrim. Rồi ngài hướng dẫn cho chúng tôi lặp lại ba lần như sau:

Mong con phát triển được những đức tính
Của tâm bồ-đề tôn quý tối thượng
Mà con chưa phát triển.
Xin cho bồ-đề tâm con tăng, không giảm,
Và càng ngày càng mạnh thêm.

(Khi ấy chúng tôi tụng một lần bài "Mong cho tất cả hữu tình, những bà mẹ chúng con, được hạnh phúc..." tiếp theo tụng một lần bài "Xin cho thọ mạng bậc tôn sư chúng con không bị hiểm nguy..." Rồi khi kết thúc, chúng tôi tụng "Tất cả chư Phật, đấng Chiến thắng...").

Ngày thứ hai mươi bốn

Phần đầu trong ngày được dành để đọc kinh, cúng bánh lễ, vân vân. Sau đây tường thuật phần thứ hai. Khi Kyabje Pabongka Rinpoche thăng tòa, chúng tôi cử hành một nghi lễ chuẩn bị dài, gồm những lễ cúng dường, vân vân. Mỗi người trong chúng tôi tay phải dâng một mandala cúng dường để xin thọ Bồ-tát giới. Những cúng phẩm tượng trưng này được chuyền qua toàn thể thính giả làm thành một chồng đặt trước mặt bậc thầy. Rinpoche trích dẫn đức Tsongkapa, vị Pháp vương của ba cõi:

Phát bồ-đề tâm là đại lộ
Đưa đến tối thượng thừa...

Ngài nhắc lại những lợi lạc của tâm bồ-đề và gợi cảm hứng cho chúng tôi bằng cách phác họa con đường tu tập, khởi đầu là sự khó được tái sinh thân người. Rồi chúng tôi bắt đầu phép quán. Chúng tôi phải tưởng tượng mình được vây quanh bởi tất cả hữu tình dưới hình dạng loài người – bên phải là người nam cùng đứng với cha, bên trái là người nữ cùng đứng với mẹ. Quán bậc thầy thành hình dạng đức Phật Thích-ca được vây quanh bởi ngàn vị Phật hiền kiếp. Trước sự hiện diện của những bậc thầy, chư Phật Bồ-tát đã triệu thỉnh, chúng tôi quỳ gối xin quy y. Ngài nhắc lại bài kệ sau đây 3 lần:

Từ hôm nay cho đến ngày giác ngộ,
Con xin nương tựa Phật, Pháp và thánh chúng
Với công đức con có được nhờ bố thí, vân vân,
Mong con thành Phật quả để lợi lạc hữu tình.

Sau đó chúng tôi lập bồ-đề nguyện, đọc 3 lần:

Tôi nguyện đạt giác ngộ
Để giải thoát tất cả hữu tình
Hết nỗi kinh hoàng của sinh tử.
Tôi thề sẽ không bao giờ quên
Tâm nguyện bồ-đề đã phát
Cho đến khi đạt thành Phật quả.

Kế tiếp là phần thực sự lập cả 2 lời phát nguyện – bồ-đề nguyện và bồ-đề hạnh, nghĩa là hình thức phát nguyện và hình thức dấn thân trong sự phát tâm bồ-đề. Trước hết khẩn cầu chư Phật Bồ-tát, sau đó chúng tôi lặp lại ba lần như sau:

Kính lễ chư Thượng sư, chư Phật, Bồ-tát!
Con khẩn cầu chư vị, xin lắng nghe con:
Như chư Phật trong quá khứ
Đã phát lời nguyện thành Phật
Rồi tuần tự trải qua sự tu tập của một Bồ-tát,
Cũng vậy hôm nay, vì muốn lợi lạc hữu tình,
Con phát tâm bồ-đề,
Và sẽ tuần tự tu tập Bồ-tát hạnh.

Sau đó chúng tôi đọc một lần bài sau đây để bày tỏ sự vui mừng đã được thọ giới:

Bây giờ cuộc đời tôi mới có kết quả:
Đã được tái sinh thân người thù thắng,
Nay tôi lại được sinh vào dòng dõi chư Phật,
Và trở thành một pháp tử của chư Như Lai.

Kyabje Pabongka Rinpoche đọc lên vài bài nói về giới Bồ-tát, và giải thích ý nghĩa. Rồi ngài bảo các đệ tử:

– Khi chúng ta phát tâm bồ-đề, tất cả cõi Phật trong mười phương đều chấn động, khiến cho tại đấy pháp tòa chư Phật đang ngồi và mọi vật khác đều lung lay. Những vị theo hầu chư Phật sẽ hỏi nguyên do của chấn động ấy, và chư Phật sẽ trả lời họ rằng: "Chính vì tại xứ tuyết Tây Tạng, nơi ẩn cư tịch mịch Chuzang, trước mặt một vị Lama tên Taenzin Trinlae Gyatso, đệ tử ông ta là... đã phát tâm bồ-đề." Các ngài sẽ cầu nguyện cho tâm bồ-đề ấy không thối chuyển và nam nữ giới tử sẽ hoàn tất phận sự của Bồ-tát.

Khi ấy Pabongka Rinpoche nhận những vật mà chúng tôi đã mang đến tùy sức ngài có thể nhận, phần còn lại giao cho những người hầu. Ngài nói tiếp:

– Bây giờ chúng ta đã có được vô lượng công đức nhờ giảng dạy và lắng nghe giáo lý Lamrim. Hãy xét nội cái công đức chúng ta đạt được do phát tâm bồ-đề! Để khỏi mất đi công đức đã tích lũy, chúng ta hồi hướng lên đức Di-lặc, bậc thầy che chở chúng ta. Khi ngài giáng thế trên châu lục này, hiển bày thắng ứng thân để làm các phật sự, chúng ta sẽ ở trong số những môn đệ của ngài nhờ năng lực công đức hôm nay. Chúng ta sẽ thưởng thức vị cam lồ của lời ngài và được ngài thọ ký tương lai thành Phật. Vậy chúng ta sẽ hồi hướng công đức cho mục tiêu này. Sau khi lặp lại lần thứ 3 bài tụng hồi hướng, tôi sẽ dâng đồ cúng dường của quý vị lên hư không. Tất cả quý vị phải quán tưởng những đồ cúng này là công đức của mình dưới hình dạng tám tướng tốt lành, bảy dấu hiệu của chuyển luân vương, vân vân. Hãy tưởng tượng những đồ cúng này sẽ vây quanh đức Di-lặc trên cõi trời Đâu Suất, và Ngài sẽ nói: "Những công đức này khiến ta hoan hỉ" và Ngài cầu nguyện cho quý vị.

Sau đó ngài hướng dẫn chúng tôi lặp lại ba lần lời kệ sau đây:

Khi vừng thái dương Di-lặc đại hùng
Lên trên đỉnh đồi ở bồ-đề tràng,
Mong sao đóa sen trí tuệ con bừng nở;
Mong sao vô số hữu tình được toại ý.
Mong sao đức Di-lặc, đấng Chiến thắng,
Sẽ hoan hỉ đặt tay lên đầu con,
Thọ ký cho con thành bồ-đề vô thượng.
Mong sao con sớm đạt giác ngộ,
Vì lợi lạc cho tất cả hữu tình.

Sau khi lặp lại lần thứ ba, ngài dâng cao đồ cúng lên hư không.

b) Làm thế nào để cho tâm Bồ-đề không thối chuyển

Có hai lời khuyên:

IVB2.3.2.2b(i) Liên hệ đến bồ-đề nguyện;

IVB2.3.2.2b(ii) Liên hệ đến bồ-đề hạnh.

b(i) Lời khuyên liên hệ đến bồ-đề nguyện

Gồm hai: Tạo nhân lành để đời này khỏi thối tâm bồ-đề; và tạo nhân lành để không bao giờ rời tâm bồ-đề trong những đời sau.

* *Tạo nhân lành để đời này khỏi thối tâm bồ-đề:*

Có bốn:

– Nhớ lại lợi lạc của sự phát tâm

– Lặp lại lời nguyện ngày ba lần đêm ba lần để khỏi quên, và để tăng trưởng bồ-đề tâm đã phát.

– Ngăn ngừa ý xấu phát sinh, như mỗi khi bị ai hại, bạn lại nghĩ "Tôi sẽ không làm việc vì lợi ích cho hắn."

– Tích lũy phước và trí để tăng trưởng tâm bồ-đề.

* *Tạo nhân lành để không bao giờ rời tâm bồ-đề trong những đời sau*

Có hai

– Tránh bốn hành vi có hắc nghiệp báo là: cố ý nói dối với thầy dạy, bổn sư, tu viện trưởng, thầy truyền giới...; buồn bã khi thấy người khác làm việc công đức; vì sân giận mà nói những lời khiếm nhã với Bồ-tát; có hành vi lừa dối kẻ khác, không tâm vị tha.

– Làm bốn việc có bạch nghiệp báo là: Tinh tấn từ bỏ sự nói láo cố ý; không lừa dối chúng sinh mà có thiện chí giúp đỡ họ; ca tụng Bồ-tát như bậc thầy; làm cho hữu tình được mình săn sóc phải tôn trọng tâm bồ-đề.

b(ii) Lời khuyên liên hệ đến bồ-đề hạnh

Kyabje Pabongka Rinpoche nói chi tiết về sự cần thiết phải học tập để giữ giới Bồ-tát đã thọ một cách nghiêm túc, làm thế nào để không ô nhiễm bất cứ giới nào trong 10 giới trọng hay 48 giới khinh. Rồi ngài tiếp tục:

Mặc dù tôi đã dạy quý vị
Con đường đưa đến giải thoát,
Hãy biết sự giải thoát của bạn
Tùy thuộc vào chính bạn.

Hãy tu tập bất cứ pháp nào bạn có thể tu, để việc giảng dạy của tôi không là công uổng. Cũng như thương gia tải hàng lên lưng lừa, ngựa... vừa sức chúng, mỗi người trong các bạn ít nhất phải thực hành tùy theo giới hạn khả năng mình. Tâm trí có người thù thắng, có người ít thù thắng, lại có người ám độn; nhưng trên tất cả ai cũng nên lấy bồ-đề tâm làm pháp tu chính yếu của mình. Bạn hãy theo bất cứ đề mục thiền nào sẽ giúp cho bồ-đề tâm đã phát.

Trước hết nên tận tụy với một bậc thầy và thực hành những chỉ giáo của vị ấy. Rồi phát tâm mong mỏi rút tỉa được vài ý nghĩa từ cuộc đời mình. Nếu không rút tỉa tinh hoa ngay từ bây giờ thì chắc chắn sau khi chết bạn sẽ không thể chọn lựa chỗ tái sinh. Nếu tái sinh vào đọa xứ bạn sẽ khổ không chịu nổi.

Bởi thế phải tìm cách tự cứu mình khỏi tái sinh vào đọa xứ. Nhưng các thượng giới cũng có những nỗi khổ, và sau khi được lên thượng giới, bạn sẽ lại tái sinh vào các đọa xứ. Khi xét kỹ điều này, chắc chắn bạn sẽ mong thoát khỏi sinh tử luân hồi. Nhưng giải thoát một mình mình chưa đủ, vì thực đáng khinh bỉ biết bao nếu ta ruồng bỏ tất cả chúng sinh đã từng là cha mẹ bà con mình. Như thế điều thích hợp là đi vào Đại thừa ngay bây giờ, vì trước sau gì bạn cũng phải đi con đường ấy.

Cổng vào Đại thừa duy nhất là sự phát bồ-đề tâm, bởi thế bạn phải nỗ lực tìm cách phát tâm bồ-đề. Nếu không cần nỗ lực vẫn có bồ-đề tâm thì bạn có thể chịu đựng khó nhọc lâu dài để làm việc cho tất cả chúng sinh. Tuy nhiên bạn sẽ cảm thấy vô cùng khó chịu khi thấy mọi chúng sinh như những bà mẹ của mình đang bị đau khổ giày xéo. Đây là loại bồ-đề tâm đặc biệt khiến bạn muốn đi vào con đường mật tông tối thượng thừa. Để đi đến chỗ thuần thục, bạn xin thọ bốn pháp quán đảnh từ một bậc Kim Cương sư đủ tư cách. Bằng cách ấy bạn đạt đến gần sự hợp nhất giữa ánh sáng và thân huyễn. Muốn đạt đến hợp nhất thực sự, bạn phải thiền quán giai đoạn phát sinh cũng như giai đoạn thành tựu. Qua những giai đoạn ấy, bạn chắc chắn đạt trạng thái hợp nhất của bậc Vô học chỉ trong một đời ngắn ngủi vào thời đại suy đồi này.

Muốn thành tựu điều ấy, thì trước giai đoạn hợp nhất thực sự, bạn phải đạt đến cận hành định của nó, cùng với những giai đoạn tịnh và bất tịnh của thân huyễn. Nhưng muốn đủ thuần thục để làm việc này, thì chắc chắn bạn phải hoàn toàn nắm vững những cấp độ thô của giai đoạn phát sinh, và trước đấy bạn phải được bốn sự quán đảnh để gieo trồng trong tâm thức những hạt giống của bốn thân. Nhưng để trở thành một pháp khí thích hợp cho phép quán đảnh, thì trước hết phải thanh lọc dòng tâm bằng bồ-đề tâm – một phần của đạo lộ không chung với thanh văn thừa. Vậy bạn phải có những nguyên nhân để phát bồ-đề tâm như sau: có tâm bi mẫn không chịu nổi thấy chúng sinh đau khổ.

Nguyên nhân chính để phát tâm bi mẫn là không chịu nổi những khổ tổng quát và đặc biệt của sinh tử mà chính mình đã trải qua. Điều này sẽ thúc đẩy bạn từ bỏ sinh tử. Nhưng trước đấy bạn phải phát sinh nỗi kinh hoàng đối với những thống khổ trong các đọa xứ. Và làm sao bạn có thể triển khai những điều này nếu trước đó bạn không quán sát luật nhân quả và nỗi bấp bênh bạn sẽ đương đầu sau khi chết? Bạn phải triển khai những điều này. Cái nguyên nhân duy nhất khiến bạn nghĩ đến việc khởi hành trên một con đường như vậy chính là quán sát thân người khó được và hoàn toàn có ý nghĩa. Và muốn triển khai tất cả những điều ấy, thì trước hết bạn phải tận tụy với một bậc thầy có đức hạnh, bằng tư tưởng và hành vi.

Như vậy bạn không thể đạt ngay đến những trình độ cao, mà phải luyện tâm bằng cách nghiên cứu toàn thể tiến trình của đạo lộ, bước đầu bằng sự thờ kính thầy. "Nghiên cứu sơ đồ của đạo lộ" có nghĩa là bạn học một đề mục thiền đặc biệt nào đó một thời gian, để làm cho bạn cảm thấy "tôi đã triển khai thực chứng trong dòng tâm thức." Như thế bạn hãy đi suốt con đường qua những đề mục ấy khởi đầu theo Lam-rim là thờ thầy đúng cách. Hãy cố phát triển tuệ quán trong từng đề mục thiền. Sau khi làm như vậy, hãy luyện tập thêm nhờ thiền định phản quan. Nhưng hãy cố phát sinh tuệ giác bằng cách luyện tập bất cứ đề mục nào mà bạn chưa nắm vững được.

Trong đời hiện tại chúng ta đã gặp những giáo lý vô cấu này trong cả kinh điển lẫn mật điển không lỗi lầm. Với một cơ may như thế, mà nếu bạn không phát sinh ngay cả một ước muốn đối với mật điển thì thật là đáng tiếc. Làm sao bạn có thể thực hành những thiền định phản quan vào các giai đoạn phát sinh và thành tựu của mật điển về một vị thần bảo hộ như Guhyasamàja, Heruka hay Yamàntaka? Hãy làm những thiền quán phản quan về tất cả giáo lý! Đây là một lối tu toàn diện.

Nếu đã có thể triển khai được tuệ quán gượng ép vào các đề mục cho đến bồ-đề tâm, thì hãy trở lui lại từ đầu; bấy giờ bạn sẽ đạt được tuệ quán một cách không khó khăn vào mỗi một đề tài ấy. Cách làm việc xuyên qua suốt đạo lộ này cũng giống như du hành trên một con đường nhiều lần cùng một hướng. Trước hết hãy triển khai tuệ quán vào các đề mục đưa đến tâm bồ-đề bằng cách ấy, và sau đó hãy làm nỗ lực thêm ở từng giai đoạn của đạo lộ bằng các mật điển. Nếu làm như vậy bạn sẽ phát triển những thực chứng phi thường trong dòng tâm thức. Đây là lời tuyên bố được tìm thấy trong các mật điển và những kiệt tác của những hành giả vĩ đại. Và cũng như bậc thánh Ensapa và môn đệ, chẳng bao lâu bạn cũng có thể thể hiện trạng thái Kim Cương Trì, sự hợp nhất, trong một đời ngắn ngủi vào thời đại suy đồi này.

Bây giờ hãy lập nguyện hướng dẫn 6 loài chúng sinh cùng tận biên giới của hư không, đến quả vị Phật vô song, nguyện làm lắng dịu những thống khổ của chúng; và vì lý do đó ta sẽ phát tâm bồ-đề, hành hạnh Bồ-tát. Chúng ta hãy tụng bài nguyện sau cùng trong tác phẩm *Hành Bồ-tát hạnh*. Đây không phải là pháp hành của bậc tôn sư tôi, nhưng gần như đây là điều mà những vị giữ ngai tu viện Ganden và môn đệ vẫn làm. Đây cũng đủ là lý do khiến chúng ta làm sống lại tập tục này. Yêu cầu quý vị hãy tụng bài ấy với tâm không phân tán.

(*Khi ấy ngài hướng dẫn chúng tôi tụng bài hồi hướng rút từ tác phẩm Hành Bồ-tát hạnh. Chúng tôi dâng một mandala để tạ ơn đã được thụ giáo, và làm những cầu nguyện tiếp theo, những bài kệ cầu điềm lành vân vân, điều này phù hợp với truyền thống Lam-rim, tinh túy của toàn thể nền giáo lý. Ngài đã từ bi biết bao khi xua tan bóng tối khổng lồ của chúng tôi liên hệ đến 3 cõi. Lòng từ bi này vẫn còn mãi cho đến tận cùng thời gian.*)

LỜI CUỐI SÁCH CỦA TRIJANG RINPOCHE

Hỡi đấng Kim Cương Trì
Tối thượng trong giáo lý đức Như Lai!
Với làn kiếm từ bi, Ngài phá hủy chấp hữu.
Tâm Ngài quảng đại bao la.
Ngài tuyên dương nền giáo lý
Tốt nhất trong các thiện sự của Phật.
Ngài thức tỉnh quần sanh từ giấc ngủ vô minh.
Như vừng trăng có những dấu ấn tối hậu
Của tánh Không và Đại bi,
Làm dâng nước triều trên hồ trong,
Ánh sáng của Ngài
Làm cho hoa sen tâm con bừng nở;
Ôi chúa tể trong các dòng họ Phật, hãy trở lại

Và một lần nữa, xin Ngài
Hãy là viên ngọc ước trên đỉnh đầu con.
Hỡi đấng che chở, chân ngôn của Ngài
Thật quý báu qua trăm ngàn thời kiếp,
Làm lắng dịu dục vọng của thế gian
Và niềm bình an vị kỷ.
Những kẻ may mắn
Xem lời Ngài vô cùng quý báu;
Con nguệch ngoạc kính ghi
Những chỉ giáo của Ngài.
Hỡi vị nhập thể của toàn tri
Làm im miệng những kẻ phỉ báng,
Nơi Ngài hội tụ tất cả
Những cấp bực của giáo lý đức Tsongkapa.
Bằng ánh quang minh vô tỉ
Về giáo lý và thân chứng,
Ngài dẫn dắt chúng con qua cỗ xe Tối thượng
Bằng phương tiện phù hợp tri thức chúng con.
Tất cả kinh tuyệt hảo của đấng Mâu-ni,
Như bảo châu đối với hữu tình
Chỉ giáo tối thượng này cốt thực chứng:
"Xem mọi sự như chỉ giáo của bậc thầy"
Tu theo cách ấy sẽ làm chư Phật hoan hỉ
Làm thất bại bốn ma
Và gióng lên hồi trống chiến thắng.
Con đã đưa ra những tư tưởng sâu xa

Của đấng Mâu-ni không lầm lỗi.
Mong sao giáo pháp này lan rộng
Và dễ dàng hoàn tất hai mục đích.
Mong sao sẽ có nhiều người thực hành
Đạo lộ rất khó gặp này;
Mong sao họ hợp thành một biển lớn,
Hành vi họ không bị ô nhiễm,
Tâm trí họ thâm nhập tinh túy của đạo
Là trực ngộ tự tính bản lai.
Còn con đường nào khác cho hữu tình
Sáng sủa rõ ràng hơn lý duyên khởi –
Tính vô ngã của sinh và diệt?
Viên ngọc như ý
Cũng không sánh được thân người
Đừng ngụp lặn trong cuộc đời tầm thường;
Hãy lấy sự chứng đắc hạnh phúc tối hậu
Làm cứu cánh vĩnh cửu của ngươi.
Như thế thì ai mà không tiến
Trên đạo lộ thượng thừa?
Những người mong muốn giải thoát
Sẽ không xem con đường nào là nhất
Mà sẽ y cứ vào tinh túy sâu xa
Của một nền giáo lý toàn vẹn –
Để thỏa mãn tất cả hy vọng của mình.
Mong sao những nỗ lực của con,
Làm cho công đức tràn ngập như biển,

Biến thành chuỗi ngọc lóng lánh ánh trăng
Dài vô tận để viền quanh hoàn vũ!
Duyên khởi pháp –
Mầu nhiệm vô biên, thần thông quảng đại,
Giáo lý vô cấu của đức Như Lai,
Như một viên bảo châu trên đỉnh trời người
Như vừng trăng với những tia mát dịu.
Xin trăng này hãy lên cao, tỏa sáng
Trên những đóa lài diễm phúc.
Xin trăng hãy tẩy trừ những đau đớn
Của ba cõi luân hồi.
Xin cho ánh trăng này lan tỏa
Trên mặt nước lăn tăn
Của biển giáo lý bất tận,
Làm hiển lộ tất cả kho tàng pháp bảo.
Mong truyền thống Gelug cao quý sẽ lâu bền
Hỡi hồ sen với những đóa hoa vàng viên mãn.
Taenzin Gyatso như chúa tể núi Tu Di
Vượt trên tất cả những ngọn núi ở đời
Và những đỉnh bình an vị kỷ.
Toàn trí, từ bi và năng lực chư Phật
Làm nên những cực vi của ngọn núi Ngài.
Mong Ngài ở với chúng con trăm ngàn kiếp!
Mong sao những thiện sự của Ngài sáng chói
Như những hoa tai của chúa tể trời, trăng.
Hỡi Lhasa quang minh,

Đô thị của hạnh phúc vĩnh cửu,
Một cõi Phật ở giữa miền đất chúng con;
Mong sao bầu trời Lhasa thành bảo cái
Với những vầng mây chở đầy công đức
Làm thỏa mãn chúng sinh với pháp vũ cam lồ.
Hỡi bậc tôn sư từ bi tối thượng,
Chúng con nguyện nương tựa Ngài đúng cách
Nguyện Ngài luôn an trụ trong giọt tủy báu
Trên đỉnh đầu chúng con.
Nguyện cho chúng con được mang đi
Qua đạo lộ thượng thừa
Trên đôi cánh chim thần Kim sí điểu!
Nguyện cho con hoàn tất những ba-la-mật
Vì tất cả hữu tình đầy cả hư không;
Nguyện con đạt thành Mười lực
Dưới cội bồ-đề, và sớm thành chánh giác
Như Kim cương quang vinh.

Pabongka Dorje Chang, bậc thầy của mọi hệ phái, là một hiện thân vô song, tinh túy của toàn trí, từ bi, năng lực và thiện sự của chư Phật Bồ-tát trong ba đời. Do từ bi thúc đẩy, với những hành vi thiện xảo bất khả tư nghì, ngài đã chuyển hóa những kẻ chậm lụt như tôi thành những chúng sinh đủ duyên may để tu tập Tối thượng thừa. Đây là lòng tử tế vô tỉ của bậc thầy chúng ta, mà danh hiệu tôi xin nêu lên: Jetsun Jampa Taenzin Trinlae Gyatso Paelzangpo. Ngài bố thí khóa giảng dạy theo yêu cầu của Yangdzom Tsering, một phu nhân có đức tin vô song đã lập lời thỉnh cầu để hồi hướng công đức cho hai nhà quý tộc quá cố, Jigme Namgyael và Puntsog Rabgyae.

Khóa giảng được bố thí vào năm Con Chim Sắt (1921) trong sân tranh luận của Am ẩn cư Chuzang tại Nyangtraen. Ngài phối hợp ba giáo lý về các giai đoạn của đạo lộ đến toàn giác: bản văn ngắn gọn *Con đường Nhanh,* và hai hệ phái triển khai từ tác phẩm *Lời đức Văn-thù* – một ở tỉnh trung ương và một ở miền nam. Khóa giảng cũng bao gồm một chương về cách tu tâm gồm bảy điểm. Với lòng từ bi vô thượng ngài đã bố thí một thời giảng dạy sâu sắc theo kiểu nói chuyện thân mật.

Mặc dù chỉ là kẻ sơ cơ bất tài, tôi đã có cái may mắn tham dự khóa giảng sâu rộng này và thưởng thức vị cam lồ trong đó. Dagyab Dongkong Rinpoche từ miền Ra thượng đã ghi chú mỗi ngày, và Pabongka Dorje Chang đã duyệt lại cho đến đoạn 4 ở phần nghi thức chuẩn bị: "Khẩn cầu ruộng phước." Ngài Pabongka Rinpoche, mà thiện sự lợi lạc hữu tình rộng lớn như hư không, đã để lại tác phẩm trong tình trạng dở dang, nên tôi lãnh trách nhiệm hoàn tất. Tôi rất sung sướng làm công việc của bậc thầy mà tôi xem như cha.

Thỉnh thoảng tôi nhận những gợi ý từ nhiều Lama và Lama tái sinh đã lắng nghe những chỉ giáo truyền khẩu của ngài, cũng như từ những vị Geshe tinh thông có thực chứng ở khắp xứ Tây Tạng. Bởi thế tôi đã thêm nhiều chi tiết vào bản thảo các bài giảng của ngài về Lamrim vào nhiều thời gian khác nhau. Tôi tham khảo một cách toàn triệt để đưa tác phẩm này lên một tiêu chuẩn cao. Tuy nhiên, vì bị gián đoạn nhiều lần, và không có đủ thì giờ, nên công việc này, mà tôi xem như một lễ dâng hiến, đã phải mất một thời gian khá dài để hoàn tất.

Thư ký của Pabongka Rinpoche, Gelong Lzang Dorje, ghi nhớ những giáo lý khẩu truyền không thua gì Ananda. Mỗi khi nhàn rỗi, ông duyệt lại tác phẩm này và gợi ý nên để những tiêu đề chỗ nào, vân vân. Ông đã giúp tôi trong một thời gian dài và hi sinh thì giờ của mình một cách không vị kỷ. Tôi cũng duyệt lại mỗi khi có giờ rảnh, sửa lại những chỗ không đúng với lời thầy; và thêm một vài chỉ giáo khẩu truyền mà tôi đã được nghe.

Tôi đã khổ công trong việc biên tập sách này với hi vọng làm người trung gian cho bậc tôn sư từ mẫn của tôi và mong nó sẽ lợi lạc cho tất cả. Thầy tôi đã săn sóc tôi từ lúc tôi lên sáu lên bảy; với lòng bi mẫn và năng lực gia trì tối thượng thầy đã nâng tôi lên từ địa vị thấp hèn. Tôi lười biếng, sống không đúng pháp, và thường làm trái lại những điều tôi ưa dạy bảo người khác làm. Tôi, Lozang Yeshe Taenzin Gyatso, còn được gọi Ganden Trijang Tulku, thầy giáo đạo của đức Dalai Lama, đã hoàn tất sách này vào thứ Bảy, Ngày thứ mười lăm, tháng thứ mười, năm Con Chim Lửa (*năm Dậu, hành Hỏa - 1957*), sao Rohinì. Đây thật là một ngày rất tốt lành vì công trình đã được hoàn tất.

Nguyện cầu cho nền giáo lý quý báu này về *Những giai đoạn của con đường Giác ngộ* sẽ tồn tại lâu dài! Mong sao giáo lý này sẽ lan rộng và được truyền bá khắp mười phương, mãi mãi!

Om svasti!

Omye dharma hetu prabhavà hetun teshàn tathàgato hyavadat, teshànchayo nirodha evam vàdì mahà shramanahye svàhà!

Phụ Lục 1

BA CĂN BẢN CỦA ĐẠO LỘ

Kính lễ chư vị tôn sư.
Con sẽ trình bày ý nghĩa
Tinh túy của các kinh Phật thuyết,
Con đường Phật và Bồ-tát ngợi khen
Cổng vào cho người khát khao giải thoát.
Người không màng hạnh phúc thế gian
Mà mong làm cho đời mình có ý nghĩa,
Sẽ theo Con đường khiến Phật hài lòng.
Hỡi người may mắn, hãy lắng nghe.
Nếu không có sự Từ bỏ thuần túy,
Thì không thể chấm dứt thèm khát
Những quả báo tốt trong sinh tử luân hồi;
Và vì tất cả hữu tình có thân
Đều khát khao hiện hữu,

Nên họ hoàn toàn bị trói buộc.
Bởi thế khởi đầu, hãy hướng đến *Từ bỏ.*
Thân người rất khó được,
Mạng sống không kéo dài;
Tâm thường nghĩ như vậy,
Làm ngơ chuyện đời nay.
Quán sát thật sâu xa
Luật nhân quả không dối
Quán nỗi khổ luân hồi
Hết màng chuyện đời sau.
Quán chiếu như vậy, cho đến lúc
Hết ước mơ gì trong sinh tử phù hoa,
Đến mức ngày như đêm,
Trong tư tưởng đều khát khao giải thoát,
Là trong tâm đã phát sinh *Từ bỏ.*
Nhưng không có tâm bồ-đề thuần khiết
Thì từ bỏ cũng không thể làm nhân tố
Đưa đến phúc lạc Vô thượng bồ-đề.
Bởi thế người có trí biết phân biệt
Sẽ *phát tâm bồ-đề* vô thượng.
Bị cuốn phăng bởi bốn dòng thác mạnh
Bị xiềng xích của nghiệp khó dừng
Bị tóm bẫy trong lưới chấp thủ kiên cố
Bị ngộp thở trong khói ám vô minh,
Hữu tình không ngừng chết và tái sinh
Để liên tục chịu bức bách với ba thứ khổ

Đấy là tình trạng những cha mẹ ta:
Hãy quán sát tình huống này,
Để phát tâm bồ-đề vô thượng.
Dù đã quen với từ bỏ và tâm bồ-đề,
Song nếu không có trí tuệ
Hiểu rõ cách tồn tại của các pháp
Thì không nhổ gốc khổ trong Ba cõi –
Vậy hãy nỗ lực bằng các phương tiện
Để *thực chứng duyên khởi.*
Người nào thấy nhân quả là tất yếu,
Trong các pháp thế gian, xuất thế gian
Và làm chánh lại nhận thức của họ,
Là đi trên đạo lộ làm chư Phật vui lòng.
Hiện tượng các pháp duyên sinh
Không phải là ảo giác; nhưng có kẻ
Hiểu lầm tánh Không là không tướng.
Khi còn thấy hai thứ khác nhau
Thì không hiểu được tôn ý đức Như Lai.
Hiểu Tánh không đi liền với Duyên khởi
– không phải thay thế nhau –
Nhận thức ấy phá hủy mọi chấp hữu
Thế là hoàn tất được tri kiến phân tích.
Khi loại bỏ cả hai cực đoan không, hữu,
Hiểu Tánh không hiện thành nhân quả,
Thì sẽ không bị ảnh hưởng
Của những quan điểm cực đoan.

Sau khi hiểu đúng những điểm này
Về ba Căn bản của đạo lộ,
Hãy độc cư, phát triển tinh tấn lực;
Không lâu sẽ đạt đến điều hằng mong.

(Trên đây là lời khuyên của bậc tu sĩ đa văn Lozang Dragpa – tức Tsongkapa – cho Ngaang Dragpa, một quan chức ở Tsako.)

Phụ Lục 2

TRANG HOÀNG YẾT HẦU NHỮNG NGƯỜI MAY MẮN

(Một nghi lễ chuẩn bị gồm từng đoạn ngắn gọn để tụng đọc trong lúc giảng dạy Lamrim, Con đường Nhanh, do Lampael Lhendrub ở Dagpo soạn.)

Trước bậc thầy không khác đức Phật và đấng Kim Cương Trì, con xin dập đầu kính lễ và quy y trong tất cả thời gian. Xin thầy hãy che chở con vì lòng từ bi rộng lớn.

Đây là những chỉ giáo của đức Gyelwa Ensapa về sự tụng đọc phải làm ở phần thứ sáu trước thời thiền quán Lamrim:

Nghi thứ Nhất: lau nhà, bày các biểu tượng thân khẩu ý Giác ngộ

Nghi thứ Hai: kiếm đồ cúng hợp pháp và bày biện đẹp mắt

Nghi thứ Ba: ngồi trên bồ đoàn theo cách đức Tỳ-lô-giá-na; thành khẩn quy y và phát tâm bồ-đề.

Trước hết, quán đối tượng quy y:

Trong không gian trước mắt tôi là một bảo tòa rộng được nâng bằng tám con sư tử khổng lồ. Trên tòa ấy có một bồ đoàn làm bằng một đóa sen nhiều màu, một mandala nhật luân và nguyệt luân. Trên ấy an tọa một hình ảnh mà bản chất là bổn sư tôi dưới hình dạng đức Thích-ca. Thân Ngài như vàng ròng, đỉnh đầu Ngài có tướng nhục kế nhô cao. Ngài có một mặt hai tay, tay phải bắt ấn địa xúc, tay trái bắt ấn nhập định trong khi Ngài cầm một bình bát đựng đầy cam lồ bất tử. Ngài khoác y vàng, được trang hoàng với đầy đủ các tướng hảo và tướng phụ; Ngài cùng bản chất với ánh sáng và ngồi giữa một vùng quang minh từ thân Ngài phát ra. Hai chân Ngài bắt chéo theo thế kiết già hoa sen.

Xung quanh Ngài là những bậc thầy của tôi và các bậc thầy trong hệ phái, những thần hộ mạng, chư Phật, Bồ-tát, nam thần, nữ thần và hộ pháp. Trước mỗi vị này là những pháp mà họ khẩu truyền, dưới dạng những sách tờ rời có bản chất ánh sáng.

Những vẻ mặt của ruộng Phước này chứng tỏ rất hài lòng về tôi. Về phần tôi, tôi hết lòng tin tưởng các ngài khi nhớ lại những đức tính và lòng từ bi của họ.

Từ vô thủy đến nay, con và mọi hữu tình đã làm mẹ con, bị trôi lăn trong sinh tử và nếm trải vô lượng khổ luân hồi nói chung và những thống khổ trong ba đọa xứ nói riêng. Ngay cả giờ đây cũng thật khó mà thấu hiểu cho hết tầm mức sâu rộng của nỗi khổ ấy. Nhưng bây giờ, con đã đạt được một điều đặc biệt khó có và rất lợi lạc, đó là thân người may mắn. Gặp được giáo lý Phật là rất khó, thế mà nay con đã gặp được. Nếu không đạt toàn giác như chư Phật, thì con lại phải trải qua toàn bộ thống khổ sinh tử nói chung, và những khổ trong ba đọa xứ nói riêng. Năng lực che chở con khỏi rơi vào đọa xứ là bậc thầy và ba ngôi báu. Bởi thế, vì tất cả hữu tình như mẹ mình, con xin quy y bậc thầy và Ba ngôi báu, với nguyện ước sẽ đạt thành Phật quả.

Sau khi khởi tâm như trên, hãy đọc công thức quy y càng nhiều càng tốt:

Con xin quay về nương tựa Thầy,
Con xin quay về nương tựa Phật,
Con xin quay về nương tựa Pháp,
Con xin quay về nương tựa Tăng.

Lặp lại câu sau đây ba lần để phát tâm bồ-đề:

Cho đến ngày giác ngộ, con xin nương tựa
Phật, Pháp, và thánh chúng ,

Với công đức có được nhờ bố thí, vân vân,
Mong con thành Phật quả vì tất cả hữu tình.

Tụng bài sau đây nhiều lần để làm cho bốn tâm vô lượng thấm nhuần dòng tâm thức bạn:

Lành thay nếu tất cả hữu tình an trú tâm xả, thoát khỏi thân sơ yêu ghét. Mong sao con giúp họ đạt đến tâm trạng này. Xin chư thượng sư và thần linh gia trì năng lực cho con làm việc này.

Lành thay nếu tất cả hữu tình có được hạnh phúc và nhân của hạnh phúc. Mong sao con giúp họ có được. Xin chư thượng sư và thần linh gia trì năng lực cho con làm việc này.

Lành thay nếu tất cả hữu tình thoát được khổ đau và nhân của khổ đau. Mong sao con giúp họ thoát được. Xin chư thượng sư và thần linh gia trì năng lực cho con làm việc này.

Lành thay nếu tất cả hữu tình không rời khỏi phúc lạc của sự tái sinh cõi cao và giải thoát. Mong sao con giúp họ đạt được điều ấy. Xin chư thượng sư và thần linh gia trì năng lực cho con làm việc này.

Với những lời sau đây, hãy phát sinh tâm bồ-đề mãnh liệt:

Vì tất cả chúng sinh như mẹ mình, con nguyện làm tất cả để nhanh chóng đạt được vô thượng bồ-đề.

Bởi thế con thiền quán về giáo lý dạy các chặng đường đưa đến giác ngộ – cánh cửa đi vào đạo lộ sâu xa của pháp Du-già Đạo sư.

Xin cho mặt đất khắp nơi
Không còn sỏi đá gai góc
Bằng phẳng như lòng bàn tay
Bản chất như ngọc lưu ly
Nhưng vẫn rất là mềm dịu.
Mong sao cúng phẩm nhân thiên
Có thực và do tâm biến,
Đồ cúng vô song của Phổ Hiền
Nhiều như mây tràn khắp hư không.

Đọc ba lần:

Om namabhagavate, vajra sara pramardane tathagàtaya, arhate samyaksam buddhaya, tadyatha, om vajre vajre, mahà vajre, mahà tejra vajre, mahà vidya vajre, mahà bodhichitta vajre, mahà bodhi mandopa samkramana vajre, sarva karma àvarana vishodhana vajre svàhà.

Gia trì cúng phẩm với những lời sau đây:

Do năng lực Tam Bảo, do thần lực gia trì của chư Phật Bồ-tát với Hai tích lũy (phước và trí), do năng lực thanh tịnh bất khả tư nghì của pháp giới, tất cả hãy trở thành chân như.

Nghi thứ Tư: quán ruộng phước

Trong hai truyền thống, chúng ta sẽ theo truyền thống Cúng dường Đạo sư, vì dễ tụng.

Phép quán phước điền:

Trong không gian, đại lộ chư thần sử dụng,
Như phối hợp phúc lạc và tánh không –
Giữa những cúng phẩm của Phổ Hiền
Nhiều như mây trùng trùng điệp điệp,
Có cây ước trang hoàng lá hoa và trái.
Ngọn cây có bảo tòa rực rỡ năm màu,
Trên bảo tòa một đóa sen to lớn
Với những vầng nhật nguyệt,
Vị bổn sư tôi đang an tọa,
Người đã ba lần tử tế với tôi.
Ngài tự bản chất vốn là tất cả chư Phật
Dưới hình dạng một thầy tu áo vàng,
Với gương mặt và nụ cười tỏa rạng.
Tay phải ngài bắt ấn thuyết pháp;
Tay trái ngài bắt ấn nhập định,
Ngài cầm bình bát đựng cam lồ.
Thân mặc ba pháp y vàng chói,
Đầu đội mão học giả hiền trí màu vàng.
Đức Thích-ca Kim Cương Trì ngự ở tim

– một mặt hai tay cầm chuông và chùy
Ngài cùng ngồi với Dhatvoshvarì,
thưởng thức Đại lạc và Tánh không;
Mang trang sức quý báu, thiên y lụa là.
Ngài có những tướng quý và tướng phụ
Tỏa ra hàng ngàn tia sáng,
Quanh ngài có áng cầu vồng ngũ sắc,
Ngài ngồi thế hoa sen:
Năm uẩn thuần tịnh là năm vị Phật thiền,
Tứ đại ngài là bốn bà phối ngẫu;
Giác quan, máu, thịt, xương là Bồ-tát;
Chân lông là hăm mốt ngàn La-hán;
Chân tay ngài – chư thần phẫn nộ.
Ánh sáng thân – thần bảo hộ các phương.
Đế thích, Phạm thiên và chư thiên
Đều lạy dài dưới chân ngài.
Xung quanh ngài an tọa:
Những bậc thầy tôi, vô số thần hộ mạng,
Mandala chư thiên tùy tùng thị giả,
Chư Phật và Bồ-tát.
Nam thần Dakas và chư thần Hộ pháp,
Thân khẩu ý họ có dấu ấn kim cương.
Tia sáng tỏa ra từ những chữ HUM
Tan vào nhau rồi đọng lại.

(Triệu thỉnh:)

Hỡi chư vị che chở hữu tình,
Hàng phục Ma vương và quyến thuộc,
Người biết mọi sự một cách toàn hảo –
Xin chư Phật Thế tôn và tùy tùng
Hãy hạ cố đến đây. Ja hùm bam hoh:
Quý vị bất khả phân với chư Bồ-tát.

(Quán nhà tắm hiện ra:)

Đây là nhà tắm thơm tho,
Nền bằng thủy tinh trong sáng,
Cột nhà sáng đẹp tuyệt trần,
Làm bằng đủ thứ châu ngọc,
Trang trí tàn lọng ngọc trai.

(Lễ tắm thân Phật:)

Ngay sau khi Phật ra đời
Chư thiên tắm rửa thân ngài;
Nay con dùng nước cõi trời
Tắm rửa thân chư Thiện Thệ.
Om sarva tathàgata abhishekata samaya shriye àh hùm.
Thân Ngài sinh từ vô số đức thù thắng
Lời Ngài thỏa mãn vô lượng hữu tình.
Ý Ngài thấy như thật mọi pháp khả tri
Con tắm thân Thích-ca Kim Cương Trì.

Om sarva tahtàgata abhishekata samaya shriye àh hùm.
Con tắm thân Hệ phái Hành vi quảng đại,
Con tắm thân Hệ phái Tri kiến sâu xa,
Con tắm thân Hệ phái Hành vi dâng hiến,
Con tắm thân bậc thầy hệ phái con theo.
Om sarva tathàgata abhishekata samaya shriye àh hùm.
Con tắm thân chư Phật, Đạo sư của con,
Con tắm thân Thánh pháp che chở con,
Con tắm thân Tăng cứu tinh của con,
Con tắm thân Ba Ngôi con nương tựa.
Om sarva tathàgata abhishekata samaya shriye àh hùm.

(Lau khô thân Phật:)

Con lau thân chư vị với thứ vải vô song
Sạch sẽ và thấm nhuần hương chọn lọc.
Om hùm tràm hrìh àh kàya vishodhanaye svàhà

(Xức dầu thơm:)

Con xức dầu thân thể đức Mâu-ni
– Sáng chói như vàng ròng khéo luyện –
Với những thứ hương hảo hạng
Mà thế giới có được để hiến dâng.

(Dâng y:)

Với lòng tin kiên cố,
Con xin dâng thiên y mỏng nhẹ mềm

Lên chư vị có Thân kim cương bất hoại
Xin cho con cũng được thân ấy.

(Dâng đồ trang sức:)

Chư Phật được trang sức tự nhiên
Bằng những tướng quý và vẻ đẹp,
Không cần trang sức nào khác,
Nay con hiến dâng ngọc ngà đẹp nhất.
Mong mọi hữu tình sẽ có được
Thân đầy đủ tướng hảo của Như Lai.

(Thỉnh chư Phật an tọa:)

Chư Phật thương xót hữu tình,
Với thần lực vô biên,
Xin chư tôn hãy an tọa
Bao lâu con còn dâng đồ cúng.

Nghi thứ Năm: Dâng lời cầu nguyện bảy phần và một mandala vũ trụ: con đường chứa mọi điểm then chốt để tích lũy công đức và tịnh hóa bản thân

Thân Ngài sinh từ vô số thiện đức,
Lời Ngài thỏa mãn vô lượng hữu tình,
Ý Ngài biết như thật mọi pháp sở tri:
Con kính lễ bậc chúa tể dòng họ Sakya.
Tâm bi mẫn lớn của đấng Kim Cương Trì,

Nhận thức siêu việt của Tilopa và Nàropa,
Ánh sáng chói lọi của Dombhìpa và Atìsha:
Con kính lễ Hệ phái Hành động dâng hiến.
Di-lặc, Vô Trước, Thế Thân, Vimuktisena,
Paranasena, Vinìtasena, Pháp Xứng,
Haribhadra, Kusalis và Suvarnadvìpi:
Con kính lễ Hệ phái Hành vi quảng đại.
Văn-thù, vị Bồ-tát phá hủy hữu phi hữu,
Long Thọ, Nguyệt Xứng và Vidyakokila
Cùng những pháp tử của Long Thọ,
Những người theo đúng nghĩa Phật dạy:
Con kính lễ Hệ phái Tri kiến sâu xa.
Atìsha nắm chỉ giáo tối thượng về lý và hạnh,
Dromtoenpa, cha đẻ của giáo lý Kadampa,
Bốn hành giả khổ hạnh và ba anh em khác:
Con kính lễ những bậc thầy Kadampas.
Tsongkapa phục hưng truyền thống xứ Tuyết,
Gyaeltsab Je, nhà luận lý thần thông quảng đại,
Kaedrub Je, chúa tể kinh giáo và mật giáo
Kính lễ Hệ phái của Cha và Con.
Đấng Kim Cương Trì, nhập thể của Ba chỗ quy y,
Mang hình hài những bậc thầy hướng đạo
Để điều phục các hàng đệ tử,
Ban cho những thành tựu thế xuất thế gian:
Con kính lễ những bậc thầy từ bi
Cho con pháp nhãn thấy suốt bao la kinh điển,

Thầy là cánh cửa tối thượng
Đưa người may mắn đến giải thoát,
Dùng phương tiện khéo thương yêu che chở –
Con kính lễ những hướng đạo tâm linh.
Thần Guhyasamàja, thần Heruka đầy phúc lạc
Thần Yamàntaka quang vinh và những vị khác,
Đấng bảo trì bốn Bánh xe của vô số mật điển:
Con kính lễ chư thần bảo hộ.
Biển công đức nhiệm mầu nguyện lực cao sâu,
Hành vi không ai sánh kịp,
Thực hiện trong thời kiếp may mắn:
Con kính lễ ngàn đức Phật Hiền kiếp,
Sunàman, Ratna, Suvarnabhadra, Ashoka,
Pháp Xứng, Abhijna, Dược Sư, Thích-ca–
Đã hoàn tất tinh túy những đại nguyện:
Con kính lễ tám đấng Thiện thệ.
Trí Bát-nhã, bà Mẹ của chư Phật,
Đã phá hủy những hạt giống phiền não
Đã tẩy trừ tận gốc những khổ đau:
Con kính lễ Pháp của ba thừa.
Văn-thù, Kim cương thủ, Quán thế âm,
Địa tạng, Sarvanivaranavishkambhi,
Hư không tạng, Di-lặc, Phổ Hiền:
Con kính lễ tám vị Pháp vương tử Bồ-tát,
Những vị đã thiền quán mười hai nhân duyên,
Đã thân chứng trí tuệ của bậc độc giác

Và trong độc cư đã thuộc lòng lý duyên khởi:
Con kính lễ các bậc thánh Độc giác.
Những vị nghe pháp âm đấng Mâu-ni
Đã dương cao ngọn cờ chánh pháp
Angaja, Ajita, Vanavasin,
Kàlika, Vajrìputra, Shrìbhadra
Kanakvatsa, Kanakabharadvàja,
Thánh Bạc câu la, La hầu la,
Chu lợi bàn đà dà, Tân đầu lô phả la đọa
(Chùdapanthaka, Pindolabhradvàja)
Bàn đà dà, Nàgasena, Gopaka và Abheda:
Chư Trưởng lão và quyến thuộc Thanh văn
Từ đất thiêng Kechari đang nhìn xuống,
Những vị thiên nhãn thường hiện thần thông,
Săn sóc hành giả như mẹ săn sóc con một:
Con kính lễ ba bộ loại nữ thần Dakinis.
Từ quá khứ xa xăm, khi đức Thế Tôn còn ở đời,
Các ngài đã theo hộ vệ, và,
Như bà mẹ đối với con yêu,
Các ngài mỉm cười hoan hỉ
Về những người hành trì đúng pháp:
Con kính lễ chư thần Hộ pháp và bảo vệ.
Dhrtaràshtra, Virùdhaka,
Virùpàksha và Vaishhravana,
Chư vị thống lĩnh quyến thuộc giữ bốn cổng:
Con kính lễ bốn vị đại thiên vương.

Với tất cả những bậc đáng đảnh lễ,
Con lạy dài trong niềm tin tuyệt đối,
Với bao nhiêu thân thể
Nhiều như cát bụi trên thế gian.
Kính lễ đấng thánh Manjushrì trẻ tuổi,
Kính lễ chư Như Lai trong ba thời gian –
Những đấng Sư tử trong nhân loại
Hiện hữu trong mười phương thế giới:
Với thân lời ý thanh tịnh,
Con kính lễ từng vị một trong các Ngài.
Với lời nguyện những hành vi cao cả
Con lạy dài trước tất cả chư Phật:
Con quán tưởng mình có nhiều thân
Như vi trần trong thế giới.
Trên mỗi vi trần có vô số Phật
Nhiều bằng số vi trần của vũ trụ;
Chư Phật ấy ngồi giữa chúng hội Bồ-tát.
Cũng thế con tin tưởng
Tất cả Phật khắp hư không pháp giới
Con ca tụng diệu đức của chư Như Lai
Với biển vô tận những lời tán dương,
Với biển lớn âm thanh vi diệu
Con xưng tán tất cả các đấng Thiện thệ.
Con kính dâng lên chư Như Lai
Những hoa thơm và tràng hoa chọn lọc,
Những tiếng nhạc xập xõa chạm nhau,

Nước thơm hảo hạng và lọng báu,
Đèn dầu và hương chiên đàn.
Con dâng lên chư Như Lai
Những y phục lụa là, hương quý nhất,
Những núi hương bột cao như Tu Di
Và trưng bày tuyệt diệu toàn thứ vô tỉ
Tất cả đồ cúng nhiều và vô song ấy
Con quán ra để dâng cúng chư Như Lai.
Trước chư Như Lai con dập đầu kính lễ
Để cúng dường bằng năng lực niềm tin
Của con vào các hành vi cao cả.

(Dâng mandala và đọc:)

Om vajra bhùmi àh hùm: bình báu bằng vàng. Om vajra rekhe àh hùm: một dãy núi sắt vây quanh nó. Ở giữa là Tu Di sơn, vua các ngọn núi. Phương Đông là lục địa Thắng thần châu. Phương Nam là Diêm-phù-đề. Phương Tây là Ngưu hóa châu. Phương Bắc là xứ Kuru (Bắc Cu lô châu). Rồi ở phương Đông, các tiểu lục địa Deha và Videha; Nam, Chàmara và Aparachàmara; Tây, Shàthà và Uttaramantrina; Bắc, Kuru và Kaurava. Những núi châu báu, cây ước, bò ước, mùa màng không cần cày cấy. Bánh xe báu, ngọc báu, nữ báu, quan báu, voi báu, ngựa báu, đại tướng báu. Bình báu lớn chứa châu ngọc. Những nữ thần của sắc đẹp, tràng hoa, nhạc, vũ, hương trầm, ánh sáng, hương hoa, nhật nguyệt; lọng báu, tràng phan của chiến thắng tuyệt đối. Ở trung ương là tất cả tài sản mỹ lệ của chư thiên và nhân loại. Tất cả các thứ này con xin dâng hiến vị bổn sư đầy từ mẫn của con trong hệ phái, cùng vị Lama vĩ đại Lozang Tubwang Dorje Chang, chư thiên và quyến thuộc. Vì tất cả hữu tình, xin ngài từ bi nạp thọ những thứ này. Xin nhận lấy, và gia hộ cho con.

Con dâng bình này, xức đầy hương,
Rắc đầy hoa, trang hoàng bằng núi Tu Di,
Các châu lục, trời, trăng –
Tất cả được quán thành cõi Phật.
Mong hữu tình thưởng thức đất tịnh này.
Con hiến dâng thân lời ý của con và hữu tình
Những lạc thú của chúng con,
Những công đức cả ba thời;
Con quán tưởng một mandala quý báu,
Và khối lượng đồ cúng của đức Phổ Hiền,
Dâng lên chư tôn sư, chư thần, Ba ngôi báu.
Xin từ bi nhận lấy, và gia hộ cho con.
Idam guru ratna mandalakam niryàtayàmi.

Bạn cũng có thể đọc bài *Kinh Sám hối những tội Phạm giới* nếu muốn làm lễ chi tiết hơn.

(Thần chú tăng công đức:)

Om sambhara samhbhara vimanasra mahà vajra hùm. Om smarasmara vimanaskara mahà vajra hùm.

KINH SÁM HỐI NHỮNG TỘI PHẠM GIỚI (HỒNG DANH BỬU SÁM)

Kính lễ đấng Đạo sư, Thế Tôn, Như Lai, Chánh Đẳng Giác, đấng chiến thắng quang vinh Thích-ca Mâu-ni.

Kính lễ đức Như Lai chiến thắng bằng tinh túy Kim cang (Vajramandapramardin – Kim cang bất hoại Phật).

Kính lễ đức Như Lai phát ra tia sáng quý báu (Rarnarchi – Bảo Quang Phật).

Kính lễ đức Như Lai vua của loài rồng mạnh (Geyaràja – Long tôn vương Phật).

Kính lễ đức Như Lai bộ lạc những anh hùng (Vorasena – Tinh tấn quân Phật).

Kính lễ đức Như Lai của niềm hỉ lạc quang vinh (Voranandin – Tinh tấn hỉ Phật).

Kính lễ đức Như Lai Ngọn lửa quý báu (Ratnàgni – Bảo hỏa Phật).

Kính lễ đức Như Lai Ánh trăng quý báu (Ratnachandraprabha – Bảo nguyệt quang Phật).

Kính lễ đức Như Lai Rất ý nghĩa để chiêm ngưỡng (Amoghadarshin – Kiến vô ngu Phật).

Kính lễ đức Như Lai Như mặt trăng báu (Ratnachandra – Bảo nguyệt Phật)

Kính lễ đức Như Lai Không cấu uế (Vimala – Vô cấu Phật).

Kính lễ đức Như Lai Bố thí chói sáng (Shrìdatta – Dõng thí Phật).

Kính lễ đức Như Lai Thanh tịnh (Brahmà – Thanh tịnh Phật).

Kính lễ đức Như Lai Ban bố sự thanh tịnh (Brahmàdatta – Thanh tịnh thí Phật).

Kính lễ đức Như Lai Chúa tể của nước (Varuna – Thủy thiên Phật).

Kính lễ đức Như Lai Cao quý sáng chói (Shrìbhadra – Kiên đức Phật).

Kính lễ đức Như Lai Như chiên đàn sáng chói (Chandanashrì – Chiên đàn công đức Phật).

Kính lễ đức Như Lai Ánh sáng vô lượng (Anantejas – Vô lượng cúc quang Phật).

Kính lễ đức Như Lai Ánh sáng quang vinh (Prabhasashrì – Quang đức Phật).

Kính lễ đức Như Lai Không sầu (Ashokashrì – Vô ưu đức Phật).

Kính lễ đức Như Lai Không chấp thủ (Nàràyana – Na la diên Phật).

Kính lễ đức Như Lai Như hoa sáng chói (Kusumashrì – Công đức hoa Phật)

Kính lễ đức Như Lai Thần thông hiển bày ánh sáng thanh tịnh (Brahmajyotirvikrodhi-tàbhijna)

Kính lễ đức Như Lai Thần thông hiển bày ánh sáng như Hoa sen (Padmajyotirvikrodhità-bhijna – Liên hoa quang du hí thần thông Phật).

Kính lễ đức Như Lai Tài sản quang vinh (Danashrì – Tài quang Phật).

Kính lễ đức Như Lai Niệm quang vinh (Smrtishrì – Đức niệm Phật).

Kính lễ đức Như Lai Nổi tiếng về sự thanh tịnh sáng chói (Brahmàshrìsuparikìrti – Thiện danh xưng công đức Phật).

Kính lễ đức Như Lai Vua cờ chiến thắng bay trên cả Đế thích (Indraketudhvajaràja – Hồng diệm đế tràng vương Phật).

Kính lễ đức Như Lai Quang vinh của sự điều phục toàn vẹn nhất (Suvikràntashrì – Thiện du bộ Phật).

Kính lễ đức Như Lai Hoàn toàn chiến thắng trong cuộc chiến đấu (Yuddhajaya – Đấu chiến thắng Phật).

Kính lễ đức Như Lai Quang vinh vì đạt đến hoàn toàn tự chủ (Vikràntagàmishrì – Thiện du bộ công đức Phật).

Kính lễ đức Như Lai Khắp nơi đều có ánh sáng quang vinh (Samantàva-bhàsavyuhashrì).

Kính lễ đức Như Lai Hoàn toàn điều phục bằng hoa sen báu (Ratnapadmavikràmin – Bảo hoa du bộ Phật).

Kính lễ đức Như Lai ứng cúng chánh đẳng giác, bậc quý báu ngồi trên hoa sen, vua của các ngọn núi (Shailendraràja – Bảo liên hoa thiện trụ Ta la thọ vương Phật.)

Chư Phật này và chư Như Lai ứng cúng Chánh đẳng giác khắp mười phương thế giới – chư Thế tôn còn tại thế, xin chú ý nghe con đây:

Trong đời này và các đời kiếp từ vô thủy đến nay trong vòng luân hồi sinh tử, con đã vi phạm nhiều hành vi tội lỗi, hoặc khuyến khích kẻ khác làm, hoặc vui thích về việc ác. Con đã ăn trộm những đồ cúng cho tháp, cho tăng thường trú, cho tăng chúng ở mười phương; con đã xúi giục kẻ khác và tán đồng những hành vi ấy. Con đã phạm năm tội nghịch, xúi kẻ khác phạm, tán đồng kẻ khác trong những tội ấy. Con đã phạm đầy đủ mười điều bất thiện, xúi kẻ khác phạm, tán đồng kẻ khác. Vì bị che mờ bởi đủ thứ nghiệp chướng, con đã làm dân địa ngục, con đã sinh vào loài súc sinh, vào loài quỷ đói, sinh vào những chốn xa xôi hẻo lánh, làm kẻ mọi rợ, làm trời trường thọ, làm người không đủ giác quan, làm người tà kiến và làm những kẻ không biết vui mừng về sự xuất hiện của đức Như Lai. Dù bất cứ nghiệp chướng nào, con cũng xin phát lộ tất cả, nhận tất cả, trải bày tất cả, mở ra tất cả trước chư Phật Thế Tôn, những đấng có trí tuệ căn bản và con mắt đại bi, có năng lực, có nhận thức đúng như thật và thấy tất cả với toàn trí. Con nguyện chừa bỏ tất cả những hành vi ấy trong tương lai.

Xin chư Phật Thế Tôn chú ý nghe con đây:

Con có thể có những công đức do bố thí trong đời này và các đời khác trong vòng luân hồi sinh tử từ vô thỉ – ngay cả công đức cho súc sinh một miếng nhỏ thức ăn. Con có thể có chút ít công đức do giữ giới, do tu phạm hạnh; con có thể có chút thiện căn do dạy dỗ hữu tình, do phát tâm bồ-đề vô thượng; do tu tập trí giác vô thượng. Tất cả những thiện căn mà con có thể có ấy, con xin tập hợp chúng lại, gom góp chúng lại, để hồi hướng về quả vị giác ngộ tối cao.

Cũng như chư Phật Thế tôn trong quá khứ đã hồi hướng công đức, chư Phật Thế tôn trong đời vị lai sẽ hồi hướng công đức và chư Phật Thế tôn trong hiện tại đang hồi hướng công đức, con cũng xin hồi hướng công đức như thế. Con xin phát lồ sám hối mọi tội lỗi. Con xin tùy hỉ tất cả công đức. Con cầu khẩn chư Phật cho con đạt được trí giác vô thượng. Con chắp tay khẩn cầu sự che chở của tất cả chư Phật hiện tại, quá khứ và vị lai.

(Ghi cuối sách: Ngang đây chấm dứt bản kinh Đại thừa nhan đề *Ba Tịnh tụ*.)

LỜI SÁM TỔNG QUÁT

Tất cả chư Phật thường ở trong mười phương như Bậc Đạo sư Kim Cương Trì, chư Bồ-tát, và Thánh chúng! Xin hãy lắng nghe con đây. Con tên là... trong tất cả đời quá khứ từ vô thủy luân hồi đến nay, vì bị mãnh lực của vọng tưởng tham sân si, con đã tạo mười bất thiện bằng thân, lời, ý; đã phạm năm tội nghịch; năm tội lỗi phụ; con đã phá giới Biệt giải thoát, đã phá giới Bồ-tát, giới mật tông. Con đã bất kính với cha mẹ, với thầy bổn sư, thầy truyền giới và những người đồng phạm hạnh. Con đã làm những hành vi có hại cho Tam Bảo; con đã từ bỏ nền diệu pháp; con đã phỉ báng thánh chúng Tăng-già; con đã làm hại hữu tình... Con đã làm một loạt những điều bất thiện, xúi kẻ khác làm và tán đồng họ. Nói tóm lại, có bao nhiêu tội lỗi trầm trọng mà con đã làm, bao nhiêu nguyên nhân sẽ ngăn con giải thoát hay tái sinh lên thượng giới và sẽ khiến con tái sinh vào vòng sinh tử hay các đọa xứ, tất cả con xin phát lộ, nhận tội không dám che giấu. Con xin trải bày trước tất cả chư Phật mười phương, trước đấng Đạo sư Kim Cương Trì và chư Bồ-tát. Con xin chừa tái phạm trong tương lai. Sau khi đã phát lộ sám hối, xin cho con trú trong an lạc.

(Nếu muốn làm lễ ngắn gọn, thì đọc:)

Do tham sân si thúc đẩy,
Con đã phạm nhiều tội lỗi
Bằng thân lời và ý,
Tất cả tội ấy con xin sám hối.
Con xin tùy hỉ tất cả công đức
Của mười phương chư Phật,
Chư Bồ-tát, Duyên giác,
Chư Thanh văn, hữu học, vô học,
Và của tất cả hữu tình.
Hỡi những ngọn đèn của thế gian,
Những vị gần với đấng Giác ngộ
Vì đã đạt đến tâm vô chấp,
Con khẩn cầu chư vị chuyển bánh xe Pháp.
Đối với những vị đã giác ngộ
Đang có ý muốn nhập Niết-bàn,
Con xin chấp tay cầu khẩn
Các ngài hãy ở lại trên thế gian
Nhiều kiếp số như cát bụi
Để giúp đỡ hữu tình, đưa chúng đến an lạc.

Chút ít công đức con có được
Do kính lễ, cúng dường, sám hối,
Tùy hỉ, thỉnh Phật ở đời chuyển Pháp luân,
Tất cả con xin hồi hướng đến vô thượng bồ-đề.

(Ở điểm này hãy dâng một mandala. Rồi cầu xin ba mục tiêu lớn:)

Con xin quy y bậc thầy và ba ngôi báu. Xin hãy gia trì cho dòng tâm thức con. Xin gia hộ để con và tất cả hữu tình, những người đã từng làm mẹ con, sẽ chấm dứt các tà kiến – từ sự bất kính đối với bậc thầy cho đến hai thứ chấp ngã. Xin gia hộ cho con dễ dàng phát sinh mọi tư duy chân chánh khởi đầu bằng thờ kính thầy. Xin gia hộ cho chúng con dọn sạch tất cả nội chướng ngoại chướng.

Nghi thứ Sáu: Khẩn cầu thêm sau chỉ giáo truyền khẩu, để bảo đảm dòng tâm thức đã thấm nhuần phép quán.

Hỡi Bổn sư tôn quý của con, xin hãy an vị
Trên tòa sen và nguyệt luân trên đỉnh đầu con.
Xin thương xót con vì lòng bi mẫn.
Cho con những thành tựu về thân lời ý.
Đấng Thế Tôn – bậc Cứu thế vô song.
Đức Di-lặc phụ tá đấng Chiến thắng,
Thánh Asanga do Phật tiên đoán sẽ ra đời:

Con dâng lời cầu khẩn lên ba vị Phật Bồ-tát.
Vasubandhu bảo châu của nền Ấn triết,
Thánh Vimuktisena – sáng lập Trung đạo,
Vimuktisenagomin được chúng tin tưởng:
Con dâng lời nguyện lên Ba người Bạn của hữu tình.
Paranasena thành tựu sự siêu phàm,
Vinìtasena luyện tâm trong đạo lộ sâu xa.
Vairochana hành động đầy năng lực:
Con khẩn cầu ba vị mở mắt cho thế gian.
Haribhadra hoằng dương Bát-nhã đạo
Kusali người nắm giữ tất cả giáo lý Phật,
Ratnasena thương yêu săn sóc hữu tình:
Con khẩn cầu ba vị thuyền trưởng của chúng sinh.
Suvarnadvìpi – tâm bồ-đề kiên cố,
Atìsha – giữ truyền thống tiên phong
Dromtoenpa – làm sáng tỏ thánh đạo:
Con khẩn cầu ba Cột trụ nền giáo lý.
Đức Thích-ca – vô thượng cứu tinh,
Đức Văn-thù – nắm giữ trí tuệ chư Phật
Đức Long Thọ – thấy được ý nghĩa sâu xa:
Con khẩn cầu ba Bảo châu tuyệt đỉnh.
Nguyệt Xứng người làm sáng tỏ thánh ý,
Vidyakokila đệ tử giỏi nhất của ngài
Và em ngài – một Pháp vương tử:

Con khẩn cầu ba nguồn tri thức dồi dào.
Atìsha nhận chân chiều sâu Duyên khởi
Giữ chìa khóa những bậc tiên phong
Dromtoenpa làm sáng tỏ thánh đạo:
Con khẩn cầu hai Châu báu cõi Diêm phù.
Gampopa – hành giả nhiều năng lực,
Neuzurpa – nhất tâm tịnh chỉ sâu xa,
Tagmapa – người hộ trì Luật tạng:
Con khẩn cầu ba Ngọn đèn soi chốn xa xôi.
Con khẩn cầu đức Gyaelsae Zangpo –
Xem tất cả chúng sinh như con ruột,
Người được trời của những vị trời gia hộ.
Đạo sư tối thượng vào thời mạt pháp:
Con khẩn cầu Namkha Gyaeltsaen.
Geshe Potowa – phụ tá đấng Chiến thắng,
Sharawa – trí tuệ không ai sánh bằng,
Chaekawa – nắm giữ hệ phái bồ-đề tâm:
Con khẩn cầu ba vị Đáp ứng hi vọng của hữu tình.
Chilbupa – nắm giữ truyền thừa tuệ giác,
Lhalung Wangchug uyên bác Kinh tạng,
Goenpo Rinpoche che chở chúng sinh ba cõi:
Con khẩn cầu ba vị trưởng lão vô song.
Zangchenpa – người có giới hạnh vô cấu
Tsonawa – duy trì trăm ngàn chương Luật tạng,

Moendrapa – hoàn tất những bộ luận siêu hình
Con khẩn cầu ba Đại cứu tinh.
Chúa tể các pháp Rộng và Sâu,
Các đấng chở che hữu tình may mắn,
Làm công việc hoằng truyền chánh giáo:
Con khẩn cầu bậc tôn sư quang vinh.
Tsultrimbar – hoàng tử của những học giả
ZhoenusOe – đào luyện hướng đạo tâm linh
Gyergompa – luyện tâm đạo thượng thừa:
Con khẩn cầu ba pháp tử đấng Chiến thắng.
Sangyaeboen – kho tàng đức tính vi diệu,
Namkha Gyaelpo – được chư thánh hộ trì,
Senge Zangpo – từ bỏ tám bận tâm thế tục:
Quán Tự Tại – kho tàng từ bi chánh kiến
Văn-thù – đấng toàn tri vô cấu,
Tsongkapa – bảo châu của xứ Tuyết:
Con cầu khẩn chư vị Bồ-tát thượng sư.
Jampal Gyatso – hoàng tử của giới học giả
Kaedrub Rinpoche – mặt trời của những triết gia
Basoje – người giữ kho Chỉ giáo bí mật:
Con khẩn cầu ba bậc Đạo sư vô tỷ.
Choekyi Dorje – người đã đạt hợp nhất,
Gyaelwa Ensapa – người thành tựu ba thân,
Sangyae Yeshe – giữ truyền thừa tuệ giác

Con khẩn cầu ba vị học giả uyên thâm.
Lozang Choekyi Gyaeltsaen – cầm cờ chiến thắng,
Koenchog Gyaeltsaen – đệ tử hầu cận ngài,
Lozang Yeshe – người rọi ánh sáng trên thánh đạo
Con khẩn cầu ba vị Lama tối tôn.
Ngagwang Jampa – hoằng truyền Thích giáo
Lozang Nyaendrag – đệ tử thân cận của ngài,
Yoentaen Tayae – có vô biên thiện đức:
Con khẩn cầu ba bậc thầy từ bi.
Taenpa Rabgyae – hoằng giáo của Lozang Yeshe,
Lodroe Zangpo giải thoát hữu tình,
Lozang Gyatso giảng dạy thiện xảo
Con khẩn cầu ba bậc thầy vô song.
Bổn sư tối thượng đầy từ bi (Jinpa Gyatso) –
Đấng vô tỷ giữ giáo lý và thực hành,
Gìn giữ truyền thừa và tuệ giác
Cho bốn hạng người có khả năng đón nhận:
Với thành kính tột bực của thân lời ý
Con khẩn cầu Bậc đa văn, người mở rộng chỉ giáo khẩu truyền,
Hiển bày hành trì ẩn mật của hai giai đoạn:
Con khẩn cầu ngài Taenzin Kaedrub.
Vị thầy tu tử tế nhất, mà thân thể
Chứa đựng chỗ nương quá hiện vị lai;

Lời ngài có sự hùng biện của Văn-thù;
Tâm ngài như đại dương trí tuệ tự nhiên
Về ba môn học tăng thượng và nhân quả
Con khẩn cầu ngài Lozang Lhuendrub Gyatso.
Bậc thầy tôn quý thiện xảo mọi ngành,
Gìn giữ bảo châu của bậc thánh từ bi
Ngài mặc tấm y bốn thiện sự rộng rãi
Con khẩn cầu Jampa Taenzin Trinlae.
Lozang Yeshe Tanzin Gyatso,
Nhập thể của Căn bản trí chư Phật;
Bậc tiên phong trong nền giáo lý vô cấu,
Hỡi đấng che chở, người phóng ra
Một số lượng lớn mandala.
Con khẩn cầu bậc tôn sư đầy từ bi.
Ngài là con mắt thấy tường tận Giáo lý
Là cổng đưa người may mắn đến giải thoát,
Được điều động bởi Đại bi và Phương tiện
Con khẩn cầu chư vị Đạo sư, người cho ánh sáng.

Sau khi thiết tha khẩn cầu như trên, hãy đọc (rút từ *Căn bản mọi thiện đức* của Tsongkapa):

Hỡi Thầy từ bi, căn bản mọi điều lành,
Thờ thầy là căn bản của đạo lộ,
Xin gia hộ cho con thấy được điều này

Và siêng nương thầy với tâm cung kính.
Đời lành mạnh tự do này chỉ có một lần,
Thân người khó được và vô cùng lợi ích.
Xin thầy gia hộ cho con tư duy miên mật
Đêm ngày rút tinh túy của kiếp người.
Thân mạng giống như bọt nổi trên nước,
Chẳng bao lâu sẽ hủy hoại;
Cho con thường nhớ chết,
Nhớ rằng thân con sẽ như cái bóng
Đi theo nghiệp lành dữ đã làm.
Xin gia hộ con được niềm tin chắc chắn
Để từ bỏ vô số lỗi lầm,
Cả đến những lỗi lầm vi tế nhất,
Để kiện toàn mọi đức tính
Và luôn luôn cẩn thận đề phòng.
Phân tích để thấy sinh tử là đau khổ
Vẻ hào nhoáng thế gian không đáng tin
Xin gia hộ cho con hiểu được tai hại
Để sinh lòng khát khao giải thoát lạc;
Có những ý tưởng trong lành nhất:
Chánh niệm, tỉnh giác và thận trọng
Xin gia hộ con thực hành cốt tủy Pháp
Mà căn bản là Biệt giải thoát giới.
Tất cả hữu tình đã từng là mẹ con

Đang đắm chìm trong tư tưởng thế tục
Như con về trước; cho con thấy điều này,
Để luyện tâm bồ-đề vô thượng
Và gánh trách nhiệm giải thoát hữu tình.

Tuy nhiên chỉ phát tâm bồ-đề mà không quán tưởng về ba loại giới thì không thể đạt thành giác ngộ.

Xin gia hộ cho con thấy rõ điều này,
Và nỗ lực tinh tấn trong Bồ-tát giới.
Xin tâm con an tịnh chớ sa vào đường tà
Cho con dấn mình làm việc chánh;
Cho tâm con điều phục, sớm phát sinh
Tịnh chỉ phối hợp với tuệ quán đặc biệt.
Mong con tu tập đạo lộ chung cả ba thừa
Và trở thành một pháp khí thích ứng,
Gia hộ con có diễm phúc lãnh thọ
Kim cang thừa, ngõ vào cỗ xe tối thượng.
Căn bản để đạt đến hai thứ thành công
Chính là tuân giữ giới đã thọ;
Xin cho con luôn ghi nhớ điều này
Để giữ giới như giữ gìn sinh mạng.
Khi ấy con có thể thực chứng mọi điều
Tinh túy của mật điển là hai giai đoạn.
Xin gia hộ cho con đừng lay chuyển

Tu bốn Du-già và hoàn tất thánh giáo.
Mong sao những bậc thầy giảng giáo lý
Và hành giả thánh thiện sẽ sống lâu
Mong sao các ngài sạch hết
Nội ma ngoại chướng.
Xin cho con trong tất cả đời kiếp
Sẽ không rời xa bậc thầy thanh tịnh
Cho con hưởng ánh sáng diệu pháp,
Những thiện đức các chặng đường tu
Cho con sớm thành tựu sự Hợp nhất.
(Nghĩ về ý nghĩa những lời này khi tụng đọc).
(Phép giải tán ruộng phước:)
Hỡi Bổn sư tôn quý, xin hãy an vị
Trên tòa sen và nguyệt luân trên đầu con.
Xin thương xót con vì lòng bi mẫn.
Cho con những thành tựu về thân lời ý.

Bậc thầy dời lên đỉnh đầu bạn, và bạn làm một lễ cầu nguyện ngắn gồm bảy phần và dâng một mandala:

Thân Ngài có mười triệu đức thù thắng,
Lời Ngài thỏa mãn hy vọng của hữu tình,
Ý Ngài thấy như thật tất cả pháp khả tri:
Con kính lễ Chúa tể dòng họ Sakya.

Bậc thầy vô thượng: Phật bảo
Chỗ nương tựa vô thượng: Pháp bảo
Người cứu tinh vô thượng: Tăng bảo
Con kính lễ Thầy, bao hàm cả ba ngôi.
Con dâng đồ cúng thật và tưởng tượng,
Con xin sám hối tội phạm giới và lỗi lầm
Mà con đã làm từ vô thủy trong quá khứ.
Con tùy hỉ công đức tất cả thánh hiền.
Thỉnh cầu chư Phật ở lại với chúng con
Cho đến khi sinh tử cùng tận
Và chuyển bánh xe pháp cho hữu tình.
Xin hồi hướng công đức con và tất cả
Cho quả vị vô thượng bồ-đề.
Hỡi tôn sư, chư thần bảo hộ, Ba ngôi báu,
Đây là bốn châu, Tu Di và nhật nguyệt,
Con hiến dâng mandala kết bằng bảy báu,
Và vô số tặng phẩm của đức Phổ Hiền.
Xin đấng từ bi hoan hỉ ban phước cho con.

Đọc lời khẩn cầu sau đây với một bậc thầy duy nhất:

Hỡi Thầy thánh thiện chúa tể bốn thân,
Con khẩn cầu Ngài – Thích-ca Kim Cương Trì.
Hỡi Bậc thầy thánh thiện chúa tể pháp thân
Con khẩn cầu Ngài – Thích-ca Kim Cương Trì.

Hỡi Bậc thầy thánh thiện chúa tể Báo thân
Con khẩn cầu Ngài – Thích-ca Kim Cương Trì.
Hỡi Bậc thầy, chúa tể vô lượng ứng thân
Con khẩn cầu Ngài – Thích-ca Kim Cương Trì.
Hỡi Bậc thầy hiện thân của tất cả thầy,
Con khẩn cầu Ngài – Thích-ca Kim Cương Trì.
Hỡi Bậc thầy hiện thân của chư thiên
Con khẩn cầu Ngài – Thích-ca Kim Cương Trì.
Hỡi Bậc thầy hiện thân của chư Phật,
Con khẩn cầu Ngài – Thích-ca Kim Cương Trì.
Hỡi Bậc thầy hiện thân của tất cả pháp,
Con khẩn cầu Ngài – Thích-ca Kim Cương Trì.
Hỡi Bậc thầy hiện thân của Thánh chúng,
Con khẩn cầu Ngài – Thích-ca Kim Cương Trì.
Hỡi Bậc thầy hiện thân của tất cả nam thần
Con khẩn cầu Ngài – Thích-ca Kim Cương Trì.
Hỡi Bậc thầy hiện thân của chư thần Hộ pháp
Con khẩn cầu Ngài – Thích-ca Kim Cương Trì.
Hỡi Bậc thầy hiện thân tất cả chỗ quy y.
Con khẩn cầu Ngài – Thích-ca Kim Cương Trì.

Quán bậc thầy trên đỉnh đầu là đức Thích-ca Mâu-ni, và đọc:

Kính lễ đức Thích-ca Mâu-ni,
Bậc Đạo sư, đấng Chiến thắng

Con kính dâng Ngài phẩm vật
Và xin quay về nương tựa nơi Ngài.
Om muni muni mahàmuniye svàhà.

Sau khi đọc hồng danh và chú này nhiều lần, đọc tiếp lời hồi hướng công đức như sau:

Nhờ công đức này, mong cho con
Sớm thành một bậc thầy như Phật.
Nguyện cho con dẫn đạo mọi hữu tình
Cùng đến địa vị ấy.
(Lời cầu nguyện theo Lamrim)
Do hai thứ tích lũy mà con đã làm
Với nhiều nỗ lực trong thời gian dài
Công đức rộng lớn như hư không,
Mong con thành một vị Phật có hùng lực
Để hướng dẫn hữu tình, những người
Tâm nhãn bị khép lại bởi vô minh.
Từ đây trở đi đời đời kiếp kiếp
Xin đức Văn-thù hãy săn sóc con,
Cho con tìm ra đường tối thượng trong giáo lý
Và đi trên đấy, làm chư Phật hài lòng.
Mong con sử dụng mọi điều đã tu chứng
Để xua tan bóng tối vô minh của hữu tình.
Nhờ từ bi mãnh liệt và phương tiện khéo

Mong con bảo trì giáo lý đức Như Lai.
Xin cho con với tâm đại bi thúc đẩy,
Sẽ gieo rắc ánh sáng kho tàng Pháp bảo
Ở nơi nào nền giáo lý chưa lan đến
Hoặc nơi nào nền giáo lý bị suy tàn,
Do thiện sự của chư Phật Bồ-tát
Và pháp tu Từng bước đến giác ngộ,
Xin cho tâm kẻ học đạo thấm nhuần
Mong sao Phật sự được tiếp nối lâu dài
Mong sao mọi sự đều hỗ trợ cho tu tập
Mong sao chướng ngại sẽ tiêu tan,
Mong sao mọi thời, người và phi nhân
Không đoạn dứt con đường thanh tịnh
Mà chư Phật ngợi khen.
Khi nghi thức chuẩn bị tu tối thượng thừa
Được làm đúng cách và nghiêm túc,
Xin chư thần hãy chứng minh
Ban điềm lành đến khắp muôn phương

(Tụng đọc như trên thật thành khẩn, hồi hướng công đức cho bản thân và mọi hữu tình.)

Kaendaen Raggyae, tu viện trưởng hồi hưu của tu viện Bangrim Choede, nói: "Tôi muốn có một bài tụng đọc cho nghi lễ chuẩn bị buổi giảng dạy khúc chiết về các chặng đường đến giác ngộ, tức "Con đường Nhanh dẫn đến toàn trí." Ông đã tha thiết yêu cầu như thế, và tôi đã soạn bản văn này để tu tập hàng ngày với hi vọng nó sẽ giúp ích cho những người trình độ như tôi.

Tôi, Jampael Lhendrub, đã soạn căn cứ trên chỉ giáo theo hệ phái khẩu truyền của Kyabje Kaelzang Taenzin – vị Pháp vương tử vô song, ngọn đèn giáo lý phái Kadampa – và hai đại đệ tử của ngài. Mong sao những hệ phái tâm truyền của đức Văn-thù, đấng che chở hữu tình, sẽ không biến mất mà sẽ trở thành một lá cờ chiến thắng của Pháp bảo.

Phụ Lục 3

PHÁP LUYỆN TÂM BẢY ĐIỂM

Om svasti.

(Kính lễ tâm đại bi)

Mặc dù có nhiều cách giảng về Chỉ giáo tu tâm Đại thừa, Geshe Chaekawa đã lập ra truyền thống bảy điểm:

(1) Những chuẩn bị tiên quyết;

(2) Nền tảng: luyện tâm bồ-đề

(3) Chuyển nghịch cảnh thành con đường giác ngộ;

(4) Một pháp tu để áp dụng suốt đời;

(5) Tiêu chuẩn của một tâm đã thuần thục;

(6) Những điều lệ trong việc luyện tâm;

(7) Lời khuyên trong việc tu tâm.

I. CHUẨN BỊ CHO PHÁP TU TÂM

Có ba:

1. Thiền quán thân người khó được;
2. Quán chết và vô thường;
3. Quán những lỗi lầm của sinh tử.

II. NỀN TẢNG: LUYỆN TÂM BỒ ĐỀ

1. Luyện tâm bồ-đề tuyệt đối

a) Chuẩn bị

1) Quy y và phát tâm bồ-đề; 2) Khẩn cầu; 3) Dâng lời cầu nguyện bảy phần, 4) Thế ngồi; 5) Thở hai mươi mốt hơi an tịnh.

b) Trong thời thiền quán

Nghĩ các pháp như giấc chiêm bao.

Quán sát căn bản cái biết vô sanh.

Ngay cả pháp đối trị cũng tan vào không.

Ngồi trong bản chất (không) của vạn pháp.

c) Giữa các thời thiền

Hãy như người đang ở trong mộng

2. Luyện tâm bồ-đề tương đối

Có hai đoạn:

a) Trong thời thiền

Luyện tâm cho và nhận
Bằng hai luồng khí ra vào.

b) Giữa các thời thiền

Ba chủ đề, ba độc tố, ba thiện căn.
Trong đời sống hàng ngày,
Đọc những bài thi kệ để buộc niệm,
Xây dựng "nhận lấy" khởi từ bản thân.

III. CHUYỂN NGHỊCH CẢNH

Khi thế giới dẫy đầy tội lỗi,
Hãy chuyển hoàn cảnh không may
Thành con đường giác ngộ.

1) Bằng ý nghĩ

(a) Tương đối

Hãy trách cứ một điều duy nhất.
Thiền quán sự tử tế của tất cả hữu tình.

b) Tuyệt đối

Mọi hiện tượng giả dối
Đều xem như bốn thân.
Đây là cách tốt nhất để duy trì
Tánh không tuyệt đối.

2) Bằng hành động

Phương tiện tối thượng có bốn hành vi
Hãy sử dụng ngay thiền quán
Càng nhiều càng tốt.

IV. MỘT PHÁP ÁP DỤNG SUỐT ĐỜI

Tinh túy của chỉ giáo ngắn gọn này
Là năm năng lực. Hãy thực hành
Chỉ giáo Đại thừa về chuyển di
Liên hệ đến năm năng lực.
Hãy yêu mến hoạt động này.

V. TIÊU CHUẨN TÂM KHÉO LUYỆN

Tất cả pháp đều do tư tưởng mà có.
Giữa hai chứng nhân, mình là chính.
Luôn luôn đào luyện hỉ lạc nội tâm.
Có thể tự chủ ngay cả lúc tâm phân tán.

VI. NHỮNG ĐIỀU LỆ TU TÂM

Luôn luôn bám sát ba điểm chính.
Thay đổi ước nguyện của mình
Nhưng vẫn giữ nguyên phong thái cũ.
Đừng đề cập tay chân què quặt của người
Đừng bị ám ảnh bởi việc của người.

Trước hãy tịnh hóa vọng tưởng lớn nhất.
Hãy từ bỏ mọi hi vọng về quả báo.
Từ bỏ thực phẩm có độc.
Đừng nương tay với vọng tưởng.
Đừng điên tiết vì những lời lăng nhục.
Đừng chực để trả thù.
Đừng tấn công những điểm yếu.
Đừng bắt bò chở nặng như trâu dzo
Đừng chạy đua.
Đừng để bùa chú mất linh.
Đừng để thiên thần thành ác quỷ.
Đừng tìm hạnh phúc trong bất hạnh.

VII. LỜI KHUYÊN VỀ SỰ LUYỆN TÂM

Mọi pháp Du-già được tu qua một pháp.
Áp dụng một pháp cho tất cả đau buồn.
Hai hành vi cho đầu và cuối.
Nhẫn khi gặp một trong hai trường hợp
Giữ hai loại giới như giữ sinh mạng.
Luyện tâm theo ba khổ hạnh.
Tạo ba nhân duyên chính (để tu tập).
Thiền quán để có ba việc không thối
Chớ để thân khẩu ý nhàn rỗi (không làm thiện)
Xem các đề mục đều tốt ngang nhau;
Hãy thông thạo về pháp sâu và rộng

Và yêu mến tất cả.
Luôn thiền quán khi gặp khó khăn,
Đừng lệ thuộc hoàn cảnh.
Từ hôm nay hãy thực hành pháp tu chính
Đừng nhầm lẫn.
Đừng quá hi vọng.
Đừng tu theo từng cơn.
Hãy giải thoát nhờ hai pháp thiền,
Đừng kiêu căng
Đừng khinh người
Đừng trao đổi
Đừng mong được cảm ơn.
Hãy nhớ kỹ những lời khuyên ấy.
Thời mạt pháp đầy dẫy năm thứ suy đồi,
Hãy biến chúng thành con đường giác ngộ.

(Nghĩa là thực hành nhẫn nhục, nguyện lực, thưởng thức chân-không, tâm bi, tâm từ, và tâm hỉ.)

Nguồn gốc chỉ giáo này:

Chỉ giáo này, tinh chất của cam lồ,
Xuất xứ từ hệ phái truyền thừa
Của Suvarnadvìpi.

Hành giả vĩ đại Chaekawa tu theo chỉ giáo này, đã nói:

Nhờ luyện tâm theo pháp này
Tôi đã phát sinh hỉ lạc
Nên tôi có lý do để tôn trọng pháp ấy,
Mọi đau khổ đã chấm dứt.
Tôi cống hiến chỉ giáo này
Để hàng phục ngã ái.
Bây giờ tôi có thể chết không ân hận.

"Bản văn gốc này về độ dài cũng như thứ tự của nó, căn cứ theo giáo lý của Togme Rinpoche, pháp tử của các đấng Chiến thắng."

Mục lục

www.ingramcontent.com/pod-product-compliance
Lightning Source LLC
LaVergne TN
LVHW060319051026
849517LV00004B/1151
* 9 7 9 8 2 1 5 8 3 1 0 4 5 *